Tầm
Thước
Đức
Tin

Vậy, nhờ ơn đã ban cho tôi,

tôi nói với mỗi người trong anh em chớ có tư

tưởng cao quá lẽ, nhưng phải có tâm tình tầm

thường, y theolượng đức tin mà Đức Chúa Trời đã

phú cho từng người.

(Rô-ma 12:3)

TẦM
THƯỚC
ĐỨC
TIN

Tiến Sĩ Jaerock Lee

TẦM THƯỚC ĐỨC TIN : Tác giả Tiến sĩ Jaerock Lee
Xuất bản bởi Nhà Xuất Bản Urim (Đại diện: Seongkeon Vin)
235-3, Guro-dong3, Guro-gu, Seoul, Korea
www.urimbooks.com

Đã được Urim Books xuất bản bằng tiếng Hàn, năm 2002, tại Seoul, Hàn Quốc

Xuất bản lần thứ nhất, tháng ba năm 2012

Hiệu đính bởi Geumsun Vin
Biên dịch bởi: Paul Vo Van Vy
Được thiết kế bởi Cục Biên Tập của Nhà xuất bản Urim Books
Được In ở Công ty In Ấn Yewon
Muốn biết thêm chi tiết xin liên hệ: urimbook@hotmail.com

LỜI NÓI ĐẦU

Mong sao mỗi một chúng ta đều có lượng đức tin đầy trọn, hân hoan trong niềm vinh hiển thiên quốc đời đời tại Giêrusalem Mới là nơi có ngai Đức Chúa Trời ngự tọa!

Cùng với *Sứ Điệp Thập Tự Giá* vừa mới xuất bản, *Tầm Thước Đức Tin* là nền tảng cơ yếu của một đời sống Cơ Đốc Nhân phước hạnh. Tôi hết lòng cảm tạ và tôn vinh Cha Thiên Thượng Đấng đã ban ơn cho sách nầy được xuất bản, hầu cho sự thiêng liêng được tỏ ra cùng mọi người.

Ngày nay, có nhiều người cho rằng mình tin Chúa nhưng chẳng biết lấy gì để đảm bảo cho sự cứu rỗi. Họ chẳng biết gì về lượng đức tin và đức tin như thế nào để được cứu. Người ta thường nói về nhau, "Người nầy có đức tin lớn," "Người kia có ít đức tin." Và lại, thật khó biết lượng đức tin phải đạt đến mức nào thì sẽ được Chúa chấp nhận, hoặc đức tin của chúng ta đã đạt tới mức nào. Đức Chúa Trời không muốn chúng ta có đức tin xác thịt mà là một đức tin thiêng liêng có việc làm cặp theo. Nếu nghe và học lời Chúa để rồi biến nó thành những tri thức của lý trí mà chẳng có việc làm, những người như vậy gọi là những người có niềm tin xác thịt. Chúng ta không thể tự mình có được đức tin thiêng liêng, mà chỉ được phú cho từ nơi Chúa.

Vậy nên Rô-ma 12:3 thúc giục chúng ta rằng *"Vậy, nhờ ơn đã ban cho tôi, tôi nói với mỗi người trong anh em chớ có tư tưởng cao quá lẽ, nhưng phải có tâm tình tầm thường, y như lượng đức tin mà Đức Chúa Trời đã phú cho từng người."* Điều nầy cho thấy rằng mỗi một chúng ta đều được Chúa ban cho lượng đức tin thuộc linh khác nhau. Việc được Chúa nhậm lời cầu nguyện và ban phước cho mỗi một cá nhân là tùy vào lượng đức tin mà mỗi người có được.

1 Giăng 2:12 khắc họa sự trưởng thành đức tin của mỗi người tương ứng với đức tin của con trẻ bé mọn/ biết đi chập chững, trẻ em, vị thành niên, và các phụ lão. 1 Cô-rinh-tô 15:41 có chép, *"Vinh quang của mặt trời khác, vinh quang của mặt trăng khác, vinh quang của ngôi sao khác, vinh quang của ngôi sao nầy với vinh quang của ngôi sao kia cũng khác."* Điều nầy nhắc nhở chúng ta rằng mỗi nơi ở của mỗi người trên thiên đàng cùng những sự vinh quang khác nhau là tùy thuộc vào lượng

đức tin của mỗi người. Được cứu để vào nước thiên đàng là điều vô cùng quan trọng, nhưng biết được mình sẽ vào nơi nào trên thiên đàng, vương miện và phần thưởng nào đang chờ chúng ta ở đó lại càng quan trọng hơn.

Thượng Đế của tình yêu luôn mong muốn con cái Ngài dấy lên và đạt đến một lượng đức tin đầy trọn, mong đợi được bước vào Giêrusalem Mới là nơi có ngai Đức Chúa Trời ngự tọa, và Ngài muốn được ở với chúng đời đời.

Theo thể ước muốn của Đức Chúa Trời cùng sự dạy dỗ của Lời Ngài, *Tầm Thước Đức Tin* phát họa cụ thể năm mức độ đức tin thuộc linh, giúp bạn đọc lượng giá đức tin của chính mình. Lượng đức tin cùng những nơi ở trên thiên quốc có thể được phân chia nhiều hơn năm thứ bậc, nhưng hầu cho bạn đọc có thể hiểu dễ hơn, công việc phát họa nầy chỉ tập chú vào năm thứ bậc. Tôi hy vọng rằng mỗi một chúng ta có thể tấn tới trên hành trình về thiên quốc một cách mạnh mẽ, tràn đầy sinh lực qua việc so sánh đức tin của chúng ta với đức tin của các bậc tổ phụ trong Kinh Thánh.

Những năm trước, tôi từng cầu xin Chúa khải tỏ những sứ điệp khó thông giải trong Kinh Thánh. Một ngày nọ, Đức Chúa Trời đã bày tỏ cùng tôi rằng thiên đàng có nhiều nơi ở khác nhau, những nơi đó được ban cho con cái Ngài cũng tùy theo lượng đức tin của chúng.

Sau đó, tôi khởi sự rao giảng về những nơi ở khác nhau trên thiên đàng và lượng đức tin, ghi lại những sứ điệp đó vào sách nầy. Tôi xin chân thành gởi lời tri ân đến giám đốc Geumsun Vin, cùng những cộng sự trung tín trong ban biên tập. Đồng thời, cũng xin gởi lời tri ân đến ban dịch thuật.

Nguyện mỗi độc giả của *Tầm Thước Đức Tin* sẽ đạt một lượng đức tin đầy trọn, đức tin thiêng liêng trọn vẹn, hân hoan trong niềm vinh hiển đời đời tại Giêrusalem Mới là nơi ngự tọa của Ngai Đức Chúa Trời. Nhân danh Chúa Cứu Thế Jêsus Christ, tôi dâng lời cầu nguyện và chúc phước đến anh em!

Jaerock Lee
Từ nhà nguyện,

LỜI GIỚI THIỆU

Hy vọng rằng sách nầy sẽ là một sự dẫn dắt vô giá trong việc nhận biết lượng đức tin của mỗi cá nhân và sẽ đưa nhiều người đạt đến tầm thước đức tin đẹp lòng Chúa...

Tầm Thước Đức Tin quan sát trên năm mức độ đức tin thuộc linh, từ mức độ đức tin thuộc linh của con trẻ/ biết đi chập chững, là những ai vừa mới tin nhận Chúa Jêsus Christ và nhận lãnh Thánh Linh, cho tới lượng đức tin của các bậc phụ lão là những người biết Chúa là Đấng hiện hữu từ trước vô cùng. Qua sách nầy, mọi người đều có thể lượng giá được đức tin của chính mình.

Chương 1: "Đức Tin Là gì?" định nghĩa đức tin và cụ thể hóa loại đức tin làm Chúa hài lòng, cùng những sự nhậm lời và phước hạnh cặp theo loại đức tin được Chúa ưa thích. Kinh Thánh chia đức tin làm hai loại: "đức tin xác thịt" hay còn gọi là "đức tin lý trí," và "đức tin thiêng liêng." Chương nầy cho chúng ta biết cách để có được đức tin thiêng liêng cho một đời sống phước hạnh trong Đấng Christ.

Phần lớn dựa vào 1 Giăng 2:12-14. Chương 2: "Sự Trưởng Thành Của Đức Tin Thiêng Liêng," mô tả tiến trình phát triển đức tin thiêng liêng bằng cách ví sánh với quá trình phát triển của một con người từ con trẻ/ đi chập chững, trẻ em, những người trẻ tuổi, các bậc phụ lão. Nói cách khác, sau khi một người tin nhận Chúa Jêsus Christ, đức tin thuộc linh anh ta bắt đầu phát triển: Từ đức tin con trẻ cho đến đức tin của người trưởng thành.

Chương 3: "Lượng Đức Tin Của Mỗi Người," được mô tả qua sự ví sánh về rơm, cỏ, gỗ, đá quý, bạc, và vàng, trong đó có những thứ sẽ còn lại sau khi thử qua lửa. Đức Chúa Trời muốn chúng ta đạt đến đức tin vàng là đức tin vẫn còn nguyên vẹn sau cuộc thử lửa.

Chương 4: "Đức Tin Để Được Cứu Rỗi," nói đến mức tối thiểu của lượng đức tin, mức thấp nhất trong năm cấp độ đức tin. Với loại đức tin nầy, người ta sẽ vừa đủ để được cứu. Lượng đức tin nầy còn gọi là "đức tin con trẻ/ bước đi chập chững" hoặc "đức tin hạng rơm." Qua những ví dụ cụ thể, chương nầy thúc giục mỗi chúng ta trưởng thành hơn trong đức tin.

Chương 5: "Đức Tin Cố Gắng Sống Theo Lời Chúa," là cấp độ đức tin được xếp thứ hai. Ở mức nầy, chúng ta cố gắng nhưng không thể làm theo Lời Ngài, chúng ta gặp phải khó khăn trong việc nắm giữ đức tin trong Chúa. Chương nầy cho chúng ta biết cách tiến tới cấp độ đức tin thứ ba.

Chương 6: "Đức Tin Sống Bởi Lời Chúa," quan sát tiến trình đức tin bắt đầu từ cấp độ thứ nhất, phát triển sang mức độ thứ hai, chuyển sang giai đoạn đầu của mức độ thứ ba, sau đó tiến đến vầng đá đức tin là mức mà chúng ta sẽ đạt hơn 60% của cấp độ đức tin thứ ba. Chương nầy cũng cụ thể hóa sự khác nhau giữa giai đoạn đầu của cấp độ thứ ba với vầng đá đức tin, khi đứng vững trên vầng đá đức tin, chúng ta không còn cảm thấy gánh nặng, mà điều quan trọng là hướng đến cuộc chiến chống lại tội lỗi cho đến khi đổ huyết.

Chương 7: "Đức Tin Yêu Chúa Vô Hạn," nói đến những sự khác nhau về mức độ yêu mến Chúa giữa những người có đức tin ở mức ba và những người ở mức bốn, chương nầy cũng nhìn xem phước hạnh của những ai yêu mến Chúa hết lòng.

Chương 8: "Đức Tin Đẹp Lòng Chúa," giải thích về mức độ thứ năm của đức tin. Chương nầy cho chúng ta biết rằng, để đạt được mức độ đức tin thứ năm, chúng ta không những phải được nên thánh cách trọn vẹn như Hê-nóc, Ê-li, Ápraham, hay Môi-se, mà còn phải trung tín mọi sự trong nhà Chúa qua việc thực thi hết thảy mọi sứ mạng được Chúa giao cho. Vả lại, chúng ta phải hoàn toàn dâng cuộc sống mình cho Chúa và có đức tin của Đấng Christ, đức tin thiêng liêng trọn vẹn. Cuối cùng, chương nầy cụ thể hóa về những phước hạnh mà chúng ta có thể vui hưởng khi làm đẹp lòng Chúa với mức độ đức tin thứ năm.

Chương tiếp theo "Dấu Chứng Cặp Theo Những Kẻ Tin," cho biết rằng, khi đạt đến một mức độ đức tin trọn vẹn, chúng ta sẽ có những dấu kỳ, phép lạ cặp theo. Hơn nữa theo thể lời hứa của Chúa Jêsus trong Mác 16:17-18, chương nầy nhìn xem tường tận những dấu kỳ phép lạ. Ở đây, tác giả cũng nhấn mạnh rằng người rao giảng phúc âm phải phân phát sứ điệp cách đầy quyền năng, ấy là những sứ điệp cặp theo những dấu kỳ phép lạ để làm chứng về Đức Chúa Trời hằng sống, nhằm tăng trưởng đức tin cho nhiều người đang sống trong thời đại đầy dẫy tội lỗi và độc ác nầy.

Cuối cùng, Chương 10: "Những Nơi ở Và Vương Miện Khác Nhau Trên Thiên Đàng," cho biết rằng ở thiên đàng có nhiều nơi ở khác nhau, bởi đức tin người ta có thể vào những nơi tốt hơn và sự vinh quang dành cho mỗi người cũng khác nhau. Cụ thể hơn, nhằm hướng bạn đọc về cuộc đua để đoạt giải nơi thiên đàng, chương nầy kết luận với những mô tả ngắn gọn về những kỳ quan xinh đẹp của Giêrusalem Mới, là nơi ngự tọa của ngai Đức Chúa Trời.

Nếu chúng ta hiểu rằng, ở thiên đàng có nhiều nơi ở cùng nhiều giải thưởng khác nhau dành cho mỗi người tùy vào lượng đức tin của họ, thì thái độ cuộc sống trong Đấng Christ sẽ là một cuộc sống tin chắc và hoàn toàn được biến đổi.

Tôi hy vọng rằng, hết thảy độc giả sách nầy sẽ đạt đến tầm thước đức tin đẹp lòng Đức Chúa Trời, nhận lãnh được bất kỳ sự gì khi cầu xin, tôn vinh Ngài cách kỳ diệu.

Geumsun Vin
Giám Đốc Ban Biên Tập

NỘI DUNG

Chương 1

Đức Tin Là gì?

Và, đức tin là sự biết chắc vững vàng của những điều mình đương trông mong, là bằng cớ của những điều mình chẳng xem thấy. Ấy là nhờ đức tin mà các đấng thuở xưa đã được lời chứng tốt. Bởi đức tin, chúng ta biết rằng thế gian đã làm nên bởi Lời Đức Chúa Trời, đến nỗi những vật bày ra đó đều chẳng phải từ vật thấy được mà đến. (Hê-bơ-rơ 11:1-3)

Rất nhiều lần trong Kinh Thánh, chúng ta thấy có những điều không hy vọng gì xảy ra được, hoặc đối với năng lực con người là không thể làm được, nhưng bởi quyền năng Đức Chúa Trời, chúng đã được thực hiện và hoàn thành.

Môi se dẫn dân sự Ysơraên vượt Biển Đỏ, biển rẽ nước làm đôi, họ băng qua biển như thể đi trên đất liền. Giô-suê cho quân tuần hành mười ba lượt quanh thành Giê-ri-cô, khiến thành nầy sụp đổ. Qua sự cầu nguyện của Ê-li, trời mưa trở lại sau ba năm rưới hạn hán. Phi-e-rơ khiến người què bẩm sinh đứng dậy và bước đi, sứ đồ Phao-lô gọi một người trai trẻ bị té từ lầu ba đã chết sống lại. Chúa Jêsus đi bộ trên mặt nước, khiến bão tố yên lặng, khiến kẻ mù được sáng mắt, gọi người chết đã chôn trong mộ bốn ngày bước ra.

Quyền năng đức tin là không giới hạn, khiến mọi sự đều trở nên có thể. Như Chúa Jêsus có phán trong Mác 9:23, *"Sao ngươi nói: Nếu thầy làm được? ... Kẻ nào tin thì mọi việc đều được cả,"* ví bằng có đức tin được Chúa thừa nhận, chúng ta sẽ nhận lãnh bất cứ điều gì mình cầu xin.

Vậy, loại đức tin nào là loại được Chúa thừa nhận, và làm sao để có được loại đức tin đó?

1. Đức Tin Được Chúa Thừa Nhận

Ngày nay có nhiều người công bố sự tin cậy nơi Đức Chúa Trời toàn năng, nhưng lời cầu nguyện của họ chẳng được nhậm vì cớ họ chẳng có đức tin đích thực. Hê-bơ-rơ 11:6 có nói rằng, *"Vả, không có đức tin, thì chẳng hề có thể nào ở cho đẹp ý Ngài; vì kẻ đến gần Đức Chúa Trời phải tin rằng có Đức Chúa Trời, và Ngài là Đấng hay thưởng cho kẻ tìm kiếm Ngài."* Đức Chúa Trời phán dạy cách rõ ràng rằng chúng ta phải sống đẹp ý Ngài bằng đức tin đích thực.

Nếu có đức tin trọn vẹn, thì mọi việc đều có thể. Đức tin là nền tảng của đời sống Cơ Đốc Nhân phước hạnh, là chìa khóa để nhận lãnh ơn phước và được Ngài nhậm lời cầu nguyện. Song, có nhiều người không thể vui hưởng phước hạnh từ nơi Ngài và cũng chẳng được cứu vì cớ họ chẳng có đức tin đích thực, và cũng chẳng biết làm sao để có được đức tin đó.

Đức Tin Là Thực Chất Của Những Điều Ta Hy Vọng, Là Bằng Cớ Của Những Việc Ta Không Xem Thấy

Đức tin được Chúa thừa nhận là gì? Theo định nghĩa của từ điển Webster New World College, "đức tin" là "niềm tin vô điều kiện không đòi hỏi chứng cứ hay bằng chứng" hoặc "niềm tin vô điều kiện nơi Chúa, không giáo điều, v.v." Đức tin trong tiếng Hy-lạp gọi là pistis có nghĩa là "bền vững hay trung tín." Đức tin được định nghĩa trong Hê-bơ-rơ 11:1 như sau: *"Vả, đức tin là sự biết chắc vững vàng của những điều mình đương trông mong, là bằng cớ của những điều mình chẳng xem thấy."*

"Thực chất của những điều ta hy vọng" nói đến những gì chúng ta mong đợi hiện ra như một sự thật vì chúng ta tin chắc như thể điều đó đã được nhìn thấy. Ví dụ, phải gánh chịu với rất nhiều đau đớn, niềm khát khao lớn nhất của người bệnh sẽ là gì? Dĩ nhiên, anh ta mong được chữa lành và phục hồi sức khỏe, và anh ta nên có đủ đức tin để sẵn sàng cho việc phục hồi. Nói cách khác, sức khỏe tốt trở thành một thực tế đối với anh ta nếu anh ta có đức tin trọn vẹn.

Kế đến, "bằng cớ của những điều chẳng xem thấy" nói đến những thực thể và những vấn đề của chính chúng ta, bởi đức tin thiêng liêng, chúng ta tin chắc những điều không thể nhìn thấy bằng mắt thường.

Thế thì, đức tin khiến chúng ta biết rằng Đức Chúa Trời đã tạo dựng nên mọi vật từ những gì không thấy được. Những bậc tổ phụ đức tin đã nhận lãnh "thực thể của những gì họ hy vọng" là sự xác thực bởi đức tin, và "bằng cớ của những điều họ chẳng xem thấy" như những sự kiện và sự vật hữu hình. Qua đó họ kinh nghiệm được quyền năng của Đức Chúa Trời là Đấng đã tạo dựng nên muôn vật từ những gì không thấy được.

Tổ phụ đức tin của chúng ta đã từng làm như vậy, đó là những người tin rằng Đức Chúa Trời đã tạo dựng nên muôn vật từ số không, họ tin rằng từ buổi ban đầu, Ngài đã sáng tạo nên muôn vật dưới đất cũng như trên trời bằng chính lời phán. Quả thật, chẳng ai tận mắt chứng kiến công cuộc sáng tạo nên trời và đất, bởi vì công cuộc sáng tạo nầy xảy ra trước khi con người được tạo dựng. Song, bởi đức tin người ta chẳng hề nghi ngờ rằng Đức Chúa Trời đã tạo dựng nên muôn vật.

Vậy nên, Hê-bơ-rơ 11:3 nhắc nhở chúng ta rằng, *"Bởi đức tin, chúng ta biết rằng thế gian đã làm nên bởi lời của Đức Chúa*

Trời, đến nỗi những vật bày ra đó đều chẳng phải từ vật thấy được mà đến.'' Khi Đức Chúa Trời phán, *"Phải có sự sáng; thì có sự sáng"* (Sáng Thế 1:3). Đức Chúa Trời lại phán rằng: *"Đất phải sanh cây cỏ; cỏ kết hột giống, cây trái kết quả, tùy theo loại mà có hột giống trong mình trên đất; thì có như vậy,"* mọi vật đều như lời phán của Ngài (Sáng Thế 1:11).

Muôn vật trong thế gian được nhìn thấy bởi mắt thường của chúng ta đều chẳng phải được làm từ những chất liệu nhìn thấy được. Tuy vậy, nhiều người nghĩ rằng hết thảy mọi vật đều được làm ra từ những vật thấy được, họ chẳng tin rằng Đức Chúa Trời đã tạo nên muôn vật từ số không. Những người nầy chẳng hề biết, thấy, nghe về những sự vật được tạo dựng nên từ số không.

Việc Làm Bởi Sự Vâng Phục Là Bằng Chứng Của Đức Tin

Hầu cho chúng ta hy vọng về những gì không thể và khiến trở nên sự thật, chúng ta phải có bằng chứng về đức tin là điều được Đức Chúa Trời thừa nhận. Nói cách khác, vì cớ tin cậy Lời Ngài, chúng ta phải chứng tỏ sự vâng phục đối với Lời đó. Hê-bơ-rơ 11:4-7 nói đến những tổ phụ đức tin là những người được xưng công chính vì họ đã bày tỏ cách rõ ràng về đức tin của họ: A-bên được khen ngợi là người công chính bởi việc dâng huyết làm của hiến tế lên Đức Chúa Trời và được Ngài hài lòng; Hê-nóc được khen là người làm đẹp ý Chúa bằng cách nên thánh trọn vẹn; Nô-ê trở nên người thừa tự công chính qua việc đóng tàu cứu rỗi bởi đức tin.

Chúng ta hãy quan sát câu chuyện Ca-in và A-bên trong Sáng Thế 4:1-15 hầu cho chúng ta có thể hiểu được lẽ thật là điều được

Đức Chúa Trời chấp nhận. Ca-in và A-bên là hai con trai của A-đam và Ê-va, họ được A-đam và Ê-va sanh ra sau khi bị đuổi khỏi vườn Ê-đen vì cớ sự phản nghịch mạng lệnh Đức Chúa Trời, *"Ngươi chớ hề ăn đến cây biết điều thiện và ác"* (Sáng Thế 2:16-17).

A-đam và Ê-va hối tiếc về sự phản nghịch của mình vì họ phải trải qua đau đớn bởi việc làm lụng khó nhọc đổ mồ hôi trán và phải chịu đau đớn bội phần trong kỳ thai nghén trên đất bị rủa sả. A-đam và Ê-va chuyên tâm dạy dỗ con cái họ về tầm quan trọng của việc vâng phục. Họ phải dạy cho Ca-in và A-bên rằng chúng phải sống theo Lời Đức Chúa Trời, và nhấn mạnh rằng: Chớ hề bất tuân mạng lệnh Ngài.

Vả lại, với bổn phận làm cha mẹ, họ đã phải dạy bảo con cái mình về việc chúng phải dùng một con sinh tế rồi lấy huyết dâng lên Đức Chúa Trời làm của hiến tế chuộc tội. Dường ấy, Ca-in và A-bên biết rằng chúng phải dâng huyết lên Đức Chúa Trời để làm của lễ chuộc tội.

Sau một thời gian dài trôi qua, Ca-in đã phản bội Đức Chúa Trời như mẹ Ê-va đã từng phản nghịch lại lời Ngài. Ca-in là một người làm ruộng, ông đã lấy phẩm vật từ đất là những loại ngũ cốc để dâng lên Chúa, vì ông nghĩ rằng đây là việc làm phải lẽ. Song, A-bên làm nghề chăn bầy, ông đã dâng con vật đầu lòng của bầy mình cùng mỡ nó, theo cách mà Đức Chúa Trời đã phán truyền cho ông qua cha mẹ mình. Đức Chúa Trời đã nhậm lễ của A-bên, nhưng không nhậm lễ của Ca-in là kẻ không làm theo mệnh lệnh Ngài. Kết quả, A-bên được khen ngợi là một người công chính (Hê-bơ-rơ 11:4). Câu chuyện nầy dạy chúng ta rằng Đức Chúa

Trời tin tưởng và hài lòng khi chúng ta biết tin cậy và làm theo Lời Ngài; trường hợp của Môi-se và Hê-nóc cũng cho thấy sự thật nầy.

Bằng chứng của đức tin là việc làm bởi sự vâng phục. Thế thì chúng ta phải nhớ rằng Đức Chúa Trời bằng lòng và xác chứng cho chúng ta khi đức tin chúng ta được bày tỏ qua việc làm theo Lời Ngài bằng việc làm trong mọi lúc, và cố gắng vâng phục Ngài trong mọi hoàn cảnh.

Đức Tin Mang Lại Sự Nhậm Lời Và Phước Hạnh

Ấy vậy, chúng ta phải đi theo con đường mà Lời Chúa chỉ dạy hầu cho chúng ta có thể khởi sự từ "những điều chúng ta hy vọng" bởi đức tin để đạt đến "thực thể những gì chúng ta trông mong." Nếu chúng ta không đi theo con đường của Đức Chúa Trời đã chỉ dạy như Ca-in đã từng lầm lạc, con đường của thế gian thật nặng nề và khó nhọc để cáng đáng, theo thánh luật, chúng ta không thể cầu xin hay nhận lãnh ơn phước nào từ Chúa.

Hê-bơ-rơ 11:8-19 cho chúng ta thấy những việc làm cụ thể bởi sự vâng phục của Áp-ra-ham đối với Lời Chúa như bằng chứng của đức tin người. Theo lời Chúa phán, bởi đức tin ông đã rời bỏ quê hương mình. Ngay cả khi Đức Chúa Trời bảo ông dâng đứa con một yêu quý, là đứa con mà Ngài đã ban cho ông ở tuổi 100, ông vẫn không ngần ngại làm theo, vì ông biết rằng Đức Chúa Trời có thể làm cho con ông sống lại từ kẻ chết. Ông đã được Đức Chúa Trời ban cho những ơn phước lớn lao cùng sự nhậm lời cầu nguyện vì cớ đức tin của ông đã được Chúa bằng lòng qua những việc làm bởi sự vâng phục:

Thiên sứ của Đức Giê-hô-va từ trên trời kêu Áp-ra-ham lần thứ nhì mà rằng: "Đức Giê-hô-va phán rằng: Vì ngươi đã làm điều đó, không tiếc con ngươi, tức con một ngươi thì ta lấy chánh mình ta mà thề rằng sẽ ban phước cho ngươi, thêm dòng dõi ngươi nhiều như sao trên trời, đông như cát bờ biển, và dòng dõi đó sẽ chiếm được cửa thành quân địch. Bởi vì ngươi đã vâng theo lời ta dặn, nên các dân ở thế gian đều sẽ nhờ dòng dõi ngươi mà được phước" (Sáng Thế 22: 1-18).

Vả lại, Sáng thế 24:1 có chép rằng: *"Vả Áp-ra-ham đã già, tuổi đã cao, trong mọi việc Đức Giê-hô-va đã ban phước cho người."* Gia-cơ 2:23 cũng nhắc nhở: *"Vậy được ứng nghiệm lời Kinh Thánh rằng: Áp-ra-ham tin Đức Chúa Trời, và điều đó kể là công bình cho người; và người được gọi là bạn Đức Chúa Trời."*

Đỉnh điểm của sự đó, Áp-ra-ham đã được ban phước lớn lao mọi bề vì người đã tin cậy Đức Chúa Trời là Đấng nắm quyền trên mọi sự, sự sống và sự chết, ban ơn và giáng họa, người đã phó thác mọi sự vào nơi Ngài. Đồng thể ấy, chúng ta sẽ vui hưởng ơn phước Chúa trong mọi bề, nhận lãnh không cứ điều gì khi cầu xin nếu chúng ta hiểu đúng ý nghĩa đích thực của đức tin và bày tỏ chứng cứ của đức tin đó qua việc làm bởi sự vâng phục trọn vẹn, theo cách mà nhiều lần Áp-ra-ham đã làm.

2. Sức Mạnh Vô Biên Của Đức Tin

Bởi đức tin chúng ta có thể thông giao với Đức Chúa Trời, vì đức tin chính là cánh cửa đầu tiên trong lãnh vực thiêng liêng của chiều kích thứ tư. Chỉ khi chúng ta bước qua cánh cửa thứ nhất, tai thuộc linh chúng ta mở ra hầu cho chúng ta có nghe được Lời Đức Chúa Trời, và mắt thuộc linh chúng ta mở ra để nhận biết được những điều thiêng liêng.

Kết quả, chúng ta sẽ sống bởi Lời Đức Chúa Trời, nhận lãnh mọi sự khi chúng ta cầu xin bởi đức tin, sống vui mừng trong niềm hy vọng về nước thiên đàng. Vả lại, khi lòng chúng ta tràn đầy niềm vui cùng sự cảm tạ, và khi niềm hy vọng về nước thiên đàng tuôn tràn trên đời sống chúng ta, chúng ta sẽ yêu mến Chúa trên hết mọi sự và làm Ngài vui lòng.

Rồi thế gian chẳng còn xứng đáng cho niềm tin của chúng ta vì chúng ta không những trở thành nhân chứng của Chúa với quyền phép được Đức Thánh Linh ban cho, mà còn trung tín cho đến cuối cùng, trọn đời yêu mến Chúa, noi gương theo sứ đồ Phao-lô.

Thế Gian Không Xứng Đáng Với Năng Quyền Đức Tin

Mô tả sức mạnh đức tin, Hê-bơ-rơ 11:33-38, minh họa đức tin của các bậc tổ phụ như sau,

Những người đó bởi đức tin đã thắng được các nước, làm sự công bình, được những lời hứa, bịt mồm sư tử, tắt ngọn lửa hừng, lánh khỏi lưỡi gươm, thắng bịnh tật, tỏ sự bạo dạn nơi chiến tranh, khiến đạo binh nước thù chạy trốn. Có người đàn bà đã được người nhà mình

chết sống lại, có kẻ bị hình khổ dữ tợn mà không chịu giải cứu, để được sự sống lại tốt hơn. Có kẻ khác chịu nhạo cười, roi vọt, lại cũng chịu xiềng xích lao tù nữa. Họ đã bị ném đá, tra tấn, cưa xẻ; bị giết bằng lưỡi gươm; lưu lạc rày đây mai đó, mặc những da chiên da dê, bị thiếu thốn mọi đường, bị hà hiếp, ngược đãi, thế gian không xứng đáng cho họ ở, phải lưu lạc trong đồng vắng, trên núi, trong hang, trong những hầm dưới đất.

Những người có đức tin, xem nhẹ thế gian, không những có thể từ bỏ sự tôn trọng ở thế gian cùng sự giàu có của nó, mà còn từ bỏ luôn cả mạng sống mình. Như 1 Giăng 4:18 có chép rằng, *"Quyết chẳng có điều sợ hãi trong sự yêu thương, nhưng sự yêu thương trọn vẹn thì cất bỏ sự sợ hãi; vì sự sợ hãi có hình phạt, và kẻ đã sợ hãi thì không được trọn vẹn trong sự yêu thương,"* Sự sợ hãi sẽ lánh xa chúng ta tùy vào mức độ yêu thương mà chúng ta có được.

Những gì là không thể đối với sức lực của con người, trở nên có thể đối với quyền năng Đức Chúa Trời. Một trong những tiên tri của Ngài là Ê-li đã làm chứng về Đức Chúa Trời hằng sống bằng cách khiến lửa từ trời giáng xuống. Ê-li-sê đã cứu quê hương mình, nhờ sự thần cảm của Đức Thánh Linh đã phát hiện ra trại quân địch. Đa-ni-ên được cứu khỏi hang sư tử đói.

Trong Tân Ước, có rất nhiều người từ bỏ cuộc sống mình cho công cuộc truyền bá phúc âm của Chúa. Gia-cơ, một trong mười hai môn đệ của Chúa Jêsus, đã trở nên người tuẫn đạo đầu tiên, ông đã bị giết bởi gươm. Phi-e-rơ, môn đệ trưởng của Đấng Christ, đã bị đóng đinh ngược. Với tình yêu lớn lao dành cho Chúa, sứ đồ Phao-lô vui mừng và tạ ơn Đức Chúa Trời ngay khi ông ở trong ngục tù cho dù nhiều lần ông bị đánh đập suýt chết. Cuối cùng, ông bị chém đầu và trở thành nhà tuẫn đạo lớn cho Chúa.

Vả lại, có rất nhiều Cơ Đốc Nhân bị làm mồi cho sư tử tại đại hí trường trong thành Rô-ma hoặc phải sống trong nơi hầm mộ tối tăm cho đến chết vì sự bắt bớ tàn khốc của Đế Quốc La Mã. Sứ đồ Phao-lô đã giữ vững đức tin trong mọi hoàn cảnh, bởi đức tin lớn, ông đã chiến thắng thế gian. Dường ấy, ông có thể xưng nhận rằng, *"Ai sẽ phân rẽ chúng ta khỏi sự yêu thương của Đấng Christ? Có phải hoạn nạn, khốn cùng, bắt bớ, đói khát, trần truồng, nguy hiểm, hay gươm giáo chăng?"* (Rô-ma 8:35).

Đức Tin Là Giải Pháp Cho Mọi Nan Đề

Có một chuyện tình cờ Chúa Jêsus nhìn thấy đức tin của kẻ bại liệt và bạn hữu người, Ngài phán, *"Hỡi con, tội của con đã được tha,"* (Mác 2) và người bại đã được chữa lành ngay tại chỗ. Khi dân chúng nghe Chúa Jêsus đang có mặt tại Cabênaum, người ta đã kéo đến không còn lấy một chỗ trống, kể cả bên ngoài cửa cũng vậy. Kẻ bại liệt được bốn người bạn khiêng đến, vì đông quá nên không thể vào gặp Chúa Jêsus được, vậy, các bạn hữu người đã dỡ mái nhà ngay chỗ Ngài ngồi, rồi do lỗ đó dòng giường người bại nằm xuống. Đức Chúa Jêsus xem hành động của họ là bằng chứng của đức tin để tội của người bệnh được tha, Ngài phán rằng, *"Hỡi con ta, tội lỗi ngươi đã được tha"* (câu 5).

Dầu vậy, mấy thầy thông giáo hoài nghi và tự hỏi trong lòng rằng, *"Thật là phỉ báng! Làm sao mà người nầy lại ăn nói như vậy? Ngoài Đức Chúa Trời thì ai có thể tha tội được?"* Biết vậy, Chúa

Jêsus bèn phán cùng họ rằng:

Sao các ngươi bàn luận trong lòng thể ấy? Nay bảo kẻ bại rằng: "Tội ngươi đã được tha; hay là bảo người rằng: Hãy đứng dậy vác giường mà đi; hai điều ấy điều nào dễ hơn?" (Mác 2:8-9).

Sau đó Chúa Jêsus phán cùng kẻ bại rằng, "Ta biểu ngươi, hãy đứng dậy, vác giường đi về nhà" Kẻ bại đứng dậy, tức thì vác giường đi ra trước mặt thiên hạ. Đến nỗi ai nấy đều lấy làm lạ, ngợi khen Đức Chúa Trời, mà rằng: "Chúng tôi chưa từng thấy việc thể nầy."

Câu chuyện nầy cho chúng ta biết rằng tất cả nan đề trong cuộc sống đều có thể được giải quyết khi tội lỗi chúng ta được tha bởi đức tin. Bởi cớ đó, hơn hai ngàn năm trước, Chúa Cứu Thế Jêsus Christ của chúng ta đã mở đường cứu rỗi bằng cách cứu chuộc chúng ta khỏi mọi nan đề trong cuộc sống như tội lỗi, chết chóc, nghèo khó, bệnh tật, và những thứ khác (Để biết thêm điều nầy, xin xem *Sứ Điệp Thập Tự Giá*).

Chúng ta có thể nhận lãnh bất cứ điều gì chúng ta cầu xin nếu tội bất tuân Lời Chúa của chúng ta đã được tha. Như Ngài đã hứa trong 1 Giăng 3:21-22, *"Hỡi kẻ rất yêu dấu, ví bằng lòng mình không cáo trách, thì chúng ta có lòng rất dạn dĩ, đặng đến gần Đức Chúa Trời, và chúng ta xin điều gì mặc dầu, thì nhận được điều ấy, bởi chúng ta vâng giữ các điều răn của Ngài và làm những điều đẹp ý Ngài."* Ấy vậy, hễ ai không bị bức tường tội lỗi ngăn cản khỏi Chúa, có thể cầu xin Ngài cách dạn dĩ và nhận lãnh mọi sự đó.

Vậy nên, trong Ma-thi-ơ 6:25-33 Chúa Jêsus nhấn mạnh rằng Chúng ta chớ nên lo lắng về đồ ăn, đồ mặc hay nơi ở, nhưng trước hết phải tìm kiếm vương quốc Đức Chúa Trời và sự công chính Ngài:

Vậy nên ta phán cùng các ngươi rằng: Đừng vì sự sống mình mà lo đồ ăn uống; cũng đừng vì thân thể mình mà lo đồ mặc. Sự sống há chẳng quí trọng hơn đồ ăn sao, thân thể há chẳng quí trọng hơn quần áo sao? Hãy xem loài chim trời: chẳng có gieo, gặt, cũng chẳng có thâu trữ vào kho tàng, mà Cha các ngươi trên trời nuôi nó. Các ngươi há chẳng phải là quí trọng hơn loài chim sao? Vả lại, có ai trong vòng các ngươi lo lắng mà làm cho đời mình dài thêm một khắc không? Còn về phần quần áo, các ngươi lại lo lắng mà làm chi? Hãy ngắm xem những hoa huệ ngoài đồng mọc lên thể nào; chẳng làm khó nhọc, cũng chẳng kéo chỉ; nhưng ta phán cùng các ngươi, dẫu vua Sa-lô-môn sang trọng đến đâu, cũng không được mặc áo tốt như một hoa nào trong giống đó. Hỡi kẻ ít đức tin, loài cỏ ngoài đồng, là giống nay còn sống, mai bỏ vào lò, mà Đức Chúa Trời còn cho nó mặc đẹp thể ấy thay, huống chi là các ngươi! Ấy vậy, các ngươi chớ lo lắng mà nói rằng: Chúng ta sẽ ăn gì? Uống gì? Mặc gì? Vì mọi điều đó các dân ngoại vẫn thường tìm, và Cha các ngươi trên trời vốn biết các ngươi cần dùng những điều đó rồi. Nhưng trước hết, hãy tìm kiếm nước Đức Chúa Trời và sự công bình của Ngài, thì Ngài sẽ ban thêm cho các ngươi mọi điều ấy nữa.

Ví bằng chúng ta thật lòng tin cậy Lời Chúa, trước hết, chúng ta sẽ tìm kiếm nước Đức Chúa Trời và sự công bình của Ngài. Lời hứa của Đức Chúa Trời thật đáng tin cậy như những tấm ngân phiếu, Ngài sẽ thêm mọi điều cần dùng như Ngài đã hứa, ấy vậy, không những được cứu rỗi, có được sự sống đời đời, mà chúng ta còn được thịnh vượng mọi bề trong cuộc sống đời nầy.

Đức Tin Kiểm Soát Cả Những Hiện Tượng Tự Nhiên

Qua Ma-thi-ơ 8:23-26, chúng ta học biết rằng sức mạnh của đức tin bảo vệ chúng ta khỏi mọi nguy hiểm của thời tiết và khí hậu, đức tin khiến chúng ta có thể kiểm soát được các hiện tượng tự nhiên. Quả thật, đối với đức tin, mọi việc đều có thể.

Kế đó, Đức Chúa Jêsus xuống thuyền, các môn đồ theo Ngài. Thình lình biển nổi bão lớn, đến nỗi sóng dậy phủ thuyền; nhưng Ngài đương ngủ. Các môn đồ đến gần, đánh thức Ngài, mà thưa rằng: "Lạy Chúa, xin cứu chúng tôi với, chúng tôi hầu chết!" Ngài phán rằng: Hỡi kẻ ít đức tin kia, cớ sao các ngươi sợ? "Ngài bèn đứng dậy, quở gió và biển; thì biển yên lặng như tờ."

Qua câu chuyện nầy, chúng ta biết rằng chúng ta không phải lo sợ bất kỳ phong ba hay bão tố, nhưng chỉ bởi đức tin chúng ta có thể kiểm soát trên những hiện tượng tự nhiên nầy. Ví bằng chúng ta phải trải qua sức mạnh đầy quyền năng của đức tin mà thời tiết và khí hậu cũng phải khuất phục, chúng ta phải đạt đến đức tin đầy trọn như đức tin của Chúa Jêsus, là đức tin mà mọi việc đều trở nên có thể. Bởi đó Hê-bơ-rơ 10:22 nhắc nhở chúng ta rằng,

*"Chúng ta hãy lấy lòng thật thà với đức tin đầy dẫy trọn vẹn,
lòng được tưới sạch khỏi lương tâm xấu, thân thể rửa bằng
nước trong, mà đến gần Chúa."*

Kinh Thánh cho chúng ta biết rằng bất luận sự cầu xin nào của
chúng ta cũng đều có thể được nhậm và chúng ta có thể làm được
những việc lớn lao hơn Chúa Jêsus đã làm ví bằng chúng ta có đức
tin vững chắc và trọn vẹn. Trong Giăng 14:12-13, Ngài phán rằng,
*"Quả thật, ta nói cùng các ngươi, kẻ nào tin ta cũng sẽ làm
việc ta làm; lại cũng làm việc lớn hơn nữa, vì ta đi về cùng
Cha. Các ngươi nhân danh ta mà cầu xin điều chi mặc dầu, ta
sẽ làm cho, để Cha được sáng danh nơi Con."*

Dường ấy, chúng ta phải hiểu rằng quyền năng của đức tin là
rất kỳ diệu, đạt đến đức tin mà Chúa muốn chúng ta có cũng là
cách làm Ngài đẹp lòng. Khi đó chúng ta không những nhận lãnh
bất kỳ điều gì mình cầu xin, mà còn làm những việc lớn hơn Chúa
Jêsus đã từng làm.

3. Đức Tin Xác Thịt Và Đức Tin Thiêng Liêng

Khi Đức Chúa Jêsus phán cùng thầy đội là kẻ bởi đức tin mà
đến với Ngài, *"Theo như điều ngươi tin thì sẽ được thành vậy,"*
ngay lúc đó, đứa đầy tớ của thầy đội bèn được chữa lành (Ma-thi-ơ
8:13). Qua đó, chúng ta thấy rằng đức tin chân thật luôn được
Chúa nhậm lời. Vậy, cớ sao nhiều người không thể nhận lãnh
được gì khi họ cầu xin, mặc dầu họ họ vẫn công bố rằng mình tin
Chúa?

Ấy là vì đức tin thiêng liêng là đức tin khiến chúng ta có mối thông giao với Đức Chúa Trời và được Ngài nhậm lời khi chúng ta cầu xin, còn đức tin xác thịt là đức tin mà chúng ta chẳng thể nhận lãnh bất cứ điều gì, vì Ngài chẳng để mắt đến loại đức tin nầy. Vậy thì, chúng ta hãy nhìn xem sự khác nhau giữa hai loại đức tin nầy.

Đức Tin Xác Thịt Là Đức Tin Lý Trí

"Đức tin xác thịt" nói đến loại đức tin mà khi người ta tin một điều gì đó vì cớ họ tận mắt nhìn thấy và nó hợp với sự hiểu biết hay lẽ thường. Loại đức tin nầy gọi là "đức tin lý trí" hay "đức tin hợp lý."

Ví dụ, những ai không chỉ nhìn thấy tiến trình sản xuất một chiếc bàn gỗ mà còn đã từng nghe về điều đó thì chẳng còn nghi ngờ mà tin rằng, "chiếc bàn ấy được làm bằng gỗ." Bất kỳ ai cũng đều có thể có loại đức tin nầy, vì rằng đồ vật là thứ được làm ra từ một nguyên liệu có trước. Ấy là vì, người ta luôn nghĩ rằng những vật hiện thấy đều được làm ra từ một thứ có sẵn nào đó.

Từ lúc ra đời, con người tiếp thu và tích lũy tri thức vào bộ nhớ trong não bộ. Họ nhớ những gì đã nhìn thấy, nghe, và học được từ bố mẹ, anh chị, hàng xóm, hoặc ở trường, và khi cần, những tri thức mà họ đã tích lũy đó được đem ra sử dụng.

Trong số những tri thức tích lũy được, có rất nhiều điều giả dối nghịch lại với Lời Chúa. Lời Ngài là lẽ thật chẳng hề thay đổi, nhưng hầu hết những tri thức đều không phải là lẽ thật, chúng thường thay đổi theo thời gian. Dầu vậy, người ta xem sự giả dối là lẽ thật vì cớ họ chưa hề biết lẽ thật là gì. Chẳng hạn, người ta tưởng rằng thuyết tiến hóa là một sự đáng tin chắc, vì rằng họ được dạy điều nầy ở trường. Cho nên, họ không tin có vật gì được làm ra từ số không.

Đức Tin Xác Thịt Không Có Việc Làm Là Đức Tin Chết

Trước tiên, những người có đức tin xác thịt không thể chấp nhận rằng Đức Chúa Trời đã tạo nên muôn vật từ con số không mặc dù họ vẫn đến nhà thờ và nghe Lời Chúa, vì cớ Lời Chúa không hợp với những tri thức mà họ đã học được từ lúc mới ra đời. Họ chẳng tin những phép lạ được ghi trong Kinh Thánh. Họ chỉ tin Lời Chúa khi được đầy dẫy Thánh Linh và ân sủng, nhưng khi thất sủng họ đâm ra nghi ngờ. Thậm chí họ còn nghĩ rằng những gì mình nhận lãnh được từ Chúa chỉ là sự ngẫu nhiên, tình cờ.

Vậy nên, những người có đức tin xác thịt thường tranh chiến trong lòng, họ chỉ xưng nhận đức tin bằng môi miệng mà thôi. Họ chẳng có mối thông giao nào với Chúa, và cũng chẳng được Ngài yêu, vì họ chẳng sống bởi lời Ngài.

Nhìn chung, có một điều trở nên phổ biến, việc báo thù là điều phải lẽ, song Kinh Thánh dạy rằng phải yêu kẻ thù nghịch mình, và hễ có ai vả má trái thì hãy đưa luôn má phải cho họ. Một người có đức tin xác thịt khi bị người khác làm tổn hại thì chống trả lại cho hả dạ. Khi có đời sống như vậy, lòng họ dễ dàng chứa đầy sự thù ghét, tranh cạnh hay ganh ghét. Họ cũng xem việc sống bởi Lời Chúa là gánh nặng, vì Lời Chúa không hợp với suy nghĩ mình, nên họ không thể sống trong sự vui mừng với lòng biết ơn được.

Điều nầy cũng có nói đến trong Gia-cơ 2:26, *"Vả, xác chẳng có hồn thì chết, đức tin không có việc làm cũng chết như vậy,"* đức tin xác thịt không có việc làm là đức tin chết. Những người có đức tin xác thịt chẳng có sự cứu rỗi, cũng chẳng được Chúa nhậm lời khi họ cầu xin. Về sự nầy, Chúa Jêsus phán rằng, *"Chẳng phải hễ những kẻ nói cùng ta rằng: Lạy Chúa, lạy Chúa, thì đều được vào nước thiên đàng đâu; nhưng chỉ kẻ làm theo ý muốn của Cha trên trời mà thôi"* (Ma-thi-ơ 7:21).

Đức Chúa Trời Bằng Lòng Với Đức Tin Thiêng Liêng

Khi tin, chúng ta được ban cho đức tin thiêng liêng, mặc dù với mắt thường chúng ta chẳng nhìn thấy được gì hoặc có những điều không phù hợp với lý trí hay ý tưởng của chúng ta. Ấy là việc tin rằng Đức Chúa Trời đã sáng tạo nên muôn vật từ số không.

Những người có đức tin thiêng liêng, chẳng hề nghi ngờ mà tin rằng Đức Chúa Trời đã tạo dựng nên trời và đất bằng chính Lời phán của Ngài, Ngài đã tạo nên loài người từ bụi đất. Đức tin thiêng liêng là đức tin chẳng phải khi chúng ta muốn thì có được, bèn là sự ban cho của Đức Chúa Trời. Những ai có đức tin thiêng liêng, chẳng hề có sự nghi ngờ về những phép lạ đã được chép trong Kinh Thánh, dường ấy họ dễ dàng sống bởi Lời Chúa và nhận lãnh bất kỳ điều gì mình cầu xin bởi đức tin.

Đức Chúa Trời chấp nhận đức tin thiêng liêng có việc làm cặp theo, bởi đó chúng ta được cứu, được vào nước thiên đàng, và được nhậm lời khi cầu xin.

Đức Tin Thiêng Liêng Là Đức Tin "Sống Động" Cặp Theo Bởi Việc Làm

Khi chúng ta có đức tin thiêng liêng, Đức Chúa Trời bằng lòng và bảo đảm cuộc sống chúng ta qua việc nhậm lời cầu xin và ban phước. Giả sử có hai người nông dân cùng làm trên đất chủ họ. Trong cùng một điều kiện, vụ mùa của người nầy là năm bao lúa, còn người kia thì được ba. Vậy, người nào sẽ được chủ mình hài lòng hơn? Lẽ đương nhiên, người nông với vụ mùa năm bao lúa sẽ được chủ hài lòng và yêu mến hơn.

Trên cùng một đất, hai người nông dân với hai kết quả thu hoạch khác nhau tùy thuộc vào sự nỗ lực của họ. Người nông dân thu được năm bao lúa, ắt hẳn đã siêng năng chăm sóc, nhổ cỏ, tưới nước cách thường xuyên, với nhiều công sức và mồ hôi đổ ra. Ngược lại, người nông dân với thành quả không hơn ba bao lúa là vì cớ sự lười nhác và xao lãng trong công việc của mình.

Đức Chúa Trời đoán định mỗi người tùy vào bông trái của họ. Chỉ khi nào chúng ta bày tỏ đức tin có việc làm, thì Ngài sẽ xem đó là đức tin thiêng liêng mà ban phước cho chúng ta.

Trong đêm Chúa Jêsus chịu nộp mình, một trong những môn đệ Ngài là Phi-e-rơ cất tiếng rằng *"Dầu mọi người vấp phạm vì cớ thầy, song tôi chắc không bao giờ vấp phạm vậy"* (Ma-thi-ơ 26:33). Nhưng Đức Chúa Jêsus đáp rằng, *"Quả thật, ta nói cùng ngươi, chính đêm nay, trước khi gà gáy, ngươi sẽ chối ta ba lần"* (câu 34). Phi-e-rơ đã xưng nhận với trọn cả lòng mình, nhưng Chúa Jêsus biết rằng khi mạng sống bị đe dọa, Phi-e-rơ sẽ phản bội Ngài.

Sau khi Chúa Jêsus bị bắt, thấy mình bị rơi vào tình cảnh nguy hiểm đến tính mạng, Phi-e-rơ bèn chối Chúa ba lần vì ông chưa nhận lãnh được Đức Thánh Linh. Song, Phi-ơ-rơ hoàn toàn thay đổi khi ông được nhận lãnh Đức Thánh Linh. Đức tin lý trí ông biến đổi thành đức tin thiêng liêng, ông trở thành một sứ đồ đầy quyền năng, dạn dĩ rao giảng phúc âm. Ông đã đi theo con đường công chính cho đến khi chịu đóng đinh ngược.

Ấy vậy, khi có đức tin thiêng liêng, chúng ta có thể tin cậy và vâng phục Chúa trong mọi hoàn cảnh. Để có đức tin thiêng liêng, chúng ta phải cố gắng làm theo Lời Chúa cách trọn vẹn và có một tấm lòng kiên định. Qua đức tin thiêng liêng sống động cặp theo bởi việc làm, chúng ta nhận lãnh sự cứu rỗi và sự sống đời đời, được biến đổi thành con người chân thật và trọn vẹn, vui hưởng cuộc sống ơn phước kỳ diệu cả về tâm linh lẫn thể xác.

Song, với đức tin xác thịt không có việc làm là đức tin chết, người ta chẳng thể được cứu, cũng chẳng nhận lãnh được gì từ Chúa khi họ cầu xin, cho dù có cố gắng đến đâu, hay đã đi lễ nhà thờ được bao lâu chăng nữa.

4. Để Có Được Đức Tin Thiêng Liêng

Làm thế nào chúng ta có thể thay đổi đức tin xác thịt thành đức tin thiêng liêng và khiến "điều chúng ta hy vọng đến" thành sự thật và "điều không thể xem thấy" thành điều hiện thấy? Chúng ta phải làm gì để có được đức tin đó?

Quăng Xa Tư Tưởng Xác Thịt Và Giả Thuyết

Nhiều tri thức chúng ta học được từ khi mới ra đời đã ngăn trở chúng ta có được đức tin thiêng liêng vì nó nghịch với Lời Chúa. Ví dụ, thuyết tiến hóa là một luận thuyết chối bỏ công việc sáng tạo vũ trụ của Đức Chúa Trời. Kết quả, những tín đồ của thuyết tiến hóa không thể tin rằng Đức Chúa Trời đã tạo muôn vật từ con số không. Làm sao họ tin được rằng, *"Ban đầu Đức Chúa*

Trời dựng nên trời đất" (Sáng Thế 1:1)?

Ấy vậy, để có được đức tin thiêng liêng, chúng ta phải phá hủy mọi tư tưởng và luận thuyết nghịch với Lời Chúa, chẳng hạn, thuyết tiến hóa ngăn cản chúng ta tin Lời Ngài được chép trong Kinh Thánh. Trừ khi chúng ta thoát khỏi tư tưởng và luận thuyết nghịch với Lời Chúa, chúng ta chẳng thể nào tin được Lời Ngài được chép trong Kinh Thánh, dẫu cho chúng ta có hăm hở và cố gắng để tin cũng chẳng được.

Và lại, dẫu có siêng năng đi nhà thờ và tham gia các buổi thờ phượng, cũng không thể nhờ đó mà người ta có được đức tin thiêng liêng. Vậy nên nhiều người bị xa cách với sự cứu rỗi và chẳng hề được Chúa nhậm lời khi họ cầu xin, mặc dù họ thường xuyên đi nhà thờ.

Trước khi gặp Chúa Jêsus trong một khải tượng trên đường đến thành Đa-mách, sứ đồ Phao-lô chỉ có đức tin xác thịt. Ông đã không nhận biết rằng Chúa Jêsus là Cứu Chúa của muôn dân, trái lại ông đã bắt bớ và bỏ tù dân sự của Ngài.

Thế thì, chúng ta phải loại bỏ mọi thứ tư tưởng và lý thuyết nghịch với Lời Chúa hầu cho chúng ta được biến đổi từ đức tin xác thịt sang đức tin thiêng liêng. Qua sứ đồ Phao-lô, Chúa nhắc nhở chúng ta rằng:

> *Vả, những khí giới mà chúng tôi dùng để chiến tranh là không phải thuộc về xác thịt đâu, bèn là bởi quyền năng của Đức Chúa Trời, có sức mạnh để đạp đổ đồn lũy: Nhờ khí giới đó chúng tôi đánh đổ các lý luận, mọi sự tự cao nổi lên nghịch cùng sự hiểu biết Đức Chúa Trời, và bắt hết các tư tưởng làm tôi vâng phục Đấng Christ. Cũng nhờ khí giới đó, chúng tôi sẵn sàng phạt*

mọi kẻ chẳng phục, khi anh em đã chịu lụy trọn rồi (2 Cô-rinh-tô 10:4-6).

Phao-lô trở thành một nhà truyền bá phúc âm lớn chỉ khi ông có được đức tin thiêng liêng bằng cách đánh đổ mọi thứ tư tưởng, luận thuyết, và sự tranh cãi nghịch lại Đức Chúa Trời. Ông đã dẫn đầu trong sứ mệnh truyền bá phúc âm cho dân ngoại và trở thành đá góc nhà trong sứ mệnh đối với thế gian. Cuối cùng, Phao-lô đã có thể dạn dĩ tuyên bố rằng:

Nhưng vì cớ Đấng Christ, tôi đã coi sự lời cho tôi như sự lỗ vậy. Tôi cũng coi hết thảy mọi sự như là sự lỗ, vì sự nhận biết Đức Chúa Jêsus Christ là quí hơn hết, Ngài là Chúa tôi, và tôi vì Ngài mà liều bỏ mọi điều lợi đó. Thật, tôi xem những điều đó như rơm rác, hầu cho được Đấng Christ và được ở trong Ngài, được sự công bình, không phải công bình của tôi bởi luật pháp mà đến, bèn là bởi tin đến Đấng Christ mà được, tức là công bình đến bởi Đức Chúa Trời và đã lập lên trên đức tin (Phi-líp 3:7-9).

Thiết Tha Học Hành Lời Đức Chúa Trời

Rô-ma 10:17 dạy rằng, *"Như vậy, đức tin đến bởi sự người ta nghe, mà người ta nghe, là khi lời của Đấng Christ được rao giảng."* Chúng ta phải lắng nghe và học biết Lời của Đức Chúa Trời, nếu không biết Lời Chúa, chúng ta không thể sống bởi Lời đó. Nếu không thực hành Lời Chúa mà chỉ tích lũy nó để làm tri thức, thì Ngài cũng chẳng được ban cho đức tin thiêng, vì e rằng chúng ta sẽ trở nên kiêu ngạo với tri thức của mình.

Giả sử có một cô gái muốn trở thành một nghệ sĩ dương cầm nổi tiếng. Không kể bao nhiêu lần cô ta đọc sách giáo khoa và học lý thuyết, nếu chẳng thực hành, thì cô ta chẳng thể nào trở thành nghệ sĩ dương cầm được. Vì lẽ ấy, trừ khi chúng ta làm theo Lời Chúa, cho dù có cố gắng đến đâu, có thể là nghe, đọc và học biết Lời Ngài, việc ấy cũng chẳng ích chi. Chúng ta có được đức tin thiêng liêng chỉ khi nào chúng ta làm theo Lời Chúa.

Vâng Phục Lời Chúa

Thế thì chúng ta phải tin Đức Chúa Trời hằng sống và sống theo Lời Ngài trong mọi hoàn cảnh. Ví bằng sau khi nghe Lời Ngài, chúng ta tin chắc mà không có một sự hoài nghi nào trong lòng, chúng ta sẽ vâng theo những điều đã nghe đó. Kết quả, chúng ta tin chắc trong lòng rằng Lời của Đức Chúa Trời đã trở thành hiện thực. Kế đến, chúng ta sẽ cố gắng sống theo Lời Chúa ngày càng thêm hơn.

Qua tiến trình tái diễn nầy, chúng ta có thể có đức tin khiến chúng ta hoàn toàn vâng phục Lời Ngài, ân điển cùng sức lực của Ngài sẽ tuôn tràn trên chúng ta. Chúng ta sẽ được đầy dẫy Thánh Linh và mọi sự đều trở nên tốt đẹp.

Trong thời Xuất Ê-díp-tô, có ít nhất sáu trăm ngàn đàn ông trong dân sự Ysơraên có độ tuổi từ 20 hoặc lớn hơn. Dầu vậy, cuối cùng chỉ có hai người, đó là Giô-suê và Ca-lép có thể vào được Đất Hứa Ca-na-an. Ngoài ra hai người, không còn ai trọn lòng tin cậy vào lời hứa của Chúa để mà vâng phục Ngài.

Trong Dân-số-ký 14:11, Đức Chúa Trời phán cùng Môi-se rằng, *"Dân nầy khinh ta và không tin ta cho đến chừng nào, mặc dù các phép lạ ta làm giữa chúng nó?"*

Họ biết Chúa rất rõ, vì cớ họ đã tận mắt nhìn thấy quyền phép của Ngài qua việc Ngài đã giáng xuống xứ Ai-cập mười tai họa, rẽ đôi Biển Đỏ, họ cũng nghĩ rằng họ tin Ngài. Họ đã từng kinh nghiệm được sự dẫn dắt và sự hiện diện của Chúa với trụ lửa ban đêm, trụ mây ban ngày, hàng ngày họ được ăn ma na đến từ trời.

Dầu vậy, khi Đức Chúa Trời truyền lệnh cho họ tiến vào xứ Ca-na-an, họ chẳng chịu vâng theo vì cớ nỗi sợ hãi trước dân Ca-na-an. Thay vì vâng phục, họ phàn nàn và chống đối Môi-se cùng A-rôn. Điều nầy là vì họ không có đức tin thiêng liêng để vâng phục Đức Chúa Trời, mặc dù sau nhiều lần nghe và nhìn thấy những công việc đầy quyền phép của Đức Chúa Trời, song họ chỉ có đức tin xác thịt.

Để có được đức tin thiêng liêng, chúng ta phải tin cậy Đức Chúa Trời và làm theo Lời Ngài mọi lúc mọi nơi. Nếu thật lòng yêu mến Ngài, chúng ta sẽ làm theo ý Ngài, Ngài cũng sẽ nhậm lời cầu xin của chúng ta và kết cuộc sẽ đưa dẫn chúng ta đến sự sống đời đời.

Rô-ma 10:9-10 nhắc nhở chúng ta rằng, *"Vậy nếu miệng ngươi xưng Đức Chúa Jêsus ra và lòng ngươi tin rằng Đức Chúa Trời đã khiến Ngài từ kẻ chết sống lại, thì ngươi sẽ được cứu; vì tin bởi trong lòng mà được sự công bình, còn bởi miệng làm chứng mà được sự cứu rỗi."*

"Tin bởi trong lòng" không có nghĩa là đức tin lý trí, bèn là đức tin thiêng liêng là đức tin không có sự nghi ngờ trong lòng. Những ai tin lời Chúa trong lòng và làm theo, thì được xưng công bình, và dẫn dần trở nên giống Chúa. Sự xưng nhận rằng: "Tôi tin Đức Chúa Trời" là thật và sẽ nhận lãnh được sự cứu rỗi.

Nguyện mỗi chúng ta đều có được đức tin thiêng liêng là đức tin có việc làm cặp theo để bày tỏ sự vâng phục Lời Chúa. Hầu cho chúng ta có thể làm Chúa đẹp lòng và được vui hưởng cuộc sống đầy trọn trong quyền năng Ngài, nhờ đó mọi việc đều trở nên có thể. Trong danh Chúa tôi dâng lời cầu nguyện!

Chương 2

Sự Trưởng Thành Của Đức Tin Thiêng Liêng

TÁM THƯỚC ĐỨC TIN

Hỡi các con bé mọn ta, ta viết cho các con,

vì tội lỗi các con đã nhờ danh Chúa được tha cho.

Hỡi các bậc phụ lão tôi viết cho các ông,

vì các ông đã biết Đấng từ lúc ban đầu.

Hỡi kẻ trẻ tuổi, ta viết cho các ngươi,

vì các ngươi đã thắng được ma quỉ. Hỡi con trẻ,

ta đã viết cho các con, vì các con biết Đức Chúa Cha.

Hỡi phụ lão, tôi viết cho các ông,

vì các ông đã biết Đấng có từ lúc ban đầu.

Hỡi kẻ trẻ tuổi, ta đã viết cho các ngươi,

vì các ngươi là mạnh mẽ, lời Đức Chúa Trời ở trong các ngươi,

và các ngươi đã thắng được ma quỉ"

(1 Giăng 2:12-14)

Chúng ta có thể vui hưởng quyền và phước hạnh được làm con cái Đức Chúa Trời khi chúng ta có đức tin đến từ Chúa. Chúng ta không chỉ nhận lãnh sự cứu rỗi và được vào nước thiên đàng, mà còn nhận lãnh bất cứ điều gì khi chúng ta cầu xin. Và lại, nếu chúng ta có đức tin đẹp ý Chúa qua việc vâng theo Lời Ngài, thì bởi đức tin ấy mà mọi việc đều trở nên có thể.

Bởi vậy Chúa Jêsus phán cùng chúng ta qua Mác 16:17-18, *"Vậy những kẻ tin sẽ được các dấu lạ nầy: Lấy danh ta mà trừ quỉ; dùng tiếng mới mà nói; bắt rắn trong tay; nếu uống giống chi độc, cũng chẳng hại gì; hễ đặt tay lên kẻ đau, thì kẻ đau sẽ lành."*

Một Hột Cải Nhỏ Mọc Lên Thành Cây Lớn

Đức Chúa Jêsus phán cùng các môn đệ khi thấy họ hầu như chẳng có đức tin để đuổi quỉ, mà rằng mọi việc đều có thể, thậm chí với đức tin nhỏ bằng hột cải. Ngài phán điều nầy qua Ma-thi-ơ 17:20, *"Ấy là tại các ngươi ít đức tin: Vì ta nói thật cùng các ngươi, nếu các ngươi có đức tin bằng một hột cải, sẽ khiến núi nầy rằng: Hãy dời đây qua đó, thì nó liền dời qua, và không có sự gì mà các ngươi chẳng làm được."*

Một hột cải chỉ nhỏ như một dấu chấm trên tờ giấy. Song, chỉ với một đức tin nhỏ như vậy, chúng ta có thể dời một ngọn núi từ nơi nầy qua nơi khác, và không có sự gì mà chúng ta chẳng làm được.

Chúng ta có được đức tin bằng hột cải chăng? Chúng ta có truyền lệnh cho ngọn núi nào dời từ nơi nầy sang nơi khác chưa? Mọi sự đều có thể đối với chúng ta chăng? Vì rằng nếu chẳng hiểu hết được ý nghĩa thiêng liêng, thì rất khó để chúng ta có thể nắm bắt được ngụ ý của phân đoạn Kinh Thánh nầy, chúng ta hãy nhìn sâu vào ý nghĩa của dụ ngôn về hạt cải mà Chúa Jêsus đã nói:

> *Nước thiên đàng giống như một hột cải mà người kia lấy gieo trong ruộng mình, hột ấy thật nhỏ hơn các giống khác, song khi đã mọc lên, thì lớn hơn các thứ rau, và trở nên cây cối, cho đến nỗi chim trời làm ổ trên nhành nó được (Ma-thi-ơ 13:31-32).*

Hột cải là thứ nhỏ hơn các giống khác, song khi mọc lên thì trở nên cây lớn, và nhiều chim trời đến làm ổ trên nhành nó. Chúa Jêsus dùng dụ ngôn về hột cải để khuyên dạy rằng, chúng ta có thể dời ngọn núi từ nơi nầy đến nơi khác, và mọi sự đều có thể làm được khi đức tin nhỏ của chúng ta trưởng thành và chín muồi. Các môn đệ của Chúa Jêsus lẽ ra đã có đức tin lớn là đức tin làm được mọi sự vì họ đã được ở cùng Ngài trong một thời gian khá lâu và trực tiếp nhìn thấy nhiều công việc kỳ diệu của Đức Chúa Trời. Dầu vậy, họ vẫn chẳng có đức tin lớn, nên Chúa Jêsus đã quở trách họ.

Tầm Thước Đức Tin Trọn Vẹn

Một khi được nhận lãnh Thánh Linh và có đức tin của Chúa, đức tin chúng ta phải được trưởng thành để trở nên một đức tin trọn vẹn, là đức tin có thể làm được mọi sự. Đức Chúa Trời muốn chúng ta tăng trưởng đức tin hầu cho có thể nhận lãnh được mọi thứ khi chúng ta cầu xin Ngài.

Ê-phê-sô 4:13-15 nhắc nhở rằng, *"Cho đến chừng chúng ta thảy đều hiệp một trong đức tin và trong sự hiểu biết Con Đức Chúa Trời, mà nên bậc thành nhân, được tầm thước vóc giạc trọn vẹn của Đấng Christ. Ngài muốn chúng ta không như trẻ con nữa, bị người ta lừa đảo, bị mưu chước dỗ dành làm cho lầm lạc, mà day động theo chiều gió của đạo lạc, nhưng muốn chúng ta lấy lòng yêu thương nói ra lẽ chân thật, để trong mọi việc chúng ta đều được thêm lên trong Đấng làm đầu, tức là Đấng Christ."*

Theo lẽ tự nhiên, một em bé khi ra đời thì phải làm giấy khai sinh với nhà cầm quyền, rồi lớn lên đến tuổi thiếu niên, thanh niên. Đến kỳ thì kết hôn, sinh con cái và trở thành bậc cha mẹ.

Đồng thể ấy, nhờ Chúa Cứu Thế Jêsus mà chúng ta được trở thành con cái của Đức Chúa Trời, tên chúng ta được ghi trong sách sự sống ở vương quốc thiên đàng, đức tin chúng ta phải được lớn lên mỗi ngày để đạt đến đức tin của con trẻ, thanh niên, và bậc phụ lão.

Vậy nên 1 Cô-rinh-tô 3:2-3 có dạy rằng, *"Tôi lấy sữa nuôi anh em, chớ chẳng lấy đồ ăn cứng, vì anh em không chịu nổi; đến bây giờ cũng chưa chịu được, vì anh em hãy còn thuộc về*

xác thịt. Thật, bởi trong anh em có sự ghen ghét và tranh cạnh,
anh em há chẳng phải là tánh xác thịt ăn ở như người thế gian
sao?"

Như một đứa bé mới sinh phải uống sữa để sống, một con đỏ
thuộc linh cũng phải uống sữa thiêng liêng để trưởng thành. Vậy,
làm thế nào để một con trẻ thuộc linh lớn lên thành bậc phụ
lão?

1. Đức Tin Con Trẻ / Đức Tin Chập Chững

1 Giăng 2:12 nói rằng: *"Hỡi các con bé mọn ta, ta viết cho*
các con, vì tội lỗi các con đã nhờ danh Chúa được tha cho."
Ấy là một người chưa từng biết Đức Chúa Trời sẽ được tha tội
khi họ tin nhận Chúa Cứu Thế Jêsus Christ, và nhờ Đức Thánh
Linh là Đấng đến ngự trong lòng họ mà khiến họ trở nên con cái
Đức Chúa Trời (Giăng 1:12).

Chẳng có danh nào khác ngoài danh Chúa Jêsus Christ là
danh mà nhờ đó chúng ta được tha tội và được cứu rỗi. Thế
nhưng, người thế gian xem đạo Cơ Đốc là một tôn giáo tốt cho
tinh thần và sức khỏe, họ thường thắc mắc rằng, "Tại sao chỉ
được cứu rỗi duy bởi danh Chúa Jêsus Christ?"

Vậy, vì đâu Chúa Jêsus Christ là Cứu Chúa duy nhất của
chúng ta? Ngoài danh Jêsus Christ, không còn danh nào khác để
loài người nhờ đó mà được cứu rỗi, tội lỗi của loài người chỉ có
thể được tha qua huyết báu của Chúa Jêsus Christ là Đấng đã
chịu chết trên thập tự.

Công Vụ 4:12 tuyên bố rằng, *"Chẳng có sự cứu rỗi trong*

Đấng nào khác; vì ở dưới trời, chẳng có danh nào khác ban cho loài người, để chúng ta phải nhờ đó mà được cứu." và Công Vụ 10:43 thì nói rằng, "*Hết thảy các đấng tiên tri đều làm chứng nầy về Ngài rằng hễ ai tin Ngài thì được sự tha tội vì danh Ngài.*" Vậy, điều nầy là bằng chứng và là ý muốn của Đức Chúa Trời rằng, loài người chỉ được cứu bởi danh Chúa Jêsus Christ.

Xuyên suốt lịch sử nhân loại, có những con người được gọi là "vĩ đại" hay "cao thượng" như Socrates, Confucius, Buddha, và nhiều người như vậy. Song, dưới mắt của Đức Chúa Trời, hết thảy họ đều là những tạo vật và là những tội nhân vì tất cả loài người đều sinh ra với nguyên tội là tội của tổ phụ truyền lại từ A-đam là người đã phạm tội bất tuân Lời Chúa.

Nhưng Chúa Jêsus có quyền năng thiên thượng và có đủ phẩm cách để trở thành Đấng Cứu Thế cho nhân loại: Ngài không có nguyên tội, vì Ngài được hoài thai bởi Đức Thánh Linh. Ngài cũng chẳng hề phạm tội trong cả đời mình. Bởi vậy, Ngài có thẩm quyền cứu chuộc nhân loại vì cớ chẳng có tội lỗi nào ở nơi Ngài và Ngài có tình yêu lớn lao, tình yêu tận hiến, ngay cả phó mạng sống mình cho tội nhân.

Thế nên, nếu chúng ta tin Chúa Jêsus Christ là con đường duy nhất dẫn đến sự cứu rỗi và tin nhận Ngài làm Cứu Chúa của mình, hết thảy tội lỗi chúng ta sẽ được tha, nhận lãnh Đức Thánh Linh là sự ban cho từ Đức Chúa Trời, và được ấn chứng là con cái của Ngài.

Đức Tin Của Kẻ Phạm Tội Bên Cạnh Chúa Jêsus

Khi Chúa Jêsus chịu treo thân trên cây thập tự để cất tội lỗi của nhân loại, một trong hai tên cướp bị đóng đinh bên cạnh Ngài đã ăn năn và tin nhận Ngài làm Cứu Chúa mình ngay khoảnh khắc trước lúc chết. Kết quả, kẻ ấy được ấn chứng là con cái của Đức Chúa Trời và được vào Pa-ra-đi. Tất cả những ai được tái sanh qua việc tin nhận Chúa Jêsus Christ, được Đức Chúa Trời gọi là "Con cái bé mọn của ta!"

Có một số người lý luận rằng, "Một tên phạm nhân tin nhận Chúa Jêsus làm Cứu Chúa nó và được cứu ngay trước khi chết. Tôi cũng sẽ vui hưởng lạc thú trần gian cho thỏa thích rồi sẽ tin Jêsus Christ làm Cứu Chúa mình trước khi chết. Tôi cũng sẽ được vào thiên đàng!" Nhưng, đó là ý tưởng sai trật hoàn toàn.

Tại sao một kẻ tội phạm có thể tin nhận Chúa Jêsus, là Đấng phải chịu những kẻ độc ác nhạo báng và chết trên thập tự? Người ấy nghĩ rằng Chúa Jêsus có thể là Đấng Mê-si, vì người đã từng nghe Chúa Jêsus giảng luận, vậy nên, người đã xưng nhận Ngài làm Cứu Chúa mình khi cùng bị đóng đinh trên thập tự bên cạnh Ngài. Nhờ đó, người được cứu rỗi và được vào thiên đàng.

Cũng vậy, hễ ai tin nhận Chúa Jêsus làm Cứu Chúa mình và nhận lãnh Đức Thánh Linh, thì được quyền trở nên con cái của Đức Chúa Trời. Ngài sẽ gọi người là "Con cái bé mọn của ta." Ví dụ, khi một đứa bé ra đời, nó phải được khai sinh và trở thành công dân của nơi mà nó được sinh ra. Cùng thể đó, chúng ta nhận được quyền công dân nước thiên đàng và được công nhận là con cái của Đức Chúa Trời nếu tên của chúng ta được ghi trong Sách Sự Sống.

Bởi đó, đức tin con trẻ/ đức tin chập chững nói đến đức tin của những ai vừa mới tin nhận Chúa Jêsus Christ, được tha tội và trở thành con cái của Đức Chúa Trời, khi đó tên họ được ghi trong Sách Sự Sống ở thiên đàng.

2. Đức Tin Vị Thành Niên

Những ai tin nhận Chúa Jêsus Christ, được tái sanh khi họ trở nên con cái của Đức Chúa Trời và có cuộc sống đức tin thiêng liêng trưởng thành, khi đó họ sẽ có đức tin con trẻ. Khi một đứa bé được sinh ra, cho đến lúc cai sữa mẹ, nó bắt đầu nhận biết bố mẹ, phân biệt được một số đồ vật nhất định, những sự vật chung quanh, cũng như nhận biết được một số người quen.

Vả lại, sự hiểu biết của trẻ con là rất ít ỏi nên luôn cần được bố mẹ che chở. Khi hỏi xem chúng có biết bố mẹ mình chăng, chúng có thể nói rằng "có." Ấy vậy, khi hỏi đến quê hương của bố mẹ hoặc gia phả, chúng sẽ chẳng thể trả lời được. Vì sự hiểu biết ít ỏi của trẻ con nên chúng không thể biết rõ về bố mẹ mình, cho dù chúng nói rằng, "Tôi biết cha mẹ."

Nếu bố mẹ mua đồ chơi cho con cái mình, con trẻ có thể nhận biết được đó là thứ đồ chơi hoặc xe bốn bánh hay búp bê, nhưng chúng chẳng biết những thứ đồ chơi đó được sản xuất như thế nào hay được mua bằng cách nào. Ấy vậy, trẻ con chỉ có thể biết được phần nào của sự vật mà chúng có thể tận mắt nhìn thấy, nhưng những gì không nhìn thấy, thì chúng chẳng hiểu gì.

Về thuộc linh, đức tin con trẻ là đức tin của những người mới nhận biết Đức Chúa Trời là Cha, bởi đức tin, họ vui mừng trong ân điển sau khi tin nhận Chúa Jêsus Christ và nhận lãnh Thánh Linh. 1 Giăng 2:13 có chép, *"Hỡi con trẻ, ta đã viết cho các con, vì các con biết Đức Chúa Cha."* Ở đây, "các con đã biết Đức Chúa Cha" nói đến những ai có đức tin con trẻ, là những người mới tin nhận Chúa Jêsus Christ và nhờ vào việc đi đến hội thánh để học biết Lời Ngài.

Như một đứa trẻ lúc đầu biết rất ít nhưng khi lớn lên thì nhận biết được bố mẹ mình, những người mới tin cũng dần dần biết được tấm lòng và ý muốn của Đức Chúa Cha khi họ đi nhà thờ và nghe giảng sứ điệp của Ngài. Nhưng họ vẫn chưa đủ đức tin để làm theo Lời Chúa.

Ấy vậy, đức tin con trẻ là đức tin của những ai biết được lẽ thật qua việc lắng nghe Lời Chúa, song có khi thì làm theo, khi thì bỏ qua. Đây là mức độ đức tin chưa trọn vẹn.

Ai Có Thể Gọi Đức Chúa Trời Là "Cha"?

Nếu có kẻ chưa tin nhận Chúa Jêsus Christ mà xưng rằng "Tôi biết Đức Chúa Trời," thì đó là kẻ nói dối. Cũng có những kẻ nói rằng, "Mặc dù không đi nhà thờ, nhưng tôi vẫn biết Đức Chúa Trời." Họ là những người đã đọc Kinh Thánh một hoặc hai lần, từng đi nhà thờ, hoặc có nghe về Chúa ở đâu đó. Thế nhưng, sự thật họ có biết Đức Chúa Trời là Đấng tạo hóa chăng?

Nếu quả thật họ biết Đức Chúa Trời, thì họ nên biết Chúa Jêsus là Con một của Ngài, vì sao Đức Chúa Trời đã sai Con Ngài đến thế gian, và vì đâu Ngài đã dựng cây biết điều thiện và điều ác trong vườn Ê-đen. Họ cũng phải biết tại sao Đức Chúa Trời đã dựng nên thiên đàng và địa ngục, và làm sao để họ có thể được cứu vào được nước thiên đàng.

Và lại, ví bằng họ thật sự hiểu những thực tế nầy, sẽ chẳng ai từ chối việc đi nhà thờ và sống theo Lời Chúa. Song, họ chẳng màng đến việc đi nhà thờ hay gọi Đức Chúa Trời là "Cha" vì cớ họ chẳng tin Chúa cũng chẳng biết Ngài.

Vì lẽ ấy, một số người xác thịt chẳng tin Chúa nhưng lại nói rằng mình biết Ngài, song điều đó là giả dối. Họ chẳng thể nhận biết Đức Chúa Trời hay gọi Ngài là "Cha" vì cớ họ chẳng biết Chúa Jêsus Christ cũng chẳng sống bởi Lời Ngài (Giăng 8:19).

Người Ta Gọi Đức Chúa Trời Bằng Nhiều Danh Khác Nhau

Những người tin Chúa gọi Đức Chúa Trời bằng nhiều danh khác nhau tùy theo lượng đức tin của họ. Trước khi tin nhận Chúa Jêsus Christ là Cứu Chúa mình, chẳng ai gọi Ngài là "Cha." Điều nầy là lẽ tự nhiên, vì họ chưa được tái sanh nên không thể gọi Ngài là "Cha."

Những người mới tin Chúa gọi Đức Chúa Trời như thế nào? Họ có vẻ nhút nhát và chỉ gọi Ngài là "Đức Chúa Trời." Họ không thể gọi Ngài là "Cha của con" một cách ngọt ngào, song họ cảm thấy lúng túng và xa lạ vì cớ họ chưa hề phục vụ Ngài như Cha mình.

Dẫu vậy, danh xưng mà những kẻ tin gọi Đức Chúa Trời cũng thay đổi khi đức tin họ trưởng thành từ lượng đức tin con trẻ. Họ gọi Ngài là "Cha" khi họ có đức tin con trẻ, giống như trẻ em hớn hở gọi bố chúng là "Cha yêu." Lẽ thường, nếu họ gọi

Ngài là "Đức Chúa Trời" hoặc "Đức Chúa Cha" thì chẳng có gì sai trật. Song, khi đức tin của họ trưởng thành hơn, họ sẽ gọi Ngài là "Cha Thánh" thay vì "Giê-hô-va Đức Chúa Trời." Hơn nữa, họ chỉ gọi Ngài là "Cha" khi cầu nguyện cùng Ngài.

Ai sẽ chứng tỏ rằng mình là tín đồ sâu nhiệm và thân mật với Chúa hơn: người gọi Ngài là "Đức Chúa Trời" hay người gọi Ngài là "Cha?" Đức Chúa Trời sẽ rất vui lòng khi chúng ta gọi Ngài là "Cha của con" tự trong đáy lòng mình!

Châm Ngôn 8:17 nói rằng, *"Ta yêu mến những người yêu mến ta, phàm ai tìm kiếm ta sẽ gặp ta."* Chúng ta càng yêu mến Chúa thì Ngài càng yêu mến chúng ta hơn. Chúng ta càng tìm kiếm Ngài, chúng ta càng dễ dàng nhận lãnh sự nhậm lời cầu xin từ nơi Ngài.

Quả thật, chúng ta sẽ được sống trên thiên đàng đời đời, với tư cách là con cái của Ngài, chúng ta gọi Đức Chúa Trời là Cha, ấy là điều xứng hợp để chúng ta có mối thông giao thân mật và hợp lẽ với Ngài ngay trong đời nầy. Thế thì, chúng ta phải thực thi bổn phận làm con và bày tỏ tình yêu đối với Ngài bằng cách vâng phục mạng lệnh Ngài cách trọn vẹn.

3. Đức Tin Của Những Người Trẻ Tuổi

Như một đứa trẻ lớn lên trở thành một thanh thiếu niên ngày càng khỏe mạnh và sáng suốt hơn, đức tin con trẻ cũng ngày càng trưởng thành và trở nên đức tin của thanh thiếu niên. Ấy là, sau thời kỳ đức tin thuộc linh con trẻ, qua sự cầu nguyện và sự dầm thấm trong Lời Chúa, mức độ đức tin của mỗi người được lớn lên và trở thành đức tin của tuổi trẻ là những người biết được ý chỉ của Cha Thiên Thượng và biết được tội lỗi.

Tuổi Trẻ Là Những Người Mạnh Mẽ Và Can Đảm

Chỉ có một số ít trẻ em có thể biết rõ luật lệ của xứ sở. Chúng phải được bố mẹ che chở, ngay cả khi chúng phạm tội, cha mẹ chúng cũng phải chịu trách nhiệm thay chúng vì cớ họ chẳng dạy dỗ con mình đúng mức. Trẻ con chẳng thể biết rõ tội lỗi, hay công chính là gì, cũng chẳng thể hiểu được tấm lòng của bố mẹ, vì chúng còn đang trong tiến trình học hỏi.

Còn tuổi thanh thiếu niên thì sao? Chúng khỏe mạnh, tính khí nhanh nhẹn, và hầu như dễ phạm tội. Chúng ham học hỏi, quan sát, và muốn trải nghiệm mọi thứ, chúng thường có xu hướng bắt chước người khác, hay tò mò trong mọi sự, bướng bỉnh, và tự tin rằng chúng có thể làm được mọi sự.

Cũng vậy, tuổi trẻ thuộc linh không tìm kiếm những thứ thuộc về thế gian, song hy vọng về nước thiên đàng với sự đầy dẫy Thánh Linh, dùng Lời Chúa đánh bại tội lỗi nhờ vào đức tin mạnh mẽ của mình. Họ có cuộc sống đắc thắng trong mọi hoàn cảnh, nhờ Lời Chúa họ đã chiến thắng thế gian cùng ma quỉ với tinh thần can trường bất khuất.

Thắng Hơn Và Cầm Quyền Trên Ma Quỉ

Vậy thì, làm thế nào để những kẻ tuổi trẻ với sự khỏe mạnh và đức tin can trường có thể chiến thắng thế gian và ma quỉ? Những ai tin nhận Chúa Jêsus Christ thì được quyền trở nên con cái của Đức Chúa Trời, nhờ lẽ thật mà đắc thắng ma quỉ.

Tuy ma quỉ là những kẻ có sức mạnh, nhưng chúng chẳng dám làm gì trước con cái của Đức Chúa Trời. Dường ấy, 1 Giăng 2:13 có chép, *"Hỡi kẻ trẻ tuổi, ta viết cho các ngươi, vì các ngươi đã thắng được ma quỉ."*

Chúng ta có thể thắng được ma quỉ khi chúng ta ở trong lẽ thật, vì vậy chúng ta nên luôn giữ Lời Chúa trong lòng. Nếu người ta không biết luật pháp, thì họ chẳng thể tuân theo những gì luật pháp qui định, cũng như chúng ta không thể sống bởi Lời Chúa nếu chúng ta không biết Lời Ngài.

Thế thì, chúng ta cần giữ Lời Chúa trong lòng và làm theo bằng cách quăng xa mọi thứ tội lỗi. Nhờ đó, những ai có đức tin tuổi trẻ có thể dùng Lời Đức Chúa Trời để thắng thế gian. Bởi đó, 1 Giăng 2:14 có chép, *"Hỡi kẻ trẻ tuổi, ta đã viết cho các ngươi, vì các ngươi là mạnh mẽ, lời Đức Chúa Trời ở trong các ngươi, và các ngươi đã thắng được ma quỉ."*

4. Đức Tin Của Các Bậc Phụ Lão

Khi những người tuổi trẻ với sự khỏe mạnh và tinh thần bất khuất trở nên những người trưởng thành, họ có thể tiếp cận và hiểu từng tình huống, rồi qua nhiều kinh nghiệm, họ trở nên khôn ngoan và thận trọng để biết hạ mình khi cần. Những người có đức tin của các bậc phụ lão, là những ai biết rõ giềng mối Đức Chúa Trời và hiểu được ơn phước của Ngài, vì họ là những người sâu nhiệm trong đức tin thiêng liêng.

Ai Biết Được Đức Chúa Trời Từ Lúc Ban Đầu?

Những bậc phụ lão và những kẻ trẻ tuổi khác nhau trên nhiều phương diện. Cho dù học được rất nhiều thứ, nhưng những kẻ trẻ tuổi vẫn là những người chưa trưởng thành vì họ còn thiếu kinh nghiệm. Bởi vậy, có nhiều tình huống và sự kiện mà tuổi trẻ không thể hiểu được, trong khi đó các bậc phụ lão nắm bắt được rất nhiều giềng mối cách rõ ràng nhờ họ từng trải trong cuộc sống.

Các bậc phụ lão cũng hiểu được tại sao bố mẹ lại muốn sanh con cái, sự đau đớn trong kỳ thai nghén, và sự khó nhọc trong việc nuôi dưỡng chúng là dường bao. Họ biết về gia đình mình: Bố mẹ họ xuất thân từ đâu, họ đã gặp nhau và kết hôn như thế nào, cùng những điều tương tự.

Người Hàn Quốc có câu tục ngữ rằng, "Sanh con mới hiểu lòng bố mẹ." Cũng vậy, chỉ những ai có đức tin của các bậc phụ lão mới hiểu hết tấm lòng của người Cha Thiên Thượng. Nói đến những người trưởng thành đó, 1 Giăng 2:13 có chép, *"Hỡi các bậc phụ lão tôi viết cho các ông, vì các ông đã biết Đấng từ lúc ban đầu."*

Vả lại, những bậc phụ lão của đức tin trở thành gương mẫu cho nhiều người, họ có lòng bao dung tất cả mọi hạng người nhờ có tấm lòng khiêm nhường và có khả năng đứng vững trên lẽ thật, chẳng có sự lầm lạc ở trong họ.

Nếu như đức tin của các bậc phụ lão là vụ mùa đã chín, thì đức tin của những kẻ trẻ tuổi là vụ mùa còn xanh vì cớ họ có xu hướng bám giữ những ý tưởng và luận thuyết riêng của mình.

Dẫu vậy, qua việc rửa chân cho các môn đệ, Chúa Jêsus đã làm gương cho họ, những bậc lão thành thuộc linh, về tinh thần phục vụ nhau, không như những người trẻ tuổi, họ dâng vinh hiển lên Chúa với những bông trái đã chín của mình.

Để Có Cùng Tâm Tình Với Chúa Jêsus Christ

Đức Chúa Trời, Đấng có từ lúc ban đầu, muốn con cái của Ngài ăn ở hợp ý mình. Chúa Jêsus Christ, Con Ngài, đã tự hạ mình xuống và vâng phục cho đến chết (Phi-líp 2:5-8). Bởi vậy, Đức Chúa Trời cho phép thử thách xảy đến với con cái Ngài, hầu cho qua đó đức tin họ được trưởng thành, cũng như có sự bền bỉ và hy vọng. Đó là con đường giúp tăng trưởng đức tin để trở nên các bậc phụ lão.

Trong Lu-ca 17, Chúa Jêsus đã dùng dụ ngôn về người đầy tớ để dạy dỗ các môn đồ Ngài. Có một đầy tớ nọ làm lụng suốt ngày ngoài đồng đến chạng vạng tối mới về đến nhà, nhưng chẳng có ai ra nói rằng "Giỏi lắm! Hãy nghỉ ngơi và ăn uống." Trái lại, kẻ đầy tớ đó phải lo bữa tối cho chủ mình, và chờ chủ ăn xong rồi mới tới lượt mình. Và lại, cũng chẳng có ai nói với anh ta rằng, "Cảm ơn nhiều về công khó của anh," mặc dù anh đã làm mọi điều chủ sai bảo. Kẻ đầy tớ chỉ nói rằng, "Tôi chỉ là một đầy tớ chẳng ra gì; tôi chỉ làm những gì mình nên làm mà thôi."

Cùng thể ấy, chúng ta nên trở thành một con người khiêm nhu và biết vâng phục, mà rằng, "Tôi là một đầy tớ chẳng đáng chi, tôi chỉ làm những gì mình nên làm vậy," ngay cả khi chúng ta làm xong mọi điều như Chúa đã phán. Những ai có đức tin của các bậc phụ lão thì biết được sự thẳm sâu và cao vời của tấm lòng Đức Chúa Trời là Đấng có từ lúc ban đầu, như chính tấm lòng của Chúa Jêsu Christ, Đấng đã hạ mình xuống hàng tôi tớ và vâng phục cho đến chết. Dường ấy, Đức Chúa Trời sẽ công nhận và đánh giá cao những ai có tâm tình như Đấng Christ, những người ấy sẽ chiếu sáng như mặt trời nơi thiên quốc.

Giống như hột cải nhỏ mọc lên thành cây lớn, ở đó chim trời đến làm ổ, đức tin thiêng liêng cũng lớn lên từ lượng đức tin con đỏ/chập chững cho đến đức tin con trẻ, tuổi trẻ, và các bậc phụ lão. Thật là một phước hạnh kỳ diệu cho chúng ta khi biết được Đấng có từ lúc ban đầu, có đủ đức tin để hiểu được sự cao vời và thẳm sâu của Ngài, và có thể tìm kiếm, chăm sóc những linh hồn lầm lạc theo gương của Đức Chúa Jêsus!

Nguyện mỗi chúng ta có đồng tâm tình với Chúa trong tình yêu thương dư dật và hào phóng, đạt tới đức tin của các bậc phụ lão, mang lại nhiều kết quả, và mãi mãi chiếu sáng như mặt trời nơi thiên quốc. Trong danh Chúa, tôi dâng lời cầu nguyện!

Chương 3

Lượng Đức Tin Của Mỗi Người

Vậy, nhờ ơn đã ban cho tôi,

tôi nói với mỗi người trong anh em chớ có tư

tưởng cao quá lẽ, nhưng phải có tâm tình tầm

thường, y theo lượng đức tin mà Đức Chúa Trời

đã phú cho từng người. (Rô-ma 12:3)

Đức Chúa Trời để cho chúng ta gặt hái những gì mình đã gieo, và ban thưởng tùy vào công việc chúng ta đã làm, vì Ngài là Đấng công bình. Trong Ma-thi-ơ 7:7-8 Chúa Jêus phán rằng, *"Hãy xin, sẽ được; hãy tìm, sẽ gặp; hãy gõ cửa sẽ mở cho. Bởi vì, hễ ai xin thì được; ai tìm thì gặp; ai gõ cửa thì được mở."*

Chúng ta nhận lãnh ơn phước và lời cầu xin của chúng ta được nhậm không phải bởi đức tin xác thịt, bèn là đức tin thiêng liêng. Đức tin lý trí đến bởi việc chúng ta nghe Lời Chúa và học biết những điều ấy. Song, đức tin thiêng liêng là đức tin được ban cho cách nhưng không, ấy là điều Đức Chúa Trời phú cho chúng ta.

Vậy nên, Rô-ma 12:3 thúc giục, khuyên lơn chúng ta rằng: *"Chớ có tư tưởng cao quá lẽ, nhưng phải có tâm tình tầm thường, y theo lượng đức tin mà Đức Chúa Trời đã phú cho từng người."* Mỗi người đều được Đức Chúa Trời phú cho một lượng đức tin thiêng liêng khác nhau. Điều nầy cũng được nói đến trong 1 Cô-rinh-tô 15:41, *"Vinh quang của mặt trời khác, vinh quang của mặt trăng khác, vinh quang của ngôi sao khác, vinh quang của ngôi sao nầy với ngôi sao kia cũng khác,"* tùy vào lượng đức tin thiêng liêng của mỗi người mà họ nhận được những nơi ở và vinh quang khác nhau là phần thưởng dành họ trên thiên đàng.

1. Lượng Đức Tin Được Đức Chúa Trời Phú Cho

"Lượng" là sức nặng, khối lượng, số lượng, hoặc kích thước của sự vật. Đức Chúa Trời xác định lượng đức tin của mỗi người và nhậm lời cầu xin tùy vào lượng đức tin của họ.

Nói chung, những người có đức tin lớn có thể được nhậm lời cầu xin chỉ khi họ ao ước những sự ấy trong lòng, trong khi đó một số khác chỉ nhận được điều cầu xin khi họ tha thiết cầu nguyện với sự kiêng ăn, còn những người ít đức tin thì phải cầu nguyện hàng tháng hoặc cả năm để được Chúa nhậm lời. Ví thử chúng ta có thể "đạt được" đức tin thiêng liêng như mình mong muốn, thế giới nầy sẽ trở nên lộn xộn, mất trật tự và khó ở.

Giả sử có một người chẳng sống theo Lời Chúa. Nếu ông ta cầu xin rằng, "Lạy Chúa, xin hãy đặt con lên đứng đầu trong những kẻ xuất chúng của khối thương gia trong xứ sở nầy!" Hoặc, "Tôi ghét người đó, xin Chúa hãy trừng phạt nó." Nếu sự cầu xin để thỏa mãn dục vọng của con người được nhậm, thì thế gian nầy sẽ ra sao?

Đức Tin Thiêng Liêng Và Sự Vâng Phục

Làm sao để chúng ta có được đức tin thiêng liêng? Đức Chúa Trời chẳng phú đức tin thiêng liêng cho hết thảy mọi người, nhưng chỉ cho những ai có đủ điều kiện trong việc vâng phục Lời Ngài. Vì vậy, chúng ta có thể nhận lãnh đức tin thiêng liêng tùy vào mức độ chúng ta loại bỏ những điều giả dối như thù ghét, cãi lẫy, tranh cạnh, ngoại tình, và những điều tương tự ra khỏi đời sống, hơn nữa chúng ta còn yêu cả kẻ thù nghịch mình nữa.

Trong Kinh Thánh, có những người được Chúa Jêsus khen

ngợi, mà rằng, "Ngươi có đức tin lớn!" nhưng quở trách những kẻ khác rằng, "Hỡi kẻ ít đức tin!"

Ví dụ, trong Ma-thi-ơ 15:21-28, người đàn bà Ca-na-an đến với Chúa Jêsus để xin Ngài chữa lành đứa con gái bị quỉ ám của mình, mà kêu lên rằng, *"Lạy Chúa, là con cháu vua Đa-vít, xin thương xót tôi cùng! Con gái tôi mắc quỉ ám, khốn cực lắm"* (câu 22).

Dẫu vậy, Chúa Jêsus muốn thử đức tin của bà, Ngài đáp, *"Ta chịu sai đến đây, chỉ vì các con chiên lạc mất của nhà Ysơraên đó thôi"* (câu 24). Song, người đàn bà lại gần, quỳ xuống trước Chúa Jêsus mà thưa rằng, *"Lạy Chúa, xin giúp tôi cùng!"* (câu 25) Chúa Jêsus từ chối nữa, mà rằng, *"Không nên lấy bánh của con cái mà quăng cho chó ăn"* (câu 26). Ngài nói vậy vì vào thời đó, người Do Thái xem dân ngoại như chó, còn người đàn bà Ca-na-an ngoại giáo thì gọi là kẻ giả hình.

Trong tình huống nầy, hầu hết người ta sẽ thấy xấu hổ, nản lòng, hoặc bị xúc phạm mà bỏ cuộc nài xin. Song, người đàn bà đó đã không thất vọng, nhưng bà đã hạ mình xuống chấp nhận những gì Chúa Jêsus nói. Bà chấp nhận mình là kẻ chẳng ra gì, chỉ như con chó con, bà kiên quyết cầu xin sự thương xót của Ngài: *"Lạy Chúa, thật như vậy, song mấy con chó con ăn những miếng bánh vụn trên bàn chủ nó rớt xuống"* (câu 27). Thấy vậy, Ngài hài lòng với đức tin của bà, bèn phán rằng: *"Hỡi đàn bà kia, ngươi có đức tin lớn; việc phải xảy ra theo ý ngươi muốn,"* cũng một giờ đó, con gái người liền được lành (câu 28).

Chúng ta cũng thấy trong Ma-thi-ơ 17:14-20, Chúa Jêsus quở trách các môn đệ Ngài vì đức tin họ quá ít. Khi có người mang đến cho các môn đệ Chúa Jêsus một đứa bé trai bị mắc bệnh phong điên và phải chịu đau đớn rất nhiều, nhưng họ không chữa được. Sau đó, người nầy phải mang con trai mình đến với Chúa Jêsus, tức thì Ngài đuổi quỉ ra khỏi đứa bé và nó được chữa lành. Sau khi Ngài chữa lành cho đứa bé, các môn đệ bèn đến mà hỏi Ngài rằng, *"Vì cớ gì chúng tôi không đuổi quỉ ấy được?"* (câu 19) Ngài đáp rằng: *"Ấy là tại các ngươi có ít đức tin"* (câu 20).

Vả lại, Chúa Jêsus đã quở trách Phi-e-rơ trong Ma-thi-ơ 14:22-33 như sau: Một tối nọ, các môn đệ Ngài đang ở trên thuyền và bị trôi ra giữa biển và có sóng lớn, Chúa Jêsus đã đi bộ trên mặt biển mà đến cùng môn đồ. Khi mới thấy Ngài đi bộ trên mặt biển, thì các môn đồ hoảng sợ, bối rối mà kêu lên rằng, *"Ấy là một con ma"* (câu 26). Nhưng Chúa Jêsus liền phán cùng họ rằng, *"Các ngươi hãy yên lòng; ấy là ta đây, đừng sợ!"* (câu 27).

Phi-e-rơ lấy làm bình tĩnh mà thưa rằng, *"Lạy Chúa, nếu phải Chúa, xin khiến cho tôi đi trên mặt nước mà đến cùng Chúa"* (câu 28). Ngài phán rằng: "Hãy lại đây," như thể Phi-e-rơ muốn. Phi-e-rơ bước ra khỏi thuyền, đi bộ trên mặt nước mà đến cùng Đức Chúa Jêsus. Song khi thấy gió thổi, thì Phi-e-rơ sợ hãi, hòng sụp xuống nước, bèn la lên rằng, *"Chúa ơi, xin cứu lấy tôi!"* (câu 30) Tức thì Đức Chúa Jêsus giơ tay ra nắm lấy người mà quở trách môn đệ ấy rằng: *"Hỡi người ít đức tin, sao ngươi hồ nghi làm vậy?"* (câu 31).

Lúc ấy, Phi-e-rơ bị quở trách vì có ít đức tin, song về sau ông nhận lãnh Đức Thánh Linh và quyền phép Đức Chúa Trời, ông đã nhân danh Chúa bày tỏ những phép lạ, bởi đức tin lớn, ông đã chịu đóng đinh ngược vì danh Chúa.

2. Lượng Đức Tin Khác Nhau Của Mỗi Người

Trong Kinh Thánh, có nhiều dụ ngôn cắt nghĩa về lượng đức tin. 1 Giăng 2 cắt nghĩa lượng đức tin bằng cách so sánh điều ấy với sự trưởng thành của một con người, và Ê-xê-chi-ên 47:3-5 cắt nghĩa lượng đức tin bằng cách so sánh với độ sâu của nước sông:

> *Người dẫn ta sấn lên phía đông, tay cầm một cái dây, lấy dây đo được một ngàn cu-đê; người khiến ta lội qua nước, nước vừa đến mắt cá ta. Người lại đo một ngàn, và khiến ta lội qua nước, nước vừa đến đầu gối ta. Người lại đo một ngàn, và khiến ta lội qua nước, nước lên đến hông ta. Người lại đo một ngàn nữa; bấy giờ là một con sông, ta không thể lội qua được; vì nước đã lên, phải đạp bơi; ấy là một con sông mà người ta không có thể lội qua.*

Ê-xê-ch-ên là một trong những Sách Đại Tiên Tri trong Cựu Ước. Đức Chúa Trời đã sử dụng Tiên Tri Ê-xê-chi-ên để chép ra những lời tiên tri khi Vương Quốc Miền Nam Giu-đa bị Babylon phá hủy, nhiều người Giu-đa bị bắt đem đi làm tù binh chiến tranh. Từ Ê-xê-chi-ên 40 trở đi, là sự mô tả về đền thờ mà chính nhà tiên tri nầy đã nhìn thấy trong một khải tượng.

Trong Ê-xê-chi-ên 47, nhà tiên tri đã ghi lại một khải tượng mà người đã nhìn thấy nước văng ra từ dưới ngạch cửa của một đền thờ có mặt trước ngó về phía đông; và những nước ấy xuống từ dưới bên hữu nhà về phía nam bàn thờ. Sau đó, nước chảy qua cổng phía bắc, rồi tràn ra bên ngoài đền thờ hướng về phía đông.

Ý nghĩa thiêng liêng của "Nước" là tượng trưng cho Lời của Đức Chúa Trời (Giăng 4:14), và sự thể nước chảy qua rồi tràn từ trong ra ngoài đến thờ ngụ ý rằng Lời Chúa không chỉ được rao giảng ở đền thờ mà còn hướng đến thế gian nữa.

Ê-xê-chi-ên ngụ ý gì khi chép rằng, *"Người dẫn ta sấn lên phía đông, tay cầm một cái dây, lấy dây đo được một ngàn cu-đê."* (47:3), "tay cầm cái dây đi về phía đông," có ngụ ý gì? Việc nầy nói đến sự định lượng của Chúa trên đức tin của mỗi người để đánh giá cách chính xác tùy theo lượng đức tin của mỗi người trong ngày phán xét.

"Người tay cầm một sợi dây làm thước đo," nói đến đầy tớ Chúa, và "lấy sợi dây đo" ý nói rằng Chúa đo lượng đức tin mỗi người một cách chính xác không sai một ly. Dầu vậy, ẩn dụ về sự thay đổi độ sâu của nước, biểu thị những mức độ khác nhau của lượng đức tin.

Tùy Theo Độ Sâu Của Nước

"Nước vừa đến mắt cá" nói đến đức tin thuộc linh con trẻ/ chập chững, ấy là lượng đức tin chỉ đủ để được cứu rỗi. Khi lượng đức tin được so sánh với chiều cao của con người, mức độ nầy cao ngang tầm mắt cá người. Kế đến "nước vừa đến đầu gối" nói đến đức tin của con trẻ, và "nước lên đến hông" tượng trưng cho đức tin của những người trẻ tuổi. Cuối cùng, "nước sâu đến phải bơi qua" nói đến đức tin của các bậc phụ lão.

Cứ như vậy, đến ngày phán xét, lượng đức tin của mỗi người sẽ được trình ra, và nơi ở trên thiên đàng dành cho mỗi người sẽ được Chúa quyết định tùy vào mức độ vâng phục Lời Ngài của người ấy khi họ còn sống trên đất.

"Đo được một ngàn cu-đê" nói đến tấm lòng tuyệt vời của Chúa, sự chính xác của Ngài chẳng hề có sự sai sót, và chiều sâu tấm lòng Ngài làm cho mọi sự ứng trình ra cách minh bạch. Đức Chúa Trời xác định lượng đức tin của từng người không phải theo quan điểm cá nhân, mà là hết thảy các thiên sứ. Đức Chúa Trời dò xét mỗi công việc và tấm lòng của chúng ta chính xác đến nỗi không ai có thể nghĩ rằng mình đã chịu oan.

Ngài dò xét mọi sự với đôi mắt như ngọn lửa hừng, và khiến cho mỗi người gặt hái những gì mình gieo ra, ban thưởng cho họ tùy vào công việc họ đã làm. Bởi đó Rô-ma 12:3 có chép rằng, *"Vậy, nhờ ơn đã ban cho tôi, tôi nói với mỗi người trong anh em chớ có tư tưởng cao quá lẽ, nhưng phải có tâm tình tầm thường, y theo lượng đức tin mà Đức Chúa Trời đã phú cho từng người."*

Tư Tưởng Khôn Ngoan Tùy Vào Lượng Đức Tin Của Chúng Ta

Cảm giác khi bước đi trong độ nước sâu đến mắt cá là khác hẳn khi bước đi trong độ nước sâu đến hông. Khi ở trong độ nước sâu đến mắt cá, chúng ta chỉ có việc đi và chạy, vì không thể bơi được. Tuy nhiên, khi ở trong độ nước sâu đến hông, chúng ta sẽ thích bơi hơn là bước đi.

Tương tự, những ai có đức tin con trẻ sẽ nghĩ khác với những ai có đức tin của các bậc phụ lão, giống như cảm nghĩ khác nhau của con người khi ở những độ nước sâu khác nhau. Ấy vậy, tư tưởng khôn ngoan tùy theo lượng đức tin của mỗi người là tư tưởng phải lẽ.

Sau khi được Đức Chúa Trời công nhận đức tin của mình, Áp-ra-ham nhận lãnh từ Chúa một con trai là Y-sác. Một ngày nọ, Đức Chúa Trời truyền lệnh cho ông dâng Y-sác làm của lễ thiêu. Áp-ra-ham đã nghĩ gì về mạng lệnh nầy? Ông chẳng hề cảm thấy giận dữ mà rằng, "Tại sao Đức Chúa Trời lại bảo tôi phải dâng Y-sác, là đứa con của lời hứa mà Ngài đã ban, làm của lễ thiêu,? Lẽ nào Ngài định phá hủy điều đó sao?"

Hê-bơ-rơ 11 nhắc nhở rằng Áp-ra-ham đã suy nghĩ cách khôn ngoan về mạng lệnh của Đức Chúa Trời: 'Ngài chẳng hề nói dối, nên Ngài có thể khiến cho con trai mình sống lại từ kẻ chết.' Áp-ra-ham đã không tư tưởng về mình cách cao quá lẽ, nhưng ông đã tư tưởng y như lượng đức tin mà Đức Chúa Trời đã phú cho mình.

Áp-ra-ham không oán trách, cũng không cằn nhằn, song người đã vâng phục Chúa với tấm lòng khiêm nhường. Kết quả, người đã được Chúa yêu mến, ban thưởng càng thêm hơn, và đã trở thành tổ phụ của đức tin.

Chúng ta phải hiểu rằng, qua thử thách khắc nghiệt mà Áp-ra-ham đã được xưng là có đức tin thiêng liêng, và đây là con đường phước hạnh. Chúng ta có thể nhận lãnh tình yêu của Đức Chúa Trời và phước hạnh khi vượt qua những cuộc thử lửa, với sự tư tưởng về bản thân cách khôn ngoan tùy theo lượng đức tin mà mình có được.

3. Đức Tin Được Tôi Luyện Qua Lửa

1 Cô-rinh-tô 3:12-15 cho chúng ta biết rằng Đức Chúa Trời tôi luyện đức tin của mỗi người qua lửa và sẽ đánh giá tùy vào những gì còn lại sau đó:

> *Nếu có kẻ lấy vàng, bạc, bửu thạch, cỏ khô, rơm rạ mà xây trên nền ấy, thì công việc của mỗi người sẽ bày tỏ ra. Ngày đến sẽ tỏ tường công việc đó; nó sẽ trình ra trong lửa, và công việc của mỗi người đáng giá nào, lửa sẽ chỉ ra. Ví bằng công việc của ai xây trên nền còn lại, thì thợ đó sẽ lãnh phần thưởng mình. Nếu công việc họ bị thiêu hủy, thì mất phần thưởng. Còn về phần người đó, sẽ được cứu dường như qua lửa vậy.*

"Nền ấy" nói đến Chúa Jêsus Christ, còn "công việc" là những gì được làm với sự cố gắng hết lòng. Ví bằng hễ ai tin Chúa Jêsus Christ, thì công việc của người sẽ được bày tỏ ra, "vì Ngày Đến sẽ trình ra trong lửa."

Khi Nào Thì Công Việc Sẽ Được Bày Tỏ Ra?

Trước hết, công việc của mỗi người sẽ được bày tỏ ra khi bổn phận người đã xong. Nếu bổn phận của anh ta được giao cho hàng năm, thì công việc của người sẽ được tỏ ra vào cuối mỗi năm.

Thứ hai, Đức Chúa Trời thử công việc của từng người khi cuộc thử lửa đến với họ. Khi đối diện với những thử thách khắc nghiệt và gian khó, một số người vẫn an nhiên, đức tin họ chẳng hễ dời đổi, trong khi đó, có một số người không thể chịu đựng.

Cuối cùng, Đức Chúa Trời tra xét công việc của mỗi người vào ngày phán xét là ngày sẽ đến sau sự hiện đến lần thứ hai của Chúa Jêsus Christ. Ngài sẽ cân đo sự thánh khiết và lòng trung tín của mỗi người đặng ấn định chỗ ở trên thiên đàng cùng phần thưởng một cách xứng đáng.

Công Việc Còn Lại Sau Cuộc Thử Lửa

Một lần nữa, 1 Cô-rinh-tô 3:12-13 nhắc nhở chúng ta rằng, *"Nếu có kẻ lấy vàng, bạc, bửu thạch, gỗ cỏ khô, rơm rạ mà xây trên nền ấy, thì công việc của mỗi người sẽ bày tỏ ra. Ngày đến sẽ tỏ tường công việc đó; nó sẽ trình ra trong lửa, và công việc của mỗi người đáng giá nào, lửa sẽ chỉ ra."*

Khi Đức Chúa Trời dùng lửa mà thử công việc của mỗi người, chất lượng của mỗi công việc đó sẽ lộ ra, chúng sẽ cho thấy là vàng, bạc, bửu thạch, gỗ, cỏ khô, hay rơm rạ. Qua cuộc thử thách của Chúa, những kẻ có đức tin vàng, bạc, bửu thạch, gỗ, cỏ khô sẽ được cứu rỗi, song những người có đức tin vô giá trị như rơm rác, thì không thể được cứu vì họ chẳng có gì hơn một tâm linh chết.

Vả lại, những ai có đức tin vàng, bạc hay đá quý, có thể vượt qua được những cuộc thử lửa, chỉ vì vàng, bạc hay bửu thạch là những thứ không bị lửa đốt cháy, song những người có đức tin gỗ hay cỏ khô thì không dễ vượt qua những cuộc thử lửa khắc nghiệt đó.

Những Đặc Tính Của Vàng, Bạc, Và Đá Quý

Vàng là một nguyên tố mềm dẻo, dễ uốn nắn, có màu vàng, được sử dụng đặc biệt vào kỹ nghệ đúc tiền, làm đồ trang sức, những vật phụ tùng và được dùng trong thủ công mỹ nghệ. Vàng từ lâu đã được xem là đồ trang sức quý giá. Vẻ đẹp rực rỡ của nó chẳng hề phai nhạt qua thời gian, vàng không có phản ứng hóa học với những chất khác.

Bởi vậy, vàng được xem là món đồ trang sức có giá trị nhất nhờ vào tính ổn định của nó, vàng được dùng vào rất nhiều mục đích khác nhau, tính mềm dẻo của nó cho phép làm ra mọi hình dạng.

Bạc được sử dụng rộng rãi trong kỹ nghệ đúc tiền, những vật phụ tùng và nhiều mục đích khác trong công nghiệp, vì nó là nguyên tố được xếp thứ hai sau vàng về tính mềm dẻo, dễ uốn nắn, và có tính dẫn nhiệt rất tốt. Bạc nhẹ hơn vàng, cũng không xinh đẹp và rực rỡ bằng.

Đá quý như kim cương, ngọc bích, ngọc lục bảo phát ra màu sắc và sự rực rỡ tuyệt vời, nhưng mục đích sử dụng không nhiều. Chúng cũng bị mất giá trị hoặc trở thành thứ bỏ đi nếu chúng bị vỡ hay trầy xước.

Thế nên, Đức Chúa Trời đo lượng đức tin của mỗi người tương ứng với đức tin vàng, bạc, đá quý, gỗ, cỏ khô hay rơm rạ tùy vào công việc còn lại sau cuộc thử lửa, và đức tin vàng là đức tin có giá trị nhất.

Đạt Tới Đức Tin Vàng

Một mặt, những ai có đức tin vàng là những người chẳng hề

bị rúng động, dù có lúc phải đối diện với những cuộc thử lửa; đức tin bạc là đức tin kém đức tin vàng, nhưng trội hơn so với các loại đá quý là những thứ không lấy gì chắc chắn khi gặp phải cuộc thử lửa. Mặt khác, những ai có đức tin gỗ hay cỏ khô là những người mà công việc của họ sẽ thành tro bụi qua cuộc thử lửa của Đức Chúa Trời, là những người chỉ được cứu mà chẳng có phần thưởng nào. Đức Chúa Trời ban thưởng cho mỗi người tùy vào công việc họ đã làm, vì Ngài là Đấng minh bạch và công chính. Dường ấy, Ngài tán thưởng những ai có đức tin vàng là đức tin không hề dời đổi như chính vàng là thứ mang đặc tính bền vững, đó là những người sẽ được phần thưởng trên thiên đàng cũng như trên đất nầy.

Sứ đồ Phao-lô, người đã tận hiến cuộc sống mình để làm sứ giả đến với dân ngoại, rao truyền phúc âm với một tấm lòng không dời đổi, đã chạy cuộc đua đức tin cho đến cuối cùng, mặc dù người đã phải đối diện với nhiều gian lao thử thách ngay từ lúc mới gặp Chúa.

Công Vụ 16:25 có chép rằng, *"Lối nửa đêm, Phao-lô và Si-la đương cầu nguyện, hát ngợi khen Đức Chúa Trời; và những tù phạm đều nghe."*

Vì cớ sự rao truyền phúc âm, Phao-lô và Si-la đã bị đánh đập tàn nhẫn và bị bỏ tù, hai chân phải chịu vào cùm, nhưng họ vẫn hát ngợi khen Đức Chúa Trời và cầu nguyện, không than phiền hay oán trách.

Ấy vậy, Phao-lô chẳng hề chối Chúa, cũng chẳng có một lời than oán cho đến cuối cùng. Người luôn vui mừng, cảm tạ với lòng đầy hy vọng về nước thiên đàng, và luôn trung tín với công việc của Chúa cho đến khi người từ bỏ cuộc sống mình.

Nếu có đức tin vàng như sứ đồ Phao-lô, chúng ta cũng sẽ được ở một nơi đầy vinh quang, tỏa sáng như mặt trời nơi thiên quốc, và nhận lãnh được tình yêu lớn lao của Đức Chúa Trời vì công việc của chúng ta không bị lửa thiêu đốt.

Đức Tin Gỗ Và Đức Tin Cỏ Khô

Những người có đức tin bạc hoàn thành bổn phận của mình cách xứng đáng, mặc dù đức tin họ thua kém đức tin vàng. Vậy, còn đức tin hạng đá quý thì sao?

Những ai có đức tin hạng đá quý, sau khi được chữa lành bệnh tật hoặc được đầy dẫy Thánh Linh, thường xưng rằng "Tôi sẽ trung tín với Chúa! Tôi sẽ hết lòng rao truyền phúc âm." Khi lời cầu nguyện của họ được nhậm, bèn tuyên bố rằng, "Kể từ nay, tôi sẽ chỉ sống cho Chúa mà thôi." Bề ngoài, họ dường như đạt đến đức tin vàng, nhưng khi gặp thử thách, họ có thể vấp ngã hoặc đi chệch hướng vì cớ chưa đạt tới đức tin vàng. Khi đầy dẫy Thánh Linh, họ dường như có đức tin lớn, nhưng rồi xoay bỏ khỏi con đường đức tin để cuối cùng, lòng họ bị tan nát như thể chẳng hề có đức tin.

Nói cách khác, đức tin hạng đá quý chỉ xinh đẹp trong một lúc. Công việc của những người có đức tin hạng đá quý vẫn còn lại qua cuộc thử lửa, cũng giống như hình hài của những món đồ trang sức hoặc những thứ đá quý còn lại sau hỏa hoạn.

Công việc của đức tin gỗ hay cỏ khô, tuy nhiên, sau cuộc thử lửa thảy đều bị thiêu cháy. Một lần nữa, 1 Cô-rinh-tô 3:14-15 cho chúng ta biết rằng, *"Ví bằng công việc của ai xây trên nền còn lại, thì thợ đó sẽ lãnh phần thưởng mình. Nếu công việc họ bị thiêu hủy, thì mất phần thưởng. Còn về phần người đó, sẽ được cứu dường như qua lửa vậy."*

Quả thật, những ai có đức tin như vàng, bạc hay đá quý, thì vừa được cứu và được phần thưởng trên thiên đàng, vì công việc đức tin của họ vẫn còn sau cuộc thử lửa, là sự thử thách đến từ Đức Chúa Trời. Thế nhưng công việc của những ai có đức tin hạng gỗ hay cỏ khô đều bị thiêu cháy thành tro bụi, còn những người đó chỉ được cứu rỗi mà chẳng có phần thưởng nào nơi thiên đàng.

Đức Chúa Trời vui lòng thừa nhận đức tin của chúng ta và ban thưởng cách dư dật khi chúng ta tìm kiếm Ngài hết lòng. Hê-bơ-rơ 11:6 nói rằng, *"Vả, không có đức tin, thì chẳng hề có thể nào ở cho đẹp ý Ngài; vì kẻ đến gần Đức Chúa Trời phải tin rằng có Đức Chúa Trời, và Ngài là Đấng hay thưởng cho kẻ tìm kiếm Ngài."*

Ngài đoán định đức tin của mỗi người qua cuộc thử lửa. Đức Chúa Trời ban thưởng trên đất nầy cũng như trên thiên đàng cho những ai có đức tin không dời đổi giống như đặc tính của vàng.

Thế thì, chúng ta phải hiểu rằng Chúa nhậm lời cầu xin và ban phước bằng nhiều cách khác nhau, cũng như có nhiều nơi ở và vương miện khác nhau trên thiên đàng, tùy vào lượng đức tin của mỗi người.

Trong danh Cứu Chúa Jêsus Christ, tôi dâng lời cầu nguyện hầu cho hết thảy chúng ta đều cố gắng để đạt đến đức tin vàng để ở cho đẹp ý Ngài, nhờ đó chúng ta có thể vui hưởng ơn huệ của Ngài trong trọn cả những ngày đời trên đất và có nơi ở đầy vinh quang tỏa sáng như mặt trời nơi thiên quốc!

Chương 4

Đức Tin Để Được Cứu Rỗi

Phi-e-rơ trả lời rằng: Hãy hối cải, ai nấy phải nhân danh Đức Chúa Jêsus chịu phép báp têm, để được tha tội mình, rồi sẽ được lãnh sự ban cho Đức Thánh Linh. Vì lời hứa thuộc về các ngươi, con cái các ngươi, và thuộc về hết thảy mọi người ở xa, tức là bao nhiêu người mà Chúa là Đức Chúa Trời chúng ta sẽ gọi. (Công Vụ 2:38-39)

Trong chương trước, chúng ta đã quan sát và thấy rằng, đức tin được Đức Chúa Trời thừa nhận là đức tin có việc làm, mỗi người có lượng đức tin thiêng liêng khác nhau, và đức tin đó trưởng thành tùy vào sự vâng vâng phục lời Chúa của mỗi người.

Lượng đức tin có thể phân ra năm mức độ - đức tin: vàng, bạc, đá quý, gỗ và cỏ khô. Giống như chúng đi lên các bậc cầu thang, đức tin chúng ta trưởng thành dần dần từng bước, từ cỏ khô cho tới vàng, khi chúng ta lắng nghe và làm theo Lời Chúa.

Vì chúng ta được vào nước thiên đàng chỉ bởi đức tin, để nắm chặt lấy vương quốc thiên đàng, chúng ta phải từng bước tăng trưởng đức tin mình. Và lại, chừng nào chúng ta đạt tới đức tin vàng, chúng ta sẽ phục hồi lại ảnh tượng đã mất của Đức Chúa Trời, được Ngài yêu mến và thừa nhận, cuối cùng được vào Giêrusalem Mới là nơi có ngai Đức Chúa Trời ngự tọa. Hơn nữa, nếu đạt tới đức tin vàng, chúng ta sẽ làm đẹp lòng Đức Chúa Trời, Ngài sẽ đồng hành cùng chúng ta, ban cho chúng ta điều lòng mình ao ước, ban phước để chúng ta thực hiện những dấu kỳ, phép lạ.

Vậy nên, tôi hy vọng rằng hết thảy chúng ta đều biết được lượng đức tin của mình và cố gắng đạt tới đức tin trọn vẹn hơn.

1. Cấp Độ Đầu Tiên Của Đức Tin

Trước khi tin nhận Chúa Jêsus Christ, chúng ta phải chịu phục ma quỉ, và vì cớ sống trong tội lỗi nên phải sa vào hỏa ngục. Về điều nầy, 1 Giăng 3:8 có chép rằng, *"Kẻ nào phạm tội là thuộc về ma quỉ, vì ma quỉ phạm tội từ lúc ban đầu. Vả, Con Đức Chúa Trời đã hiện ra để hủy phá công việc của ma quỉ."*

Dẫu có vẻ như tốt lành và vô tội, song khi ánh sáng chân lý hoàn hảo của Đức Chúa Trời chiếu rọi trên chúng ta chúng ta, chúng ta chỉ thấy mình sống trong tối tăm, vì sự độc dữ che dấu trong lòng sẽ lộ ra.

Có một thời tôi từng nghĩ rằng mình là người tốt đẹp và cao thượng tới mức sống không cần luật pháp. Nhưng khi tin nhận Chúa, soi mình trong gương lẽ thật Lời Ngài, tôi nhận biết rằng trước nay mình chỉ là người xấu xa. Những suy nghĩ, lời nói, việc làm hay những gì mình đã nghe thấy đều nghịch với lời Chúa.

Đức Chúa Trời khen ngợi Gióp mà rằng: *"Nơi thế gian chẳng có người nào giống như nó, vốn trọn vẹn và ngay thẳng, kính sợ Đức Chúa Trời, và lánh khỏi điều ác!"* (Gióp 1:8). Song, cũng con người tên Gióp ấy, người đã từng được khen là không chỗ chê trách và ngay thẳng, đã thốt lên những lời than oán, rên siết khi phải trải qua thống khổ bởi những thử thách khắc nghiệt.

Người thừa nhận rằng, *"Cho đến ngày nay sự than siết tôi hãy còn cay đắng; Tay đè lên tôi nặng hơn sự rên siết tôi"* (23:2), và *"Đức Chúa Trời đã đoạt lấy lý tôi, Đấng Toàn Năng khiến linh hồn tôi bị cay đắng"* (27:2).

Trong cơn thử thách đe dọa đến mạng sống, sự xấu xa, gian ác của Gióp đã lộ ra, mặc dù ông đã từng được khen là "người không chỗ chê trách và ngay thẳng." Vậy, trước mặt Đức Chúa Trời ai có thể nói mình vô tội, ai có thể nói rằng chính mình là sự sáng, và trong mình chẳng hề có sự tối tăm?

Trước mặt Chúa, tất cả những tàn dư tội lỗi trong lòng mọi người như thù hận, ganh ghét cùng các việc làm tội lỗi như đánh đập, cãi lẫy, hay trộm cắp, hết thảy đều là tội lỗi. Về sự nầy, Đức Chúa Trời phán cách rõ ràng với chúng ta qua 1 Giăng 1:8 rằng, *"Ví bằng chúng ta nói mình không có tội chi hết, ấy là chính chúng ta lừa dối mình, và lẽ thật không ở trong chúng ta."*

Tin Nhận Chúa Jêsus Christ

Đức Chúa Trời của tình yêu thương đã sai Con một của Ngài là Chúa Jêsus đến thế gian để cứu chuộc chúng ta ra khỏi tội lỗi. Chúa Jêsus đã vì chúng ta mà chịu đóng đinh và đổ huyết báu Ngài, là huyết không tì vết. Ngài chịu phạt vì cớ tội lỗi chúng ta. Dẫu vậy, đến ngày thứ ba, sau khi bẻ gãy quyền của sự chết, Ngài đã sống lại, bốn mươi ngày sau đó, Chúa Jêsus thăng thiên về trời, trước mặt các môn đệ, Ngài hứa sẽ trở lại để đưa chúng ta về thiên đàng (Công Vụ 1).

Vả, chúng ta sẽ nhận lãnh sự ban cho Thánh Linh và được ấn chứng là con cái của Đức Chúa Trời khi chúng ta tin vào con đường cứu rỗi, và tự đáy lòng tin nhận Chúa Jêsus Christ làm Cứu Chúa mình. Kế theo, chúng ta cũng nhận được quyền làm con cái của Đức Chúa Trời theo như hứa ngôn trong Giăng 1:12: *"Nhưng hễ ai tin nhận Ngài, thì Ngài ban cho quyền phép trở nên con cái Đức Chúa Trời, là ban cho những kẻ tin danh Ngài."*

Quyền Phép Trở Nên Con Cái Của Đức Chúa Trời

Giả như khi một đứa trẻ được sinh ra đời, bố mẹ nó phải báo lên tòa thị chính hay thành phố để đăng ký tên (khai sinh) cho con họ. Cùng thể ấy, nếu chúng ta được tái sanh khi trở thành con cái của Đức Chúa Trời, tên của chúng ta cũng được ghi vào sách sự sống trên thiên đàng và được trao quyền công dân thiên quốc.

Ấy vậy, khi ở mức độ đầu tiên của đức tin, nhờ việc tin nhận Chúa Jêsus Christ và được tha tội mà chúng ta trở nên con cái của Đức Chúa Trời (1 Giăng 2:12), và được gọi Đức Chúa Trời là "Cha" (Ga-la-ti 4:6). Đồng thời, chúng ta cũng vui mừng với sự việc được nhận lãnh Đức Thánh Linh, mặc dù chưa có lẽ thật của Lời Chúa. Song, qua việc nhìn xem muôn vật, chúng ta có thể cảm nhận được sự hiện diện của Đức Chúa Trời.

Dường ấy, mức độ đầu tiên của đức tin gọi là "đức tin để được cứu rỗi" hay "đức tin để nhận lãnh Thánh Linh," đức tin nầy tương đương với đức tin con trẻ/ chập chững hay cỏ khô như đã nói trước.

2. Anh Em Đã Nhận Lãnh Đức Thánh Linh Chăng?

Trong Công Vụ 19: 1-2, Phao-lô, một sứ đồ của dân ngoại, người đã tận hiến cuộc đời mình cho sứ mạng truyền bá phúc âm, đã gặp một số môn đồ tại Ê-phê-sô và hỏi rằng, "Từ khi anh em tin, có lãnh được Thánh Linh chăng?" Trả lời rằng: "Chúng tôi cũng chưa nghe có Đức Thánh Linh nào." Họ đã chịu phép

báp têm bằng nước đặng ăn năn là phép báp têm mà Giăng Báp-
tít đã truyền lại, nhưng họ chưa được báp têm bằng Thánh Linh
là một sự ban cho của Đức Chúa Trời.

Như hứa ngôn Ngài trong trong Giô-ên 2:28 và Công Vụ
2:17 rằng vào những ngày sau cuối, Ngài sẽ đổ thần Ngài lên mọi
người, và hứa ngôn đó đã ứng nghiệm, những ai đã nhận lãnh
được Thần của Đức Chúa Trời, tức là Đức Thánh Linh, đã thiết
lập nên hội thánh. Tuy vậy, giống như những môn đồ tại Ê-phê-
sô, có rất nhiều người nói rằng tin Chúa nhưng chẳng biết Đức
Thánh Linh là ai và cũng chẳng biết phép báp têm của Ngài là gì.

Ví bằng chúng ta nhận lãnh quyền làm con cái của Đức Chúa
Trời nhờ việc tin nhận Chúa Jêsus Christ, Ngài ban Đức Thánh
Linh cho chúng ta như một ân tứ để đảm bảo quyền đó. Thế thì,
nếu chúng ta không biết Đức Thánh Linh, chúng ta không thể
được gọi hoặc được xem là con cái của Đức Chúa Trời. 2
Cô-rinh-tô 1:21-22 có chép rằng, *Vả, Đấng làm cho bền vững
chúng tôi với anh em trong Đấng Christ, và đã xức dầu cho
chúng tôi, ấy là Đức Chúa Trời; Ngài cũng lấy ấn mình mà
đóng cho chúng tôi và ban Đức Thánh Linh trong lòng chúng
tôi để làm bảo chứng.*

Nhận Lãnh Đức Thánh Linh

Công Vụ 2:38-39 giải bày tường tận về cách chúng ta có thể
nhận lãnh Đức Thánh Linh như thế nào: *Hãy hối cải, ai nấy
phải nhân danh Đức Chúa Jêsus chịu phép báp têm, để được
tha tội mình, rồi sẽ được lãnh sự ban cho Đức Thánh Linh. Vì
lời hứa thuộc về các ngươi, con cái các ngươi, và thuộc về hết
thảy mọi người ở xa, tức là bao nhiêu người mà Chúa là Đức*

Chúa Trời chúng ta sẽ gọi."

Ví bằng hễ ai xưng nhận tội lỗi, hạ mình ăn năn, và tin nhận Chúa Jêsus làm Cứu Chúa của mình thì người đó sẽ được tha tội và nhận lãnh ân tứ Thánh Linh.

Chẳng hạn, trong Công Vụ 10, có một kẻ ngoại giáo tên là Cọt-nây tại Sê-sa-rê. Một ngày nọ, sứ đồ Phi-e-rơ đến nhà và rao giảng phúc âm của Chúa Jêsus Christ cho người cùng cả nhà. Đương lúc Phi-e-rơ đang giảng, Đức Thánh Linh giáng xuống trên họ khiến họ bắt đầu nói tiếng lạ.

Những ai nhận lãnh Đức Thánh Linh qua việc tin nhận Chúa Jêsus Christ làm Cứu Chúa mình, là những người đang ở mức độ đầu tiên của đức tin. Song chỉ vừa được cứu vì họ chưa quăng xa tội lỗi bởi sự tranh chiến với chúng, hoàn thành bổn phận Chúa giao, hay dâng vinh hiển lên Cha Thiên Thượng.

Kẻ tội phạm bị treo trên thập tự bên cạnh Chúa Jêsus, tin nhận Ngài làm Cứu Chúa mình, lượng đức tin của người ấy là mức đầu tiên.

3. Đức Tin Của Kẻ Tội Phạm Biết Ăn Năn

Lu-ca 23 cho chúng ta biết rằng hai tên tội phạm bị treo trên thập tự cạnh Chúa Jêsus, trong khi tên nầy phỉ báng Ngài, tên kia quở trách nó và tin nhận Chúa Jêsus làm cứu Chúa bởi việc ăn năn tội lỗi mình. Người kêu lên rằng, *"Hỡi Jêsus, khi Ngài đến trong nước mình rồi, xin nhớ lấy tôi,"* Đức Chúa Jêsus đáp rằng, *"Quả thật, ta nói cùng ngươi, hôm nay ngươi sẽ được ở với ta trong nơi Ba-ra-đi"* (câu 42-43).

"Ba-ra-đi" mà Đức Chúa Jêsus đã hứa cùng kẻ tội phạm, đó là

một nơi ngoại ô của thiên đàng. Đây là nơi ở đời đời của những người có cấp độ đức tin đầu tiên. Những linh hồn được cứu trong nơi Ba-ra-đi chẳng được một sự ban thưởng nào. Kẻ tội phạm được cứu vì đã xưng nhận tội lỗi mình theo lương tâm nhơn lành và đã được tha tội nhờ việc tin nhận Chúa Jêsus Christ làm Cứu Chúa.

Dầu vậy, trọn cả đời trên đất, người chẳng làm gì cho Chúa. Bởi đó, người chỉ nhận hứa ngôn được vào Ba-ra-đi, nơi chẳng có phần thưởng nào. Ví như người ta chẳng gieo đức tin mình là thứ nhỏ như hột cải ra, thì cho dù sau khi lãnh được Đức Thánh Linh nhờ việc tin nhận Chúa Jêsus Christ, họ cũng chỉ được cứu và sống đời đời nơi Ba-ra-đi, là nơi chẳng có một phần thưởng nào.

Thế nhưng, chúng ta không nên nghĩ rằng chỉ có những người mới tin hay những ai mới bước đi chập chững trong đức tin là những người ở mức độ đức tin thứ nhất. Ví dầu chúng ta là một cơ đốc nhân lâu năm, phục vụ trong chức vụ trưởng lão hay chấp sự, nhưng nếu công việc của chúng ta sau khi qua cuộc thử lửa chỉ còn lại tro bụi, thì chúng ta chỉ được cứu dường như qua lửa, một sự cứu rỗi tối thiểu.

Thế thì, sau khi lãnh được Đức Thánh Linh, chúng ta phải cầu nguyện và cố gắng sống theo Lời Chúa, bèn không phải vậy, mà tiếp tục phạm tội thì tên chúng ta sẽ bị xóa khỏi sách sự sống và sẽ không được vào nước thiên đàng.

4. Chớ Dập Tắt Lửa Thánh Linh

Có một số người đã từng một thời trung tín nhưng rồi vì cớ

nẩy cớ nọ, dần dần trở nên thờ ơ, hâm hẩm trong đức tin mình, để rồi chỉ vừa đủ được cứu.

Có một trưởng lão ở hội thánh tôi phục vụ Chúa cách trung tín trên nhiều mặt trận, nên nhìn bề ngoài dường như anh ta có đức tin lớn. Ấy vậy, một ngày nọ thình lình anh ta ngã bệnh nặng, đến nỗi không nói được, anh ta phải đến nhờ tôi cầu nguyện.

Thay vì cầu nguyện chữa lành, tôi cầu nguyện cho anh ta được cứu rỗi. Lúc ấy tâm thần anh ta rất khổ sở với cuộc chiến giữa các thiên sứ và các ác linh, là thế lực cố đưa anh về thiên đàng và thế lực cố kéo anh ta xuống hỏa ngục. Ví bằng anh ta có đủ đức tin để được cứu, ngay từ đầu, các ác linh đã không dám đến để chiếm đoạt anh ta. Tôi liền cầu nguyện trục xuất ác linh, rồi cầu xin Chúa hãy tiếp nhận người nẩy. Ngay sau lời cầu nguyện, anh cảm thấy dễ chịu và bật khóc. Anh ta ăn năn và được cứu.

Vả lại, cho dù chúng ta đã lãnh được Thánh Linh và được tiến cử vào địa vị chấp sự hay trưởng lão, nhưng điều nẩy cũng chỉ là sự hổ thẹn trước mặt Chúa nếu chúng ta sống trong tội lỗi, nếu chúng ta không xoay bỏ con đường hâm hẩm trong đời sống thuộc linh nẩy, Thánh Linh ngự trong ta sẽ dần dần ra khỏi, và rồi chúng ta sẽ không được cứu.

Ta biết công việc của ngươi, ngươi không lạnh cũng không nóng. Ước gì ngươi lạnh hoặc nóng thì hay! Vậy, vì ngươi hâm hẩm, không nóng cũng không lạnh, nên ta sẽ nhả ngươi ra khỏi miệng ta. (Khải Huyền 3:15-16).

Bởi vậy, chúng ta phải nhận biết rằng được vào Ba-ra-đi

chẳng phải sự đáng lấy làm vinh dự. Hãy mạnh mẽ và hăng hái trong việc trưởng dưỡng đức tin của mình.

Trước đây có một người có lần đã được khỏe mạnh, và vợ ông cũng đã sống lại từ ngưỡng cửa thần chết qua sự cầu nguyện của tôi. Nhờ việc nghe Lời sự sống, gia đình ông đã trở thành một gia đình hạnh phúc từ một gia đình đầy những nan đề. Từ đó, ông đã trưởng thành và trở nên một nhân sự của Chúa, ông luôn cố gắng hết mình và trung tín trong mọi sự.

Dầu vậy, cũng chính con người đó, khi hội thánh đối diện với thử thách, ông chẳng hề bênh vực hay che chở nó, song ông lại phó tư tưởng mình cho satan. Những lời từ miệng ông đã trở nên bức tường tội lỗi lớn phân cách ông với Chúa. Dần dần, ông không còn được ở trong sự quan phòng của Chúa nữa và đã bị mắc một căn bệnh hiểm nghèo.

Là một người hầu việc Đức Chúa Trời, lẽ ra ông ta chẳng hề để tai để mắt vào bất cứ sự gì nghịch với lẽ thật và ý Chúa, nhưng trái lại, ông đã nghiêng tai về phía những sự ấy rồi lan truyền ra. Đức Chúa Trời đã nghoảnh mặt khỏi người ấy vì cớ chính người đã quay lưng với ơn huệ lớn lao của Ngài là Đấng đã chữa lành căn bệnh hiểm nghèo của người. Những phần thưởng của ông đã bị đổ nát và người không còn đủ sức để cầu nguyện nữa. Đức tin người đã bị thoái hóa và cuối cùng dẫn đến chỗ không chắc sẽ được cứu rỗi.

May thay, vì Đức Chúa Trời nhớ lại những việc người đã làm cho hội thánh, Ngài đã ban cho người một cơ hội để ăn năn về những gì người đã làm, hầu cho có thể nhận được sự cứu rỗi dường như qua lửa, là sự cứu rỗi chẳng có phần thưởng nào, chẳng có sự vinh dự.

Thế thì, chúng ta phải nhận biết rằng đối với Đức Chúa Trời, thái độ về sự sâu nhiệm của tấm lòng chúng ta đối với Ngài cũng như sự vâng theo ý muốn của Ngài là quan trọng hơn tuổi của đức tin. Nếu chúng ta thường xuyên tham dự các lễ ở hội thánh nhưng bức tường tội lỗi do chính mình gây ra bởi việc bất tuân Lời Chúa khiến che khuất chúng ta khỏi mặt Chúa, Đức Thánh Linh sẽ lìa khỏi chúng ta, đức tin nhỏ như hạt cải cũng chẳng còn (1 Ti-mô-thê 5:19), để rồi sự cứu rỗi cũng vượt khỏi tầm tay.

Trong Hê-bơ-rơ 10:38, Đức Chúa Trời có phán rằng, *"Người công bình của ta sẽ cậy đức tin mà sống, nhưng nếu lui đi thì linh hồn ta chẳng lấy làm đẹp chút nào."* Thật khốn khổ biết dường nào nếu chúng ta được trưởng thành trong đức tin hàng nhiều năm rồi chỉ để thấy mình trở lại với thế gian! Chúng ta phải luôn tỉnh táo, chớ sa vào chước cám dỗ hay thoái hóa đức tin.

5. A-đam Có Được Cứu Chăng?

Nhiều người bâng khuâng rằng chẳng biết sự gì xảy đến với ông bà A-đam và Ê-va sau khi người ăn trái biết điều thiện và điều ác. Khi người bị rủa sả và đuổi ra khỏi Vườn Ê-đen vì tội bất tuân, có thể nào người được cứu chăng?

Chúng ta hãy nhìn kỹ vào tiến trình mà con người đầu tiên là A-đam đã bất tuân mạng lệnh Chúa. Sau khi Đức Chúa Trời dựng nên trời đất, Ngài dùng bụi đất tạo nên con người theo ảnh tượng Ngài. Khi Ngài hà sanh khí vào, con người bèn trở nên loài có sanh linh. Sau đó, Ngài lập nên một cảnh vườn tại Ê-đen, ở về hướng đông riêng ra khỏi trái đất và đặt người ở đó.

Ở vườn Ê-đen, mọi thứ đều xinh đẹp và dư dật hơn bất kỳ

nơi nào trên trái đất, A-đam chẳng thiếu thứ gì và vui hưởng phước hạnh sự sống đời đời, người nắm quyền quản trị trên muôn loài. Vả lại, Đức Chúa Trời còn ban cho A-đam một người giúp đỡ rồi ban phước cho họ sinh sản thêm nhiều và làm đầy dẫy đất. Dường ấy, Đức Chúa Trời đã ban phước cho con người đầu tiên là A-đam được sống trong môi trường tốt nhất, ở đó chẳng có sự thiếu thốn gì.

Nhưng, Đức Chúa Trời cấm một điều. Ngài phán, *"Nhưng về cây biết điều thiện và điều ác thì chớ hề ăn đến; vì một mai ngươi ăn chắc sẽ chết* (Sáng Thế 2:17). Điều nầy chứng tỏ quyền tối cao của Đức Chúa Trời và cho biết rằng Ngài đã thiết lập trật tự giữa Ngài với loài người.

Qua một thời gian khá lâu, A-đam và Ê-va xao lãng mạng lệnh Đức Chúa Trời nên đã bị con rắn cám dỗ rồi ăn trái cây đó. Họ đã phạm tội, vì cớ đó thần linh trong họ bị chết mất, cuối cùng họ trở nên con người xát thịt và tội lỗi.

Họ đã bị đuổi khỏi vườn Ê-đen đến cư ngụ trên đất nầy là nơi đầy sự khốn khổ, bệnh tật, nước mắt, buồn rầu, đau đớn, và chết chóc khi sanh khí trong họ không còn, như Đức Chúa Trời đã phán, "Ngươi chắc sẽ chết."

A-đam và Ê-va có được cứu rỗi và được vào thiên quốc chăng? Họ đã bất tuân mạng lệnh Đức Chúa Trời và phạm tội phản nghịch Ngài. Do vậy, có một số người lý luận rằng, "Họ không được cứu vì họ đã phạm tội và khiến cho muôn vật bị rủa sả và hết thảy hậu tự họ phải sống trong khốn khổ." Song Đức Chúa Trời của tình yêu thương cũng đã mở đường cứu rỗi cho họ nữa. Tấm lòng họ vẫn còn trong sáng và hiền lành hơn với Chúa ngay cả sau khi họ đã phạm tội, hoàn toàn trái ngược với con người ngày nay là những con người mà tấm lòng đã bị vấy bẩn với đủ thứ tội lỗi và sự dữ trong thế gian độc ác xấu xa nầy.

Hậu quả của tội lỗi đã khiến cho A-đam phải khổ nhọc đổ mồ hôi trán, khác xa với lúc người còn sống trong vườn Ê-đen, còn Ê-va thì phải đau đớn bội phần trong kỳ thai nghén so với khi bà còn ở trong vườn Ê-đen. Cả hai cũng chứng kiến cảnh giết nhau của hai con trai mình.

Qua những khốn khổ đó cùng những gì đã trải qua, A-đam và Ê-va bắt đầu nhận ra phước hạnh và sự dư dật mà mình vui hưởng khi người còn ở trong vườn Ê-đen là quý báu biết dường nào. Họ nhớ đến thời còn được sống trong tình yêu thương và sự che chở của Đức Chúa Trời. Người ghi nhận trong lòng rằng mọi thứ mà mình vui hưởng trong vườn Ê-đen đều là sự ban cho từ tấm lòng yêu thương của Đức Chúa Trời. Họ vô cùng ăn năn thống hối về tội bất tuân mạng lệnh Chúa mà mình đã gây ra.

Làm thế nào mà Đức Chúa Trời của tình yêu thương, là Đấng đã sẵn lòng tha thứ ngay cả một kẻ giết người khi thật lòng ăn, lại không thể chấp nhận sự ăn năn của họ? Thật vậy, họ được chính tay Chúa tạo dựng nên và được nuôi dưỡng bằng ơn huệ và sự chăm nom của Đức Chúa Trời trong một thời gian khá lâu. Làm sao Ngài có thể ném họ vào hỏa ngục được?

Chúa đã chấp nhận sự ăn năn của A-đam và Ê-va, Ngài dẫn dắt họ đến con đường cứu rỗi trong tình yêu thương của Ngài. Ắt hẳn là họ chỉ đủ được cứu để vào Pa-ra-đi. Ấy là vì họ đã xoay bỏ tình yêu của Đức Chúa Trời mặc dù Ngài hết lòng yêu thương họ. Sự bất tuân của người không phải là chuyện bình thường vì nó đã làm đau lòng Đức Chúa Trời rất nhiều và đã mang lại sự chết và đau đớn đến cho nhiều thế hệ tiếp theo người.

Thiết tưởng có một em bé chẳng lớn lên được tí nào mặc dù đã được sinh ra khá lâu. Ví bằng em chóng lớn thì bố mẹ rất vui lòng. Song, nếu em ăn uống rất khỏe mà chẳng lớn lên được phân nào, thì sự nóng lòng và lo lắng của bố mẹ lại cứ tăng lên từng ngày.

Điều tương tự, một khi chúng ta lãnh được Đức Thánh Linh, có được đức tin như hạt cải, chúng ta phải cố gắng nuôi dưỡng đức tin mình bằng việc học biết và làm theo Lời Chúa. Chỉ khi đó chúng ta sẽ có thể nhận lãnh được bất kỳ sự gì khi chúng ta nhân danh Chúa mà cầu xin, dâng vinh hiển lên Chúa, vững tiến về thiên quốc.

Nguyện mỗi chúng ta sẽ không an phận với sự cứu rỗi và việc được nhận lãnh Đức Thánh Linh của mình, bèn là cố gắng dấy lên tầm cao hơn của lượng đức tin để luôn được vui mừng với ơn phước và đặc quyền được làm con cái yêu dấu của Đức Chúa Trời. Trong danh Cứu Chúa chúng ta, tôi dâng lời cầu nguyện!

Chương 5

~

Đức Tin Cố Gắng Sống Theo Lời Chúa

TÁM THƯỚC ĐỨC TIN

Vậy tôi thấy có một luật nầy trong tôi: Khi tôi
muốn làm điều lành, thì điều dữ dính dấp theo
tôi. Vì theo người bề trong, tôi vẫn lấy luật pháp
Đức Chúa Trời làm đẹp lòng; nhưng tôi cảm biết
trong chi thể mình có một luật khác giao chiến với
luật trong trí mình, bắt mình phải làm phu tù cho
luật của tội lỗi, tức là luật ở trong chi thể tôi vậy.
Khốn nạn cho tôi! Ai sẽ cứu tôi thoát khỏi thân thể
hay hư nát nầy? Cảm tạ Đức Chúa Trời, nhờ Đức
Chúa Jêsus Christ, là Chúa chúng ta! Như vậy,
thì chính mình tôi lấy trí khôn phục luật pháp Đức
Chúa Trời, nhưng lấy xác thịt phục luật pháp của
tội lỗi.

(Rô-ma 7:21-25)

Khi đời sống mình ở trong Đấng Christ và lãnh được Đức Thánh Linh, chúng ta sẽ trở nên nóng cháy và sốt sắng trong đức tin, tràn ngập niềm vui cứu rỗi. Khi chúng ta nhận biết Đức Chúa Trời và thiên đàng. Đức Thánh Linh sẽ vừa giúp chúng ta hiểu được lẽ thật và làm theo. Nếu chúng ta chẳng làm theo Lời Chúa, chúng ta sẽ cảm thấy mình là kẻ khốn nạn vì sự rên rỉ của Đức Thánh Linh trong chúng ta khiến nhận biết tội lỗi là thể nào.

Ấy vậy, cho dù chúng ta có được đức tin ở mức đầu tiên là đức tin mà nhờ đó chúng ta được cứu, chúng ta phải cố gắng sống theo Lời Chúa hầu cho đức tin mình được trưởng thành. Chúng ta hãy xem xét tường tận về đời sống đức tin của mình để biết được chúng ta đang ở tình trạng nào.

1. Mức Độ Thứ Hai Của Đức Tin

Khi chúng ta được cứu nhờ việc tin nhận Chúa Jêsus Christ và ở mức độ đầu của đức tin, chúng ta có thể phạm tội mà chẳng hề hay biết vì sự hiểu biết Lời Chúa quá ít của mình. Cũng như một đứa trẻ chẳng hề xấu hổ ngay cả khi trần truồng.

Nhưng, nếu chúng ta lắng nghe lời Chúa và tâm linh mình cảm nhận được sự sống trong Lời Ngài, chúng ta thiết tha trong việc lắng nghe và cầu nguyện cùng Đức Chúa Trời. Như chúng ta nhìn thấy điều nầy qua các nhân sự trung tín của hội thánh, chúng ta cũng khao khát có một đời sống trung thành trong Đấng Christ.

Vậy nên dần dần, chúng ta xoay bỏ cách sống của thế gian, tham gia vào hội thánh, và cố gắng lắng nghe Lời Chúa. Trước đây, chúng ta đã có lần hòa nhập chung vui cùng bạn bè thế gian, nhưng bây giờ chúng ta muốn đi theo và kết giao với những sự giảng dạy thiêng liêng vì lòng chúng ta luôn tìm kiếm những điều thuộc về Chúa.

Ở mức độ thứ hai của đức tin, chúng ta học biết cách sống để trở thành một Cơ Đốc Nhân tốt xứng đáng được làm con cái của Đức Chúa Trời qua sứ điệp của nhà truyền đạo cùng những lời làm chứng của anh chị em trong Đấng Christ.

Theo lẽ tự nhiên, chúng ta học cách sống của một cơ đốc nhân, giữ trọn Ngày Chúa đặng làm nên ngày thánh, mang hết phần mười vào nhà Ngài. Chúng ta luôn đầy lòng tạ ơn, vui mừng và cầu nguyện không thôi. Chúng ta yêu người lân cận như chính bản thân mình, và yêu luôn cả kẻ thù nghịch. Không những được khuyên dạy rằng phải quăng xa mọi điều xấu xa độc ác như thù ghét, ganh tị, đoán xét, và phỉ báng, mà chúng ta còn phải có cùng tâm tình với Chúa. Lúc bấy giờ, chúng ta quyết định sống theo Lời Ngài.

2. Tình Trạng Khó Khăn Nhất Trong Đời Sống Đức Tin

Dường ấy, chúng ta vâng theo Lời Chúa bằng mọi nỗ lực vì lẽ

thật ở trong chúng ta. Dầu vậy, lúc bấy giờ chúng ta cảm thấy gánh nặng vì cớ luôn sống theo Lời Chúa là điều không dễ. Việc làm chúng ta dường như trái với ý muốn.

Nhiều khi chúng ta không thể làm theo Lời Chúa vì cớ sức mạnh thuộc linh trong chúng ta chưa đủ để bước theo Lời Ngài, một số người có thể than thở mà rằng, "Ước chi tôi chẳng biết gì về hội thánh thì hơn."

Chúng ta hãy xem điều nầy qua một ví dụ, mỗi Chúa Nhật chúng ta đều muốn giữ Ngày Chúa đặng làm nên ngày thánh, nhưng đôi khi chẳng làm được vì cớ các cuộc sinh hoạt tập thể hoặc những cuộc hẹn hò. Đôi khi chúng ta tham gia buổi thờ phượng vào sáng Chúa Nhật nhưng lại bỏ lỡ lễ thờ phượng vào buổi tối. Có khi vì chuyện thăm viếng bạn bè hoặc dự đám cưới của người họ hàng mà không thể tham dự lễ thờ phượng vào Chúa Nhật.

Chúng ta cũng biết rằng mình phải dâng lên Chúa đủ phần mười, nhưng đôi khi không thực hiện được mạng lệnh nầy. Có lúc thấy lòng mình đầy dẫy sự căm giận người khác cho dù chúng ta cố gắng dẹp bỏ chúng. Dục vọng nổi lên khi thấy một người khác phái có sức quyến rũ vì cớ những cặn bã của tội lỗi và sự xấu xa vẫn còn trong chúng ta (Ma-thi-ơ 5:28).

Vả lại, nếu ở mức độ thứ hai của đức tin, chúng ta sẽ cố gắng hết mình làm theo Lời Chúa, cho dù chúng ta chưa được ban cho đủ sức để hoàn toàn vâng phục Lời Ngài. Tuy nhiên, chúng ta dùng mọi nỗ lực để quăng xa tội lỗi mình, như đoán xét người khác, ganh ghét, đố kỵ, ngoại tình, cùng những điều tương tự, ấy là những thứ nghịch lại Lời Chúa.

Chẳng Thể Luôn Vâng Phục Lời Ngài

Trong Rô-ma 7:21-23, sứ đồ Phao-lô có bàn một cách cụ thể về lý do mà mức độ đức tin thứ hai là giai đoạn khó khăn nhất của đời sống đức tin:

Vậy tôi thấy có một luật nầy trong tôi: Khi tôi muốn làm điều lành, thì điều dữ dính dấp theo tôi. Vì theo người bề trong, tôi vẫn lấy luật pháp Đức Chúa Trời làm đẹp lòng; nhưng tôi cảm biết trong chi thể mình có một luật khác giao chiến với luật trong trí mình, bắt mình phải làm phu tù cho luật của tội lỗi, tức là luật ở trong chi thể tôi vậy.

Có một số Cơ Đốc Nhân cảm thấy đau khổ vì họ biết Lời Chúa nhưng chẳng thể làm theo những điều răn của Ngài. Bổn phận của các nhà lãnh đạo thuộc linh là dẫn đưa họ đến con đường lẽ thật cách khôn ngoan.

Giả sử có một người không thể bỏ thuốc lá hoặc rượu. Ví như chúng ta quở trách họ mà rằng, "Nếu anh cứ tiếp tục hút thuốc hoặc uống rượu, thì Chúa sẽ nổi giận cùng anh đấy," khiến anh ta sẽ ngại đến hội thánh và dần dần xa lánh Chúa. Chúng ta nên động viên rằng, "Anh có thể bỏ hút thuốc và uống rượu cách dễ dàng vì Đức Chúa Trời sẽ vùa giúp anh. Nếu đức tin của anh trưởng thành, anh sẽ từ bỏ chúng cách dễ dàng. Dường ấy, xin hãy cầu nguyện luôn với lòng tin cậy nơi Chúa." Trường hợp nầy, chúng ta không nên mang anh ta đến trước Chúa với cảm giác tội lỗi và sợ hãi về hình phạt. Thay vì, chúng ta dẫn anh ta đến với Chúa trong sự vui mừng và cảm tạ với sự cảm biết và tin chắc về Đức Chúa Trời của tình yêu thương.

Một ví dụ khác, giả sử có người chỉ tham gia thờ phượng Chúa vào sáng Chúa Nhật, buổi chiều bèn mở cửa tiệm ra mua bán. Chúng ta sẽ nói gì với người ấy? Chúng ta nên hướng dẫn, khuyên nhủ cách nhẹ nhàng mà rằng, "Đức Chúa Trời sẽ rất hài lòng khi chúng ta giữ Ngày Chúa đặng làm nên ngày thánh cách trọn vẹn. Nếu chúng ta giữ trọn ngày thánh của Chúa và cầu xin ơn huệ Ngài, chắc chắn chúng ta sẽ nhìn thấy sự ban cho của Chúa dư dật hơn nhiều so với những gì chúng ta có thể kiếm được bằng cách mở cửa tiệm vào ngày của Ngài."

Dù vậy, nếu lượng đức tin của một người chỉ dừng lại một chỗ, thì không phải là chuyện bình thường. Giống như chúng ta nhìn xem sự phát triển của một em bé chẳng hợp với thời gian, trở nên ốm yếu, bất lực, hoặc chết mất, như đức tin của một người cứ yếu mòn dần rồi trở nên xa cách với con đường cứu rỗi. Thật khốn khổ biết dường nào nếu người ấy chẳng được cứu!

Đức Chúa Jêsus phán cùng chúng ta qua Khải Huyền 3:15-16 rằng, *"Ta biết công việc của ngươi, ngươi không lạnh cũng không nóng. Ước gì ngươi lạnh hoặc nóng thì hay! Vậy, vì ngươi hâm hẩm, không nóng cũng không lạnh, nên ta sẽ nhả ngươi ra khỏi miệng ta."* Đức Chúa Trời quở trách và cho chúng ta biết rằng với đức tin hâm hẩm thì không thể được cứu. Ví như đức tin nguội lạnh, Đức Chúa Trời sẽ đưa chúng ta đến với ăn năn và con đường cứu rỗi bằng cách cho phép chúng ta chịu thử thách. Song, nếu đức tin hâm hẩm, thì chúng ta rất khó ăn năn tội lỗi mình.

3. Đức Tin Của Dân Sự Ysơraên Trong Cuộc Xuất Hành

Khi không sống theo Lời Chúa, nếu gặp phải khó khăn, chúng ta thường oán trách hoặc lằm bằm, thay vì vượt qua chúng bởi đức tin và sự vui mừng. Tuy vậy, Đức Chúa Trời của tình yêu thương sẵn lòng tha thứ và luôn khích lệ chúng ta sống theo và ở trong lẽ thật.

Hãy nhìn vào một thực tế, dân sự Ysơraên bị làm nô lệ 400 năm trong xứ Ê-díp-tô. Họ ra khỏi đó dưới quyền lãnh đạo của Môi-se, trong lúc tiến về xứ Ca-na-an, nhiều lần họ nhìn thấy những công việc đầy quyền phép của Đức Chúa Trời đã được tỏ ra.

Họ chứng kiến mười bệnh ôn dịch giáng xuống xứ Ê-díp-tô; Biển Đỏ rẽ đôi; nước đắng Ma-ra hóa ngọt dùng làm nước uống. Trong khi vượt qua vùng sa mạc tội lỗi, họ cũng được ăn no nê ma na và thịt chim cút từ trời ban đến. Vậy, họ đã chứng kiến rất nhiều công việc quyền phép lạ lùng của Đức Chúa Trời.

Do vậy, lẽ ra hễ khi nào gặp khó khăn, họ nên bởi đức tin mà kêu cầu, song lại ưa than oán và lằm bằm. Thế nhưng, Đức Chúa Trời đầy lòng yêu thương đã rủ lòng thương xót mà ở cùng họ để ngày đêm dẫn dắt họ đến miền Đất Hứa.

Một Dân Tộc Than Oán Và Đầy Lòng Phẫn Uất Bực Bội

Cớ sao dân sự Ysơraên cứ lằm bằm và cằn nhằn mỗi khi gặp phải gian nan thử thách? Sự nầy không bởi hoàn cảnh, mà bởi đức tin. Ví bằng có đức tin thật, họ đã có thể vui hưởng miền

Đất Hứa Ca-na-an, dẫu cho đã phải trải qua thực tế nơi hoang mạc.

Nói cách khác, nếu họ đã tin chắc rằng Đức Chúa Trời có thể đưa họ đến xứ Ca-na-an, Đất Hứa, họ đã có thể đến đó bằng cách vượt qua mọi gian lao thử thách, mà chẳng hề cảm thấy khổ sở hay đớn đau nào cho dù phải đối diện với nhiều khó khăn nơi đồng vắng.

Tùy vào thái độ và loại đức tin, mà người ta sẽ có những phản ứng khác nhau ngay cả khi cùng một môi trường hay hoàn cảnh. Một số sẽ cảm thấy đau khổ trong gian nan; số khác chấp nhận chúng với trách nhiệm và bổn phận; một số thì nhận biết được ý muốn Đức Chúa Trời giữa lúc gặp khó khăn và vâng phục với lòng vui mừng và cảm tạ.

Làm thế nào chúng ta có thể sống một đời sống Cơ Đốc Nhân đầy lòng cảm tạ, chẳng hề than vãn? Chúng ta hãy làm rõ điều nầy qua một ví dụ. Ví như chúng ta đang sống ở Seoul và gặp phải khó khăn lớn về tài chính.

Một ngày nọ, có người đến và bảo rằng, "Có một khối kim cương bằng cỡ quả bóng bị vùi lấp đâu đó ở bãi biển Pusan, khoảng 266 dặm về phía đông nam Seoul. Nếu anh tìm được thì nó sẽ là của anh. Anh có thể chạy hoặc đi bộ đến đó, nhưng không được dùng một phương tiện giao thông nào, kể cả máy bay."

Chúng ta sẽ nói làm sao? Hẳn, ta sẽ không nói rằng, "Được rồi. Khối kim cương đó bây giờ là của tôi, vì anh ấy đã trao nó cho tôi, vậy, tôi sẽ tới đó vào năm đến" hay "Tôi sẽ đến đó vào tháng tới vì dạo nầy tôi bận rộn quá." Khi vừa nghe vậy, tức thì chúng ta nhanh chân xuất phát ngay.

Khi người ta nghe tin đó, hầu hết đều đổ xô về hướng Pusan

bằng con đường ngắn nhất để chiếm lấy khối kim cương quý giá đó càng sớm càng tốt. Chẳng ai chịu bỏ cuộc dọc đường trừ khi bị đau chân hay kiệt sức. Chúng ta sẽ chạy hết tốc lực để lấy cho được khối kim cương quý giá ấy với lòng cảm tạ và vui mừng, chẳng hề than oán vì sự đau đớn thể xác.

Cũng vậy, nếu chúng ta tin chắc niềm hy vọng về thiên quốc vĩnh hằng và xinh đẹp, với đức tin kiên định chúng ta có thể chạy trong cuộc đua đức tin chẳng hề than oán với bất kỳ tình cảnh nào cho đến chừng vào được thiên quốc.

Những Người Vâng Phục

Nếu làm theo Lời Chúa, chúng ta sẽ thấy đời sống Cơ Đốc Nhân là sự phước hạnh, vui mừng cùng sự thỏa lòng mà chẳng hề có sự than oán hay nặng nề. Ví như cảm thấy lo lắng trong đời sống đức tin, điều nầy nói lên sự bất tuân Lời Chúa và ấy là khi chúng ta đi lầm lạc nghịch lại với ý muốn của Ngài.

Nầy là một dụ ngôn. Thời xưa, ngựa được dùng để kéo xe. Chúng thường bị đánh đập, mặc dù làm việc cật lực cho chủ. Chúng sẽ chẳng bị đòn roi khi hoàn toàn làm theo ý muốn của chủ, nhưng nếu làm theo ý riêng mình thì không sao tránh khỏi sự trừng phạt nghiêm khắc.

Cũng giống như những ai không làm theo Lời Chúa. Họ khiến Chủ mình phải rên siết vì sự làm theo ý riêng. Cứ như vậy họ sẽ phải chịu phạt. Ngược lại, những ai vâng phục Lời, mà rằng, "Lạy Chúa xin hãy sai bảo con. Con sẽ làm theo ý muốn của Ngài," thì nhờ đó con sẽ có một cuộc sống bình an và không lo lắng.

Ví dụ, Đức Chúa Trời phán rằng, "Chớ trộm cắp." Khi làm

theo, chúng ta cảm thấy bình an. Song, nếu không, chúng ta sẽ cảm thấy lo lắng vì có sự ham muốn trộm cắp trong lòng. Bất kỳ điều gì Chúa bảo phải quăng xa thì chúng ta nên quăng xa, đó là bổn tính tự nhiên của con cái Đức Chúa Trời. Nếu không, chúng ta sẽ khiến Ngài buồn bực trong lòng.

Dường ấy, trong Ma-thi-ơ 7:13-14, Chúa Jêsus phán rằng, *"Hãy vào cửa hẹp, vì cửa rộng và đường khoảng khoát dẫn đến sự hư mất, kẻ vào đó cũng nhiều. Song cửa hẹp và đường chật dẫn đến sự sống, kẻ kiếm được thì ít."*

Những ai mới bắt đầu cuộc sống đức tin, thường cảm thấy gay go và khó khăn, thấy việc làm theo Lời Chúa giống như việc vào cửa hẹp vậy. Song, dần dần họ nhận biết rằng, ấy chính là con đường đến thiên quốc và là con đường hạnh phúc đích thực.

4. Trừ Khi Chúng Ta Tin Và Làm Theo

Có lẽ chúng ta đã nhiều lần nghe những câu sau đây trong 1 Tê-sa-lô-ni-ca 5: 16-18, *"Hãy vui mừng mãi mãi, cầu nguyện không thôi, phàm làm việc gì cũng phải tạ ơn Chúa; vì ý muốn của Đức Chúa Trời trong Đức Chúa Jêsus Christ đối với anh em là như vậy."*

Chúng ta mất vui khi có chuyện buồn xảy đến với mình chăng?

Chúng ta có cau mày, nhăn mặt khi ai đó mang nan đề đến trao cho mình chăng? Lòng chúng ta đầy dẫy sự ưu phiền và lo lắng khi chúng ta lâm vào cảnh tài chính khó khăn hay bị ai đó bắt bớ chăng?

Có một số người cho rằng vui mừng và tạ ơn khi gặp phải

khó khăn thử thách là sự giả hình. Họ hỏi rằng, "Làm sao có thể dâng lời cảm tạ khi chẳng có gì để cảm tạ?" Họ cũng biết rằng mình nên kiên nhẫn nhưng lại hóa ra buồn rầu và nóng nảy khi phải đối diện với những hoàn cảnh khó bề chịu đựng.

Họ phạm tội ngoại tình trong lòng khi nhìn thấy phụ nữ xinh đẹp vì chưa quăng xa sự dâm ô ra khỏi lòng mình. Những điều đó chứng tỏ rằng họ chưa tranh chiến để lánh xa tội lỗi, và như vậy họ không làm theo lời Chúa.

Không Nghe Được Tiếng Phán Của Đức Thánh Linh

Ví bằng chúng ta nghe Lời Chúa nhiều đến bao nhiêu chăng nữa, nhưng chẳng làm theo, chúng ta cũng không thể nghe được tiếng phán của Đức Thánh Linh mà cũng chẳng được Ngài dẫn dắt, vì cớ chúng ta đã xây một bức tường tội lỗi ngăn cách với Ngài. Tuy vậy, ngay cả một người mới tin cũng có thể nghe được tiếng Ngài và được Ngài dẫn dắt khi người ấy cứ làm theo Lời Chúa. Cũng giống như một em bé chẳng có gì phải lo lắng khi cứ vâng theo bố mẹ mình, chính Đức Chúa Trời cũng hài lòng và dẫn dắt chúng ta khi chúng ta cứ vâng phục Ngài cho dù chỉ với đức tin nhỏ.

Đây là một ví dụ, bố mẹ thường chăm sóc con cái mình từng li từng tí. Dẫu vậy, khi con cái họ lớn lên, biết đi, biết tự ăn uống thì chẳng còn phải quan tâm nhiều đến những việc ấy nữa. Khi lên một tuổi và đi mẫu giáo, bố mẹ không cần phải chăm lo cho con cái như hồi chúng vừa mới lọt lòng. Song, bố mẹ sẽ cảm thấy đau lòng và buồn rầu khi con họ không biết mang giày dép, hoặc không thể làm được những việc mà lẽ chúng phải tự làm được.

Cũng vậy, nếu cuộc sống Cơ Đốc Nhân chúng đủ lâu để trở thành một lãnh đạo hay chấp sự trong hội thánh, chúng ta phải sống theo Lời Chúa. Ví như chúng ta chỉ lấy nghe làm đủ rồi tiếp tục với cuộc sống của một Cơ Đốc Nhân con trẻ rồi xây tường tội lỗi nghịch lại Đức Chúa Trời, thì Ngài sẽ giáng thử thách lên chúng ta.

Nếu vậy, cho dù có cầu xin thì Đức Chúa Trời cũng chẳng nhậm lời. Chúng ta chẳng mang lại kết quả gì trong đời sống, và cũng không được Ngài gìn giữ. Chúng ta chẳng được thịnh vượng bèn là gặp phải khó khăn. Chúng ta phải sống cuộc đời đau khổ, mỏi mệt với đầy dẫy buồn phiền và lo lắng.

Chúng ta Cầu Xin Nhưng Chẳng Được Chúa Nhậm Lời, và Ngài Cũng Chẳng Gìn Giữ Chúng Ta

Ví như đang ở mức độ đức tin thứ nhì, chúng ta biết rõ tội lỗi và phải quăng xa những điều giả dối, xấu xa ra khỏi đời sống mình. Nếu vẫn còn giữ chúng trong tâm trí, thì làm sao chúng ta không hổ thẹn khi đến trước mặt Đức Chúa Trời, Đấng chính Ngài là sự sáng? Kẻ thù chúng ta là Sa tan và ma quỷ sẽ lại gần và khiến chúng ta nghi ngờ Đức Chúa Trời, cuối cùng chúng ta sẽ bị cám dỗ mà trở lại với thế gian.

Ở hội thánh chúng tôi có một trưởng lão, là người đã cố mang lại thật nhiều bông trái trong công việc làm ăn, tự hỏi, "Ta nên làm gì cho Đấng chăn giữ mình?"

Song, chẳng mấy thành công vì cớ ông tin một cách lý trí mà chẳng chịu cắt bì lòng, là điều quan trọng hàng đầu. Ông đi theo con đường không ngay thẳng, làm ô danh Chúa, vì cớ những tư tưởng xác thịt trong lòng, ông thường tìm kiếm sự tốt đẹp riêng.

Ông gây nên nhiều việc xấu, căm giận người khác, và chẳng làm theo Lời Chúa.

Hơn thế, trừ phi nan đề tài chính và những rắc rối cá nhân cứ vẫn còn đó, ông không thể giữ đức tin bền là dùng sự gian dối mà thỏa hiệp với nó. Cuối cùng, đức tin ông thoái hóa nghiêm trọng tới mức mất hết phần thưởng mà chính ông có thể đạt được, đến đúng kỳ, Chúa sẽ đòi linh hồn ông lại.

Thế thì, chúng ta phải nhận biết rằng điều quan trọng nhất không phải là sự trung tín theo lý trí và việc dâng hiến phần mười cho hội thánh, mà là loại bỏ tội lỗi khi chúng ta sống bởi Lời Chúa.

5. Cơ Đốc Nhân Con Đỏ Và Cơ Đốc Nhân Trưởng Thành

Nếu ở mức độ đức tin đầu tiên, chúng ta không cảm thấy lo lắng hoặc nghe Đức Thánh Linh rên siết dù khi chúng phạm tội. Ấy là vì chúng ta không thể phân biệt được lẽ thật với điều giả dối, và ngay cả khi đang phạm tội, chúng ta cũng chẳng nhận biết. Đức Chúa Trời sẽ không khiển trách cách nghiêm khắc khi chúng ta phạm tội vì không thể phân biệt được lẽ thật với điều dối giả do thiếu sự hiểu biết về Lời Chúa.

Giống như một đứa trẻ sẽ không bị khiển trách dù khi làm đổ một cốc nước hay làm vỡ một món đồ sứ xinh đẹp trong lúc đang bò trên sàn nhà. Song, bố mẹ và người nhà đều không đổ tội cho bé mà tự trách về sự bất cẩn của chính họ.

Dẫu vậy, khi bước vào mức độ thứ hai của đức tin, chúng ta sẽ nghe được tiếng rên siết của Đức Thánh Linh ở trong chúng ta, và cảm thấy buồn phiền khi phạm tội. Chúng ta vẫn còn chưa hiểu hết Lời Chúa vì chúng ta còn là con trẻ thuộc linh, và chưa thể tự mình làm theo Lời Chúa được. Bởi vậy những ai ở mức độ đức tin thứ nhất hoặc thứ nhì được gọi là "Cơ Đốc Nhân con trẻ."

Con Đỏ Trong Đấng Christ

Trong 1 Cô-rinh-tô 3:1-3, sứ đồ Phao-lô có chép như sau:

Hỡi anh em, về phần tôi, tôi chẳng có thể nói với anh em như nói với người thiêng liêng, nhưng như với người xác thịt, như với các con đỏ trong Đấng Christ vậy. Tôi lấy sữa nuôi anh em, chớ chẳng lấy đồ ăn cứng, vì anh em không chịu nổi; đến bây giờ cũng chưa chịu được, vì anh em hãy còn thuộc về xác thịt. Thật, bởi trong anh em có sự ghen ghét và tranh cạnh, anh em há chẳng phải là tánh xác thịt ăn ở như người thế gian sao?

Khi tin nhận Chúa Jêsus, chúng ta có quyền được làm con cái Đức Chúa Trời và tên mình được ghi trong sách sự sống nơi thiên đàng. Thế nhưng chúng ta chỉ là con đỏ trong Đấng Christ vì chưa hoàn toàn phục hồi lại ảnh tượng đã mất của Đức Chúa Trời.

Vì lẽ đó, những ai có đức tin ở mức độ thứ nhất và thứ nhì là những người phải được chăm sóc chu đáo, được dạy Lời Chúa và được khích lệ sống theo những điều đó như thể chúng ta dùng sữa mà nuôi con đỏ.

Do đó những người ở mức độ đức tin thứ nhất và thứ nhì

được gọi là "Những Cơ Đốc Nhân còn uống sữa." Nếu đức tin trưởng thành, họ bắt đầu hiểu và tự mình làm theo Lời Chúa, lúc nầy họ được gọi là "Những Cơ Đốc Nhân sống bằng đồ ăn cứng."

Ấy vậy, nếu là Cơ Đốc Nhân còn được nuôi bằng sữa - ở mức độ đức tin thứ nhất hoặc thứ nhì – chúng ta nên gắng sức để trở thành một Cơ Đốc Nhân sống bằng thức ăn cứng. Song, phải nhớ rằng chúng ta không thể ép một Cơ Đốc Nhân còn là con đỏ trở nên một Cơ Đốc Nhân trưởng thành. Nếu vậy, họ sẽ phải khốn khổ với chứng khó tiêu giống như khi cho con trẻ ăn thức ăn cứng và sẽ bị rối loạn tiêu hóa.

Thế thì, chúng ta phải khôn ngoan khi chăm sóc vợ chồng, con cái hay những ai có ít đức tin. Trước hết, chúng ta phải đặt mình vào hoàn cảnh của họ, dẫn dắt họ trưởng thành đức tin qua việc giúp họ hiểu biết về Đức Chúa Trời hằng sống, thay vì trách mắng họ về sự ít đức tin rằng là sản phẩm của tấm lòng bướng bỉnh hay những việc làm bất kính.

Đức Chúa Trời không đoán phạt những người ở mức độ đức tin thứ nhất hay thứ nhì cho dù họ chẳng giữ Ngày Chúa được thánh hoặc chẳng trọn lòng sống theo Lời Ngài. Song, Ngài thấu hiểu và dẫn dắt họ bằng tình yêu thương. Trong cách nầy, chúng ta phải có thể nhận biết được lượng đức tin của mình cũng như của người khác và có cách suy tưởng khôn ngoan tùy vào lượng đức tin.

Những Cơ Đốc Nhân Trưởng Thành

Cho dù ở tầm thước đức tin thứ nhất hay thứ hai, nhưng nếu

cố gắng sống tốt với tư cách của một Cơ Đốc Nhân, Đức Chúa Trời sẽ che chở chúng ta khỏi mọi nan đề và thử thách. Tuy vậy, chúng ta không nên dừng lại ở hai mức độ đức tin đầu tiên nầy, nhưng hãy tấn tới trong đức tin mình. Khi bố mẹ thấy con cái mình chậm lớn và thiếu cân đối thì rất lo lắng, song người rất hài lòng khi thấy con cái mình lớn lên khỏe mạnh, con cái Đức Chúa Trời cũng phải miệt mài, gắng gỏi để trưởng dưỡng đức tin mình qua Lời Chúa và sự cầu nguyện.

Ấy vậy, một mặt, vào thời điểm thích hợp Đức Chúa Trời cho phép chúng ta gặp thử thách hầu cho Ngài có thể đưa chúng ta đến mức độ đức tin thứ ba. Ngài không chỉ làm cho chúng ta trưởng thành đức tin mà còn nhiều ơn phước khác nữa. Chúng ta càng vượt qua nhiều gian khó bao nhiêu, thì Đức Chúa Trời càng ban cho chúng ta nhiều ơn phước bấy nhiêu.

Mặt khác, nếu chúng ta ở tầm thước đức tin thứ ba mà lại sống như người có đức tin cấp độ thứ nhất hoặc thứ nhì, Đức Chúa Trời sẽ dùng thử thách để sửa phạt thay vì ban ơn.

Giả sử có một đứa trẻ bị mất cân bằng về dinh dưỡng vì cớ ngoài việc uống sữa, nó chẳng ăn uống một thứ thức ăn nào khác. Nếu chỉ uống sữa luôn, nó sẽ ngã bệnh vì suy dinh dưỡng, rồi có thể chết. Trong tình trạng nầy, bố mẹ thường cố gắng cho chúng ăn những thức ăn bổ dưỡng khác.

Cùng sự thể ấy, con cái Đức Chúa Trời biết Lời Ngài nhưng không làm theo, để rồi phải đi vào đường chết. Đức Chúa Trời là Đấng qua Chúa Cứu Thế Jêsus muốn có được những con cái thật, rất đau lòng khi cho phép thử thách xảy đến với chúng ta theo thể sự kện cáo của Satan.

Đức Chúa Trời cư xử với con cái Ngài như sau: *"Chúa sửa*

phạt kẻ Ngài yêu, hễ ai mà Ngài nhận làm con, thì cho roi cho vọt. Ví bằng anh em chịu sửa phạt, ấy là Đức Chúa Trời đãi anh em như con, vì có người nào là con mà cha không sửa phạt?" (Hê-bơ-rơ 12:6-7).

Nếu có một con cái của Chúa phạm tội nhưng Ngài không sửa phạt, thì ấy là tình yêu của Ngài không còn trên kẻ ấy. Một bi kịch bao trùm lên hết thảy các bi kịch là kẻ ấy phải sa vào hỏa ngục, vì Chúa không còn coi nó là con cái của Ngài nữa.

Vậy nên, nếu Chúa cho thử thách xảy đến để sửa phạt khi chúng ta phạm tội, thì phải biết rằng đây là chứng cứ về tình yêu của Ngài và hãy hết lòng ăn năn tội lỗi mình. Bèn không, Chúa sẽ chẳng sửa phạt cho dù khi chúng ta phạm tội, lúc bấy giờ chúng ta chẳng nên bỏ cuộc mà hãy ăn năn để được tha tội.

Để được tha tội, chúng ta không những ăn năn và xưng nhận tội lỗi mình qua môi miệng, mà còn xoay bỏ khỏi chúng. Ăn năn thật sự với cả nước mắt là sự ăn năn không đến bởi ý riêng, mà là ơn huệ đến từ Chúa. Bởi vậy, chúng ta phải tha thiết cầu xin sự thương xót để Ngài ban cho chúng ta lòng ăn năn với cả nước mắt. Nếu được sự thương xót của Ngài, chúng ta sẽ ăn năn với sự khóc than và xé cả lòng mình.

Chỉ khi đó bức tường tội lỗi nghịch lại Đức Chúa Trời mới được phá hủy và lòng chúng ta sẽ trở nên tươi mới, nhẹ nhàng. Chúng ta sẽ được đầy dẫy Thánh Linh với tràn đầy niềm vui và cảm tạ. Điều nầy cho thấy rằng chúng ta đã phục hồi tình yêu của Đức Chúa Trời.

Nếu chúng ta được cho là ở mức độ thứ ba của đức tin nhưng cách ăn ở và cư xử chỉ xứng với cấp độ thứ hai, thì khó bề chúng ta có thể nhận lãnh đức tin thiên thượng, là đức tin mà nhờ đó chúng ta có thể giải quyết những nan đề của mình. Khi đức tin được ban cho từ Chúa không đến trên chúng ta, thì những bệnh tật chúng ta sẽ chẳng thể được chữa lành, để rồi chúng ta chỉ lẩn quẩn với việc dựa vào những phương cách của thế gian. Tuy vậy, nếu hết lòng ăn năn tội lỗi mình, xoay bỏ khỏi chúng, mức độ đức tin thứ ba của chúng ta sẽ được phục hồi.

Nếu hiểu được nguyên tắc trưởng thành nầy, chúng ta sẽ chẳng thỏa lòng với mức độ đức tin hiện có của mình. Giống như tiến trình trưởng thành của một em bé, vào trường tiểu học, trung học cơ sở, trung học phổ thông, đại học, và cao hơn nữa, chúng ta phải cố gắng hết mình để trưởng dưỡng đức tin cho đến chừng đạt đến lượng đức tin lớn nhất.

Cho dù đức tin chúng ta chỉ nhỏ bằng hạt cải, nếu ở mức độ thứ hai của đức tin, vì cớ đã được gieo và bắt đầu đâm chồi nẩy lộc, đức tin chúng ta sẽ sớm trưởng thành với sự làm trọn của Đức Thánh Linh. Nói cách khác, đức tin chúng ta đủ trưởng thành để vâng phục Lời Chúa khi chúng ta trang bị cho mình bằng Lời Ngài qua việc sốt sắng lắng nghe sứ điệp, tham gia các buổi thờ phượng, và cầu nguyện luôn.

Nguyện anh em không chỉ cất giữ Lời Chúa làm sự hiểu biết cho riêng mình nhưng phải làm theo những điều đó cho đến đổ huyết để đạt được đức tin lớn hơn. Trong danh Chúa chúng ta, tôi xin dâng lời cầu nguyện!

Chương 6

Đức Tin Sống Bởi Lời Chúa

Vậy, kẻ nào nghe và làm theo lời ta phán đây, thì
giống như một người khôn ngoan cất nhà mình
trên trên vầng đá. Có mưa sa, nước chảy, gió lạy,
xô động nhà ấy; song không sập, vì đã cất trên đá.
(Ma-thi-ơ 7: 24-25)

Mỗi người có lượng đức tin khác nhau. Đức tin là ân tứ được ban cho từ Đức Chúa Trời theo lẽ thật trong lòng mà chúng ta thực hiện được. Khi đức tin lý trí trở thành đức tin ban cho từ Đức Chúa Trời, Ngài sẽ nhậm lời cầu nguyện của chúng ta.

Như đã nói trong các chương trước, khi ở mức độ thứ nhất của đức tin là mức được cứu rỗi, chúng ta được ban cho Đức Thánh Linh và tên chúng ta được ghi vào sách sự sống nơi thiên đàng. Sau đó, chúng ta bắt đầu hình thành mối thông giao với Đức Chúa Trời và gọi Ngài là "Cha."

Tiếp theo, đức tin chúng ta sẽ trưởng thành, chúng ta vui mừng lắng nghe Lời Chúa và được đầy dẫy Thánh Linh, khi được phán dạy, chúng ta sẽ cố gắng làm theo. Dẫu vậy, chúng ta không vâng theo hết thảy mọi Lời Ngài phán dặn. Lời Chúa trở thành gánh nặng và chúng ta không nhận lãnh được điều mình cầu xin. Ở giai đoạn nầy, chúng ta được xếp vào mức độ thứ hai của đức tin.

Làm thế nào để chúng ta có thể đạt tới tầm thước đức tin tiếp theo, tầm thước thứ ba, là tầm thước khiến chúng ta có thể sống bởi Lời Chúa? Chúng ta sẽ có một đời sống Cơ Đốc Nhân ra sao ở tầm thước nầy?

1. Tầm Thước Đức Tin Thứ Ba

Khi một người tin nhận Chúa và được ban cho Đức Thánh Linh, hạt giống đức tin như hột cải được gieo vào lòng người ấy. Nếu hạt giống đó đâm chồi nẩy lộc, người ấy sẽ đạt được đức tin theo như việc họ cố gắng làm theo Lời Chúa, và kế đến sẽ đạt tới mức độ cao hơn tùy theo mức độ mà họ vâng phục.

Lúc đầu, cho dù lắng nghe Lời Chúa, chúng ta cũng chẳng làm theo được bao nhiêu, song khi đức tin mình lớn lên, chúng ta có thể hiểu Lời Chúa sâu sắc và vâng phục càng hơn. Vì vậy, "đức tin dẫn đến sự vâng phục" cũng được gọi "đức tin khai trí."

Hiểu Lời Chúa khác với cất giữ những Lời đó để làm tri thức cho mình. Khi hiểu, chúng ta gắng sức làm theo vì biết rằng Kinh Thánh là Lời Đức Chúa Trời, vì hiểu rõ việc làm nên chúng ta làm cách sẵn lòng và tự nguyện.

Vâng Phục Lời Chúa Nhờ Sự Hiểu Biết

Ví dụ, giả như chúng ta nghe một sứ điệp như vầy: "Nếu anh em giữ Ngày Chúa đặng làm nên Ngày Thánh và dâng hiến phần mười cách trọn vẹn, Đức Chúa Trời sẽ cất hết nan đề và thử thách ra khỏi anh em, chữa lành mọi bệnh tật của anh em. Ngài ban phước cho anh em về tâm linh cũng như tài chánh."

Nếu cho rằng mình biết Lời Chúa sau khi nghe sứ điệp, song chẳng hiểu được những điều đó trong lòng, thì chúng ta sẽ chẳng làm theo luôn. Chúng ta có thể cố gắng làm theo và nghĩ rằng, 'Sự đó có vẻ đúng,' và gặp khi thuận thời thì vâng giữ điều răn Ngài, nhưng lúc khó khăn thì không. Điều nầy có thể lặp đi lặp lại cho đến chừng chúng ta có được đức tin trọn vẹn trong Lời

Ngài.

Dầu vậy, khi chúng ta hiểu và tin Lời Chúa trong lòng, chúng ta sẽ giữ Ngày Chúa đặng làm nên thánh, dâng hiến phần mười cách trọn vẹn, không thỏa hiệp trước bất kỳ hoàn cảnh nào.

Ví dụ, giả sử có một giám đốc của công ty nọ bảo với người làm công rằng, "Nếu anh em làm việc thâu đêm, tôi sẽ trả tiền ngoài giờ và thăng cấp cho." Nếu làm việc ngoài giờ là sự lựa chọn tùy thuộc vào những người làm công, và ví như tin tưởng vào lời hứa của giám đốc đó, thì những người làm công sẽ phản ứng thế nào?

Chắc hẳn họ sẽ làm việc thâu đêm trừ khi có những sự đặc biệt khiến họ không thể làm được. Nói chung, để được thăng tiến trong một công ty, đòi hỏi chúng ta phải có nhiều nỗ lực để vượt qua kỳ xét duyệt thăng cấp, thường cũng vài năm. Tính đến mọi sự nầy, không một người làm công nào của công ty ấy do dự với lựa chọn làm việc thâu đêm, trong một tháng hoặc thậm chí lâu hơn.

Đối với việc giữ ngày Chúa được thánh và dâng phần mười cũng vậy. Nếu trọn lòng tin vào hứa ngôn Ngài về việc giữ ngày Chúa được thánh và dâng trọn phần mười, chúng ta sẽ làm gì?

Sự Vâng Phục Đem Lại Phước Hạnh

Khi giữ ngày Chúa được thánh, chúng ta luôn tập chú đến Đấng tối cao. Chúng ta nhận biết rằng Ngài là chủ của sự thiêng liêng. Bởi đó Đức Chúa Trời che chở chúng ta khỏi mọi thảm họa và hoạn nạn, Ngài cũng ban phước cho tâm linh chúng ta được sung mãn. Chúng ta cũng bày tỏ sự lưu tâm đến quyền tối cao của Đức Chúa Trời qua việc dâng phần mười, vì biết rằng hết thảy mọi vật dưới đất trên trời đều thuộc về Ngài.

Vì Đức Chúa Trời là Đấng tạo hóa của muôn loài, sự sống đến từ Chúa, sức mạnh mà nhờ đó chúng ta làm nên những cố gắng và nỗ lực hết mình cũng đến từ Ngài. Nói cách khác, hết thảy mọi sự đều đến từ Chúa. Theo nguyên tắc nầy, tất cả những gì chúng ta có là của Chúa, song Ngài chỉ truyền khiến chúng ta dâng một phần mười, và được sử dụng phần còn lại cho chính mình.

Ma-la-chi 3:8-9 nhắc nhở chúng ta rằng, *"Người ta có thể ăn trộm Đức Chúa Trời sao? Mà các ngươi ăn trộm ta. Các ngươi nói rằng: Chúng tôi ăn trộm Chúa ở đâu? Các ngươi đã ăn trộm trong các phần mười và trong các của dâng. Các ngươi bị rủa sả, vì các ngươi, thảy cả nước, đều ăn trộm ta."*

Một mặt, chúng ta bị rủa sả nếu phạm tội ăn trộm phần mười của Chúa. Mặt khác, nếu vâng phục điều răn Ngài mà dâng trọn phần mười, chúng ta sẽ luôn được ở dưới sự che chở của Ngài và hưởng ơn phước cách dư dật, nhận, lắc cho đầy tràn (Lu-ca 6:38).

Sự Hiểu Biết Đúng Dẫn Đến Vâng Phục

Chỉ khi sự hiểu biết Lời Chúa vượt khỏi trí hiểu đơn thuần, chúng ta mới có thể làm theo và nhận phước từ Đức Chúa Trời là Đấng ban thưởng cho mỗi người tùy vào công việc họ đã làm. Nếu không hiểu được ý nghĩa thật của Lời Ngài, dù cố vâng phục, chúng ta cũng không làm được cách trọn vẹn, vì cớ chúng ta chỉ xem Lời Chúa như sự hiểu biết của lý trí.

Do vậy, chúng ta phải cố gắng trưởng dưỡng đức tin mình.

Một đứa bé sẽ chết nếu chẳng được cho ăn. Nó phải được cho ăn cách thường xuyên, cử động chân tay, nghe, nhìn, học hỏi từ bố mẹ và những người khác. Trong tiến trình nầy, sự hiểu biết và trí khôn của bé sẽ tăng trưởng, bé lớn nhanh và trưởng thành cách cân đối.

Cũng vậy, tín đồ không những phải lắng nghe mà còn cố gắng hiểu ý nghĩa Lời Chúa. Khi cầu nguyện để làm theo, chúng ta sẽ có thể hiểu ý nghĩa của Lời Chúa và có sức mạnh để vâng phục.

Ví dụ, Đức Chúa Trời phán qua 1 Tê-sa-lô-ni-ca 5:16-18, *"Hãy vui mừng mãi mãi, cầu nguyện không thôi, phàm làm việc gì cũng phải tạ ơn Chúa; vì ý muốn của Đức Chúa Trời trong Đức Chúa Jêsus Christ đối với anh em là như vậy."* Những người ở mức độ thứ hai của đức tin, với ý thức trách nhiệm, có khả năng cầu nguyện, cảm tạ, vui mừng vì đó là điều răn của Chúa. Song khi không cảm nhận được ơn phước, họ chẳng tạ ơn Ngài, hoặc chẳng vui khi đối diện với hoàn cảnh khó khăn, vì cớ họ cố gắng làm theo Lời Chúa chỉ với ý thức trách nhiệm.

Dẫu vậy, những người ở mức độ thứ ba của đức tin có thể làm theo Lời Chúa vì họ đứng trên vầng đá của đức tin. Họ hiểu rõ việc mình phải tạ ơn luôn, cầu nguyện không thôi, và luôn vui mừng. Dường ấy, họ luôn đầy lòng tạ ơn trong niềm hân hoan, cầu nguyện không thôi dưới mọi hoàn cảnh.

Vậy, tại sao Chúa bảo chúng ta hãy vui mừng luôn? Ý nghĩa đích thực của lời phán dạy nầy là gì? Nếu chúng ta chỉ vui mừng khi có sự vui mừng xảy đến, nhưng khi đối diện với nan đề hay sự phiền toái thì chẳng vui, vậy thì chúng ta chẳng hơn gì dân ngoại là những kẻ chẳng tin Đức Chúa Trời.

Đó là những người tìm kiếm những thứ thuộc về thế gian vì họ chẳng biết mình đến từ đâu và đi về đâu. Vậy nên họ chỉ vui mừng khi được ở trong những hoàn cảnh và sự kiện dễ chịu. Bền không phải vậy, họ đắm chìm trong lo lắng, phiền muộn, buồn rầu, hay đau khổ là những thứ đến từ thế gian.

Song, tín đồ là những người có thể sống khác hẳn với hạng người trên, vì họ có hy vọng về nước thiên đàng. Là những người tin, chúng ta không cần phải lo lắng hay phiền muộn vì Cha thiên thượng của chúng ta là Đấng dựng nên trời đất, cai quản trên mọi sự và lịch sử nhân loại. Còn gì khiến chúng ta phải lo lắng và sợ hãi chăng? Vả lại, vì chúng ta sẽ được vui hưởng sự sống đời đời nơi thiên quốc qua Chúa Cứu Thế Jêsus Christ, ngoài sự vui mừng, chúng ta chẳng còn có lựa chọn nào khác.

Đức Tin Vâng Phục Lời Chúa

Ví bằng có sự sâu nhiệm Lời Chúa trong lòng, chúng ta có thể vui mừng và cảm tạ luôn ngay cả những lúc không thể cảm tạ, và cầu nguyện ngay những lúc không thể dâng mình cầu nguyện. Chỉ khi đó kẻ thù mới lánh xa chúng ta, nan đề và những khó khăn sẽ ra khỏi, mọi rắc rối đều được giải quyết vì Đức Chúa Trời toàn năng ở cùng chúng ta.

Nếu nói rằng mình tin Đức Chúa Trời là Đấng Toàn Năng nhưng vẫn còn lo lắng hay buồn phiền khi đối diện với nan đề, khi ấy chúng ta đang ở mức độ thứ hai của đức tin.

Tuy vậy, khi được biến đổi để hiểu Lời Chúa cách đúng đắn với tấm lòng đầy vui mừng và tạ ơn, chúng ta đang ở mức độ thứ ba của đức tin. Lúc nầy sẽ có những biểu hiện sau: chúng ta cố gắng hết mình để phục vụ và yêu thương người khác, lòng chúng ta không còn thù hận mà dần dần được đổ đầy tình yêu thiên thượng để có thể yêu kẻ thù nghịch mình. Vì chúng ta đã hiểu về tình yêu sâu nhiệm của Chúa là Đấng đã gánh lấy thập tự giá khắc nghiệt thay cho tội nhân.

Chúa Jêsus chịu thập hình, chịu phỉ báng và chịu ngược đãi bởi những kẻ tội lỗi và độc, ác mặc dầu Ngài chỉ làm những việc nhân lành và không chỗ chê trách. Ngài chẳng hề thù hận những kẻ đã đóng đinh, phỉ báng và giễu cợt mình, song Ngài cầu xin Đức Chúa Cha tha thứ họ. Cuối cùng, Ngài đã bày tỏ tình yêu lớn lao bằng cách phó mạng sống mình cho họ.

Chúng ta có thể thù ghét những kẻ vô cớ làm tổn thương hoặc phỉ báng mình trước khi chúng ta hiểu được tình yêu của Chúa Jêsus, Cứu Chúa chúng ta. Dầu vậy, lúc ấy chúng ta có thể ghét tội lỗi nhưng chẳng ghét tội nhân. Vả lại, chúng ta không ganh ghét đối với những ai làm việc chăm chỉ hoặc được tán dương hơn mình, bèn là hết lòng vui mừng và yêu thương họ với tình yêu Đấng Christ. Có thể lúc đầu, chúng ta nghi ngờ Lời Chúa hoặc đoán xét theo ý riêng, song bấy giờ chúng ta vui mừng đón nhận Lời Chúa mà chẳng hề nghi ngờ hay đoán xét. Ở mức độ thứ ba của đức tin, chúng ta vâng phục Lời Chúa hết mệnh lệnh nầy đến mệnh lệnh khác.

Sự Ban Thưởng Của Chúa Tùy Vào Việc Làm Bởi Đức Tin

Trước khi gặp Chúa, tôi đã phải khốn khổ với đủ thứ bệnh tật trong bảy năm trường và phải mang lấy biệt danh "Kho

Bệnh." Tôi dùng mọi nỗ lực để được lành, song mọi thứ đã trở thành vô vọng và bệnh tình mỗi ngày càng trở nên trầm trọng hơn. Và dường như bất trị đối với y học, tôi chỉ còn biết chờ chết.

Một ngày nọ, bởi quyền phép Đức Chúa Trời, tôi được chữa lành ngay tức khắc và sức khỏe tôi trở lại như trước. Qua kinh nghiệm kỳ diệu nầy, tôi đã được gặp gỡ với Đức Chúa Trời hằng sống và từ đó, tôi hết lòng tin cậy nơi Ngài, không nghi ngờ, hoàn toàn sống theo Lời Ngài trong Kinh Thánh. Tôi vâng phục Ngài trong mọi hoàn cảnh, luôn vui mừng, bất chấp mọi khó khăn, dâng lời cảm tạ dù trong bất kỳ hoàn cảnh khó khăn nào, vì đó là những gì Chúa phán dạy tôi qua Kinh Thánh.

Được tham gia thờ phượng và cầu nguyện với Chúa trong những ngày Chúa Nhật là niềm vui thích lớn nhất của tôi; thậm chí vì sự quyết định giữ Ngày Chúa đặng làm nên ngày thánh, tôi đã từ chối một cơ hội việc làm rất tốt, để rồi bắt tay vào công việc của một đơn vị xây dựng.

Ấy vậy, tôi rất vui mừng và cảm tạ về sự thật rằng Đức Chúa Trời là Cha Thánh của mình. Ngài tìm đến với tôi khi tôi chỉ còn biết chờ chết vì cớ đủ thứ bệnh nan y, lòng tôi vô cùng cảm tạ ân điển không kể xiết ấy. Tôi luôn kiêng ăn và cầu nguyện hầu cho hoàn toàn sống bởi Lời Ngài. Rồi một ngày nọ, tôi nghe tiếng Chúa gọi tôi bước vào con đường hầu việc Ngài. Với tấm lòng vâng phục, tôi quyết định trở thành đầy tớ ngay lành của Chúa, hiện nay tôi hầu việc Ngài với chức vụ mục sư.

Tôi hết lòng cảm tạ Đức Chúa Trời, Cha thiên thượng trong mọi lúc mọi nơi, hoặc khi quỳ gối cầu nguyện, đi trên đường, hoặc khi nói chuyện với người khác. Lúc nào cũng vậy, tự đáy lòng mình, tôi luôn thỏa vui. Những sự lo lắng và quấy rầy có thể đe dọa bất kỳ ai, với vai trò mục sư trưởng của một hội thánh hơn 87,000 thành viên, tôi có rất nhiều công việc và trách nhiệm phải làm. Tôi dạy dỗ và huấn luyện rất nhiều đầy tớ và người thi hành chức vụ cho Chúa hầu cho có thể hoàn thành bổn phận được Chúa giao phó cho và làm trọn sứ mệnh toàn cầu bằng cách đưa dẫn thật nhiều người trở về với Chúa. Mưu chước của ma quỉ với đủ trò bịp bợm nhằm ngăn trở công việc của Đức Chúa Trời, chúng gieo rắc đủ thứ khó khăn và gian nan thử thách. Nhiều bi kịch, sự than oán và điều lo lắng bao phen xảy đến như muốn nhấn chìm đời tôi, mỗi khi bị nhấn chìm trong sợ hãi, tôi bèn bị suy sụp.

Song, lo lắng và buồn phiền không thể thắng hơn vì cớ tôi hiểu rõ được ý muốn của Ngài. Mặc cho những khó khăn gian khổ và điều quấy phá xảy đến, tôi dâng lời cảm tạ Chúa và cầu nguyện trong vui mừng, nên Ngài luôn hành động vì sự tốt đẹp trong mọi sự và ban phước cho tôi cách dư dật.

2. Cho Đến Khi Đạt Đến Vầng Đá Đức Tin

Nhìn sự vật qua lăng kính sợ hãi và lo lắng bởi lòng vô tín cốt chỉ làm hại tinh thần và sức khỏe, ví bằng hiểu biết ý nghĩa thiêng liêng mà Chúa đã phán, *"Hãy vui mừng mãi mãi, cầu nguyện không thôi, phàm làm việc gì cũng phải tạ ơn Chúa; vì ý muốn của Đức Chúa Trời trong Đức Chúa Jêsus Christ đối với anh em là như vậy"* (1 Tê-sa-lô-ni-ca 5:16-18), chúng ta có thể hết lòng cảm tạ Chúa trong mọi hoàn cảnh. Ấy là nhờ chúng ta tin chắc rằng đây là cách bày tỏ tình yêu đối với Chúa và làm

Ngài đẹp lòng, khiến Ngài nhậm lời cầu nguyện chúng ta. Vả lại, đây chính là chìa khóa giúp chúng ta giải quyết nan đề, nhận lãnh ơn phước từ nơi Ngài, trục xuất kẻ thù là ma quỉ ra khỏi đời sống chúng ta.

Giả sử có một người mẹ chồng và nàng dâu chẳng hòa thuận nhau. Họ biết rằng mình nên yêu thương và giữ hòa khí với nhau. Song, chuyện gì sẽ xảy ra nếu họ cứ đổ lỗi và đem điều đó kỵ ra để chống nghịch nhau? Để có thể giải quyết vấn đề nầy giữa hai người, không phải là một vấn đề đơn giản.

Một mặt, nếu người mẹ chồng cứ vu khống, phỉ báng dâu mình với người nhà hay hàng xóm, còn nàng dâu cứ nói xấu mẹ chồng mình trước mặt người khác, thì sự cãi lẽ và cuộc tranh chiến sẽ chẳng thể dứt, gia đình ấy sẽ chẳng được êm ấm.

Mặt khác, ví bằng họ ăn năn về những việc làm sai trật của mình, hiểu biết nhau qua việc tự đặt mình vào hoàn cảnh của nhau, tha thứ, và yêu thương nhau, thì điều gì sẽ xảy ra? Gia đình ấy sẽ được êm ấm. Người mẹ chồng ấy sẽ nói tốt con dâu mình cho dù con dâu ấy có đứng về phía bà hay không, và con dâu cũng bắt đầu hết lòng ca ngợi và tôn trọng mẹ chồng mình. Họ sẽ có một mối giao hảo tốt đẹp và đáng yêu biết bao! Đây cũng chính là cách để được Chúa yêu.

Giai Đoạn Khởi Đầu Tầm Thước Đức Tin Thứ Ba

Có một số người không thể làm theo Lời Chúa mặc dù họ biết đó là lẽ thật, ấy là vì trong lòng họ vẫn còn nhiều điều giả dối, là những thứ nghịch lại với ý muốn Đức Chúa Trời, và những điều giả dối đó dập tắt ý muốn của Đức Thánh Linh.

Dường ấy, khi mới bước vào tầm thước đức tin thứ ba, chúng ta phải bắt đầu tranh chiến với tội lỗi đến nỗi đổ huyết mình (Hê-bơ-rơ 12:4).

Để quăng xa tội lỗi, chúng ta phải hết lòng kiêng ăn và cầu nguyện như Chúa Jêsus có phán cùng chúng ta rằng, *"Nếu không cầu nguyện, thì chẳng ai đuổi thứ quỉ ấy được"* (Mác 9:29). Chỉ khi ấy Đức Chúa Trời mới ban cho chúng ta đủ sức mạnh và ơn huệ để sống bởi Lời Ngài. Đồng thể ấy, nếu ở mức thứ ba của đức tin, chúng ta sẽ hăng hái quăng xa những gì Chúa bảo phải quăng xa, và làm theo những gì Ngài bảo nên làm như Kinh Thánh dạy bảo.

Phải chăng hễ ai giữ ngày Chúa đặng làm nên ngày thánh và dâng đủ phần mười thì đạt tới tầm thước đức tin thứ ba? Không, chẳng hề như vậy. Có một số người tham gia các buổi thờ phượng vào Chúa Nhật và dâng hiến phần mười với một thái độ giả hình – họ có thể làm vậy vì sợ phải gặp nan đề và thử thách, là hậu quả của việc bất tuân những mạng lệnh nầy, hoặc họ muốn được mục sư và các đầy tớ Chúa nói tốt trước mặt mọi người.

Nếu chúng ta thờ phượng Chúa bằng tâm thần và lẽ thật, Lời Ngài sẽ ngọt ngào hơn sữa mật. Tuy vậy, khi xao lãng việc tham gia thờ phượng, chúng ta bị trói buộc và cảm thấy chán ngán với sứ điệp mà tự nghĩ trong lòng rằng, "Ước chi buổi thờ phượng chóng kết thúc..." Sự nầy là vì, mặc dù thân xác thì ở nơi nhà Chúa, nhưng lòng chúng ta không ở đó.

Nếu tham gia thờ phượng trong lúc để lòng hướng về thế gian, chúng ta không thể được xem là đã giữ ngày Chúa được thánh, vì Chính Đức Chúa Trời là Đấng dò xét tấm lòng những kẻ thờ phượng Ngài. Ở trường hợp nầy, chúng ta vẫn còn ở mức thứ hai của đức tin dù cho chúng ta dâng phần mười cách đầy đủ.

Lượng đức tin của mỗi người là khác nhau cho dù họ có thể ở cùng một tầm thước đức tin. Ví như lượng đức tin đầy trọn của mỗi cấp độ là 100%, đức tin chúng ta sẽ tăng trưởng dần dần từ lượng đức tin 1% đến 10%, 20%, 50% và tiếp tục như vậy cho đến 100% trong mỗi tầm thước đức tin. Khi lượng đức tin chúng ta đạt tới 100%, thì đức tin ấy sẽ được thăng cấp.

Ví dụ, giả sử chúng ta phân chia cấp độ đức tin thứ hai ra từ 1% đến 100%. Khi đức tin chúng ta càng đến gần với lượng đức tin 100% của tầm thước đức tin thứ hai, chúng ta có thể đạt tới tầm thước đức tin thứ ba. Một biểu hiện tương tự, khi lượng đức tin ở tầm thước thứ ba đạt tới 100% , chúng ta sẽ bước sang tầm thước thứ tư. Thế nên, chúng ta phải xem cho biết mình đang ở tầm thước đức tin nào và lượng đức tin đã đạt được là bao nhiêu.

Vầng Đá Đức Tin

Ví bằng lượng đức tin chúng ta đạt tới hơn 60% ở tầm thước thứ ba, chúng ta đang đứng trên vầng đá đức tin. Như Đức Chúa Jêsus có phán trong Ma-thi-ơ 7: 24-25 rằng, *"Vậy, kẻ nào nghe và làm theo lời ta phán đây, thì giống như một người khôn ngoan cất nhà mình trên vầng đá. Có mưa sa, nước chảy, gió lay, xô động nhà ấy; song không sập, vì đã cất trên đá."*

"Vầng đá" ở đây nói đến Chúa Jêsus Christ (1 Cô-rinh-tô 10:4), và "vầng đá đức tin" nói đến việc đứng vững trên lẽ thật, Chúa Jêsus Christ. Ấy là, nếu chúng ta đứng trên vầng đá đức tin sau khi đạt đến hơn 60% trong tầm thước đức tin thứ ba, chúng ta sẽ chẳng sa ngã trước bất kỳ khó khăn, thử thách nào. Chúng ta sẽ làm theo ý Chúa cho đến cuối cùng nhờ đứng vững trên vầng đá đức tin một khi biết rằng ấy là con đường ngay thẳng, hoặc ấy là ý Chúa.

Dường ấy, chúng ta luôn có một đời sống đắc thắng, dâng sự vinh hiển lên Đức Chúa Trời, không bị kẻ thù là Satan và ma quỉ cám dỗ. Hơn thế, lòng chúng ta luôn tràn đầy sự vui mừng và biết ơn bất chấp mọi thứ gian nan thử thách, chúng ta được vui hưởng sự yên nghỉ qua việc cầu nguyện không thôi.

Ví thử chúng ta có một người con suýt chết trong một vụ tai nạn giao thông. Bất chấp bi kịch trông thấy nầy, chúng ta thật lòng đổ nước mắt cảm tạ và vui mừng vì chúng ta đang ở trong lẽ thật. Thậm chí chúng ta có bị què do tai nạn chăng nữa, chúng cũng chẳng lấy đó làm điều nghịch lại Đức Chúa Trời mà rằng, "Cớ sao Chúa chẳng bảo vệ tôi?" Bèn là chúng ta sẽ dâng lời cảm tạ Chúa về sự che chở của Ngài nên những bộ phận khác trên cơ thể được lành lặn.

Thật ra, chỉ cần một sự thật rằng hết thảy tội lỗi chúng ta đều được tha hầu cho chúng ta có thể được vào thiên đàng cũng đủ cho chúng ta luôn dâng lời tạ ơn Đức Chúa Trời. Cho dù chúng ta có bị què, thì điều đó cũng chẳng làm trở ngại việc chúng ta vào nước thiên đàng, vì ngay lúc chúng ta vào thiên quốc, tấm thân què của chúng ta sẽ biến đổi thành thánh thể hoàn hảo.

Nói cách khác, chẳng có cớ gì để than oán hay buồn lòng. Điều chắc chắn rằng, Đức Chúa Trời luôn sẵn sàng che chở chúng ta ví bằng chúng ta có được đức tin nầy. Cho dù Chúa để cho chúng ta phải chịu thương tích trong một vụ tai nạn giao thông hầu cho chúng ta có thể được phước, chúng ta có thể được chữa lành hoàn toàn tùy vào lượng đức tin mình.

Một Đời Sống Khải Hoàn Trên Vầng Đá Đức Tin

Cho dù những ai ở giai đoạn đầu của tầm thước đức tin thứ ba đều khao khát làm theo Lời Chúa, đôi khi họ vui vẻ vâng phục, cũng có lúc họ vâng phục cách miễn cưỡng. Ấy là vì họ chưa được thánh hóa cách trọn vẹn, nên phải tranh chiến giữa lẽ thật và những điều giả dối trong lòng mình.

Ví dụ, chúng ta cố gắng phục vụ người khác và không ghét họ vì Chúa dạy chúng ta chớ căm ghét ai nhưng hãy yêu kẻ thù nghịch mình. Tuy vậy, cho dù có vẻ chúng ta đang phục vụ người khác, chúng ta vẫn cảm thấy gánh nặng vì cớ chưa hết lòng yêu mến những người mình đang phục vụ. Dầu vậy, khi đứng vững trên vầng đá đức tin, kẻ thù Satan và ma quỉ sẽ thất bại trong việc cám dỗ hay làm nản chí chúng ta vì lòng chúng ta chứa đầy lẽ thật và bước đi theo ý muốn của Đức Thánh Linh, chúng ta chẳng sợ hãi vì đang bước đi trong quyền phép của Đức Chúa Trời Toàn Năng.

Như người trai trẻ Đa-vít đã dạn dĩ bởi đức tin mà nói cùng khổng lồ Gô-li-át rằng, *"Đức Giê-hô-va là Chúa của chiến trận, và Ngài sẽ phó các ngươi vào tay chúng ta"* (1 Sa-mu-ên 17:47), chúng ta cũng có thể sẽ xưng nhận đức tin cách bạo dạn khi Đức Chúa Trời trao sự đắc thắng vào tay chúng ta theo như đức tin mình. Không gì có thể cản trở hay làm chúng ta mỏi mệt vì có Đức Chúa Trời toàn năng là Đấng vùa giúp.

Nếu có sự thông giao và chia sẻ tình yêu với Đức Chúa Trời, chúng ta sẽ nhận được giải pháp cho những nan đề đang gặp phải cùng những nhu cầu ngay lúc chúng ta cầu xin Ngài bởi đức tin. Song, điều này không thể đáp ứng đối với những ai chỉ biết cầu nguyện cách đơn thuần mà chẳng có thông giao với Đức

Chúa Trời. Khi đối diện với nan đề, họ rất khó được Chúa nhậm lời cầu nguyện, cho dù có công bố, "Chắc rằng Chúa sẽ chỉ cho tôi giải pháp." Điều nầy cũng giống như ta chờ đợi một quả táo từ trên cây tự rụng xuống. Vậy chúng ta phải cầu nguyện luôn.

Làm Thế Nào Để Đạt Đến Vầng Đá Đức Tin

Chẳng phải dễ dàng để một võ sĩ quyền anh có thể bước lên chức vô địch thế giới. Sự điêu luyện đòi hỏi những cố gắng liên tục, kiên trì, tính tự chủ cao. Lúc đầu, người võ sĩ trẻ bị thất bại trong những trận đấu không cân sức vì người ấy còn thiếu kỹ năng.

Dẫu vậy, khi tự rèn luyện mình cách liên tục và cải tiến kỹ năng, anh ta có thể đánh bại đối phương ít nhất cũng một lần cho dù trước đó anh ta đã từng hai hoặc ba lần bị đánh bại. Nếu cải tiến được kỹ năng và sức mạnh qua việc kiên trì nỗ lực, anh ta sẽ thắng được nhiều trận hơn, lòng tin anh ta nhờ đó cũng tăng lên.

Tương tự, một học sinh giỏi tiếng Anh nóng lòng chờ đợi đến giờ tiếng Anh, vì học sinh ấy rất vui thích giờ học nầy. Ngược lại, những học sinh tệ môn nầy thì hầu như sẽ cảm thấy chán nản và nặng nề.

Trong trận chiến thuộc linh chống lại kẻ thù ma quỉ cũng vậy. Nếu chúng ta đang ở tầm thước đức tin thứ hai, sự ao ước của Đức Thánh Linh trong chúng ta phát động cuộc chiến ác liệt nhất chống lại sự ham muốn xác thịt vì cả hai sự ham muốn nầy đều có sức mạnh lớn. Giống như trận chiến giữa hai đối thủ ngang tài ngang sức. Khi người nầy đánh người kia, thì người kia đánh trả lại. Nếu người nầy đánh người kia năm lần thì người kia cũng trả lại bấy nhiêu. Trong trận chiến thuộc linh chống lại ma quỉ cũng giống như vậy. Đôi khi chúng ta thắng cuộc, cũng có lúc bị đánh bại.

Tuy vậy, nếu chúng ta cầu nguyện luôn và cố gắng làm theo Lời Chúa mà chẳng hề cảm thấy thất vọng, Đức Chúa Trời sẽ tuôn đổ sức mạnh cùng ơn huệ Ngài, và Đức Thánh Linh sẽ vùa giúp chúng ta. Kết quả, sự ao ước của Đức Thánh Linh sẽ lớn lên trong chúng ta, khiến đức tin mình liên tục tấn tới để đạt đến tầm thước đức tin thứ ba.

Một khi bước vào tầm thước thứ ba, những ham muốn xác thịt phai dần, chúng ta thấy việc sống bởi đức tin trở nên dễ dàng hơn. Khi cầu nguyện luôn như Lời Chúa đã phán dặn, chúng ta sẽ vui thỏa trong việc cầu nguyện với Chúa. Nếu ban đầu chúng ta có thể cầu nguyện nhiều nhất là mười phút, về sau tăng lên hai mươi, ba mươi và rồi có thể cầu nguyện ít nhất từ hai đến ba giờ cách dễ dàng.

Đối với những người mới bắt đầu bước vào đời sống đức tin, thì việc cầu nguyện từ mười phút trở lên không phải là việc dễ, vì họ thiếu chủ để hoặc nhu cầu để cầu nguyện, họ cảm thấy nặng nề và khao khát có thể cầu nguyện cách trôi chảy ngọt ngào. Nếu hết lòng kiên nhẫn cầu nguyện, chúng ta sẽ được phú cho sức lực từ nơi cao để cầu nguyện hàng giờ mỗi ngày. Khi hết mình cầu nguyện luôn với Đức Chúa Trời, Ngài sẽ ban ơn và thêm sức cho chúng ta.

Nhờ đó, đức tin chúng ta sẽ trưởng thành. Khi đạt đến lượng đức tin lớn hơn trong tầm thước thứ ba, chúng ta sẽ có được một đức tin không thể lay chuyển, cho dù gặp bất kỳ gian lao thử thách nào cũng chẳng hề dao động, chẳng quay sang hữu hay ngó sang tả.

Tiến Xa Hơn Vầng Đá Đức Tin

Nếu đứng trên vầng đá đức tin, chúng ta sẽ được Chúa yêu, Ngài tháo gỡ mọi nan đề, ban cho chúng ta điều mình cầu xin. Chúng ta cũng có thể nghe được tiếng phán của Đức Thánh Linh, luôn vui mừng và cảm tạ trong bất cứ hoàn cảnh nào khi Chúa phán truyền, và trở nên tỉnh táo hơn qua việc cầu nguyện không thôi nhờ chúng ta ở trong Lời Chúa được chép trong Kinh Thánh qua sáu mươi sáu sách.

Nếu là một giáo sĩ, một trưởng lão, một mục sư, hay một lãnh đạo hội thánh, nhưng chẳng thể nghe được tiếng phán của Đức Thánh Linh, chúng ta phải biết rằng mình chưa được đứng trên vầng đá đức tin. Điều nầy không nhất thiết rằng chỉ khi đứng trên vầng đá đức tin chúng ta mới có thể nghe được tiếng của Đức Thánh Linh

Ngay cả những người mới bước vào đời sống đức tin cũng có thể nghe được tiếng của Ngài khi họ làm theo Lời Chúa như những gì vừa mới học được. Nhờ việc vâng theo Lời Chúa, những người mới tin chẳng tốn nhiều thời gian để trưởng thành từ cấp độ thứ nhất đến phạm vi vầng đá đức tin.

Từ khi tin nhận Chúa, trong tôi bắt đầu hiểu được ân huệ của Ngài và cố gắng làm theo Lời khi tôi học biết được. Nhờ những nỗ lực nầy, tôi đã có thể nghe được tiếng của Đức Thánh Linh và được Ngài dẫn dắt, vì tôi trọn lòng vâng phục Lời Chúa với sự xác định rằng nếu cần, tôi sẽ vui vẻ phó mạng sống mình cho Ngài.

Tôi đã mất ba năm để nghe rõ được tiếng phán của Đức Thánh Linh. Đương nhiên, chúng ta có thể nghe được tiếng của Ngài trong vòng một hoặc hai năm nếu chúng ta siêng năng học biết Lời Ngài, ghi nhớ trong tâm trí và làm theo. Song, không kể đến thời gian tin Chúa của một tín đồ là bao lâu, người ấy sẽ chẳng thể nghe được tiếng của Đức Thánh Linh nếu anh ta sống bởi ý tưởng riêng mà chẳng làm theo Lời Chúa.

Có một số tín đồ nói rằng, "Tôi đã từng được đầy dẫy Thánh Linh và có đức tin tốt. Tôi sốt sắng phục vụ hội thánh. Nhưng tôi bị sa sút thuộc linh vì cớ một thành viên trong hội thánh." Trong trường hợp như vậy, người nầy không thể được xem là đã từng có đức tin tốt và tích cực phục vụ hội thánh.

Vả lại, nếu có đức tin tốt, ngay từ đầu, họ đã không sa ngã vì cớ người khác, và sẽ chẳng bao giờ rời bỏ đức tin mình. Song, họ hành xử như vậy là vì họ chỉ có đức tin xác thịt, là đức tin chẳng có việc làm, mặc dù họ hiểu biết về Lời Chúa.

Chúng ta chẳng nên dại dột lìa bỏ hội thánh sau một vài vướng mắc với anh em. Thật đáng tiếc biết bao, nếu chúng ta phụ bạc Chúa là Đấng đã cứu chuộc mình khỏi tội lỗi và ban cho ta cuộc sống đích thực, để rồi trở lại với thế gian là chốn dẫn đến sự chết đời đời, chỉ vì sự vướng mắc với anh chị em nào đó trong hội thánh!

Nếu sự cầu nguyện của chúng ta chỉ mang tính giả ngụy, nhằm cho người ta biết mình là người cầu nguyện nóng cháy, hay cảm thấy khổ sở, thù ghét những kẻ nhạo báng hoặc nói xấu mình, chúng ta nên thừa nhận rằng mình đã bị xa rời vầng đá đức tin. Nếu đứng trên vầng đá đức tin, chúng ta sẽ không thù ghét, bèn là cầu nguyện cho họ trong nước mắt bởi tấm lòng yêu thương.

Qua đời sống chức vụ, kể từ 1982, nhiều phen tôi đã trải qua những sự việc không thể chấp nhận được đã xảy ra trong hội thánh. Về phương diện con người, có một số mục sư hay nhân sự thật quá độc ác để được tha thứ. Song, tôi chẳng hề thù hận hay căm ghét họ. Vì tôi nhìn thấy trước sự thay đổi của họ, tôi cố nhìn vào những điều tốt đẹp và đáng yêu thay vì những sự độc dữ.

Nếu lượng đức tin ở tầm thước thứ ba đã đạt tới mức đầy trọn và chúng ta đứng vững trên Lời Chúa, chúng ta có thể làm theo Lời Chúa cách trọn vẹn, và vui mừng trong sự tự do mà Lời của lẽ thật đã ban cho chúng ta. Bấy giờ, chúng ta sẽ vui mừng, dâng lời cảm tạ luôn, và cầu nguyện không thôi. Chúng ta sẽ chẳng bao giờ cảm thấy buồn phiền, hay đánh mất ý thức về lòng biết ơn. Hơn thế, chúng ta sẽ đứng vững trên vầng đá là Chúa Jêsus Christ chẳng hề lay chuyển, quay sang hữu hoặc sang tả.

3. Tranh Chiến Với Tội Lỗi Cho Đến Chừng Đổ Huyết

Ước muốn của Đức Thánh Linh trong lòng những người ở tầm thước đức tin thứ hai phát động cuộc chiến chống lại sự ham muốn của xác thịt. Song, những ai ở tầm thước thứ ba loại bỏ hết những ham muốn của bản năng tội lỗi và sống đắc thắng trong Lời Chúa vì họ làm theo ý muốn của Đức Thánh Linh.

Ở tầm thước đức tin thứ ba, thật dễ dàng để có một cuộc sống trong Đấng Christ vì chúng ta đã loại bỏ hết những việc làm của xác thịt là thứ vẫn còn trong ta lúc ở tầm thước đức tin thứ hai. Dẫu vậy, khi bước vào tầm thước thứ ba, chúng ta bắt đầu tranh chiến chống lại những ham muốn xác thịt, một sự pha trộn giữa bản tính xác thịt với bản năng tội lỗi đã ăn rễ sâu trong chúng ta, cho đến mức phải đổ huyết mình.

Kết quả, khi đạt đến lượng đức tin trọn vẹn ở tầm thước thứ ba, chúng ta không còn tư tưởng tội lỗi nữa, bèn là làm theo Lời Chúa và thỏa thích vui mừng trong lẽ thật, vì chúng ta đã thoát khỏi hết mọi thứ tội lỗi ra từ xác thịt.

Tầm Quan Trọng Của Việc Cất Hết Bản Năng Tội Lỗi

Ví bằng yêu mến Đức Chúa Trời và làm theo Lời Ngài, chúng ta sẽ không mất nhiều thời gian để tăng trưởng lượng đức tin từ cấp độ thứ hai lên cấp độ thứ ba. Bèn không phải vậy, cho dù chúng ta có thường xuyên đi nhóm ở hội thánh mà chẳng làm theo Lời Ngài, chúng ta cũng chẳng thể tăng trưởng lượng đức tin mình lên mức cao hơn được, mà chỉ dừng lại ở hiện tại – tầm thước đức tin thứ hai mà thôi.

Cũng như hạt giống không được gieo ra trong một thời gian lâu, hạt ấy sẽ bị chết. Tâm linh chúng ta cũng vậy, chỉ lớn lên khi chúng ta hiểu và làm theo Lời Chúa. Chúng ta hãy hết sức mình để hiểu và làm theo Lời Ngài hầu cho tâm linh chúng ta được tăng trưởng.

Một khi hạt giống được gieo xuống đất, nó có thể nảy mầm cách dễ dàng. Một mặt, nếu có mưa bão xảy đến hoặc bị người ta giẫm đạp lên, thì mầm ấy sẽ bị chết mất. Vậy nên, mầm non cần được trông nom, chăm sóc kỹ lưỡng. Cũng vậy, những người ở tầm thước đức tin thứ ba nên chăm sóc giúp đỡ những người ở cấp độ đức tin thứ nhất và thứ hai, để nhờ đó đức tin họ được trưởng thành.

Mặt khác, nếu trở thành cây cổ thụ đức tin nhờ bước vào tầm thước thứ ba, mặc cho bão tố thử thách khắc nghiệt hay thảm họa xảy đến, chúng ta cũng không bị sa ngã. Rễ cây cổ thụ rất khó bị nhổ bật lên vì nó đã ăn sâu vào lòng đất, dầu cho có một số cành bị cong hoặc bị gãy. Đồng thể ấy, có lúc dường như chúng ta sắp suy sụp khi đương đầu với gian nan thử thách, song chúng ta có thể bình phục lại sức lực, và đức tin tiếp tục lớn lên nhờ vào bộ rễ đã ăn sâu không bị lay chuyển trước bất kỳ hoàn cảnh nào.

Những Nỗ Lực Không Ngừng Hướng Đến Lượng Đức Tin Đầy Trọn

Một cây non đến lúc trưởng thành phải mất một thời gian dài, để ra hoa kết quả hoặc trở nên cây cổ thụ chim trời có thể đến làm tổ được. Điều tương tự, để tăng trưởng đức tin từ tầm thước thứ hai lên tầm thước thứ ba không phải là việc dễ dàng, mà đòi hỏi phải quyết tâm, song để tăng trưởng từ tầm thước ba lên bốn thì phải tốn nhiều thời gian hơn. Ấy là vì chúng ta phải nghe và hiểu Lời Chúa bằng tâm thần mình để rồi làm theo những gì đã được chép trong Kinh Thánh, nhưng để hiểu hết được ý muốn hoàn hảo của Đức Chúa Cha ngay trong một lúc là điều không dễ.

Ví dụ, cho dù là một học sinh xuất sắc vừa mới tốt nghiệp trường cơ sở, cũng không thể bước ngay vào trường đại học và tự mình làm mọi việc.

Song, có vài người thông minh thi đỗ đầu vào đại học khi tuổi còn rất trẻ, trong khi đó có rất nhiều người bước vào trường đại học sau rất nhiều cố gắng.

Giống như vậy, chúng ta có thể đạt đến tầm thước đức tin thứ tư nhanh hay chậm tùy vào những nỗ lực của mình. Đương nhiên, điều tối quan trọng là kích cỡ của ống dẫn hay vật chứa mà người ấy có được. Sự gắng sức của một ống dẫn nhỏ cũng không thể đủ lớn cho việc trưởng thành đức tin để đạt tới tầm thước cao hơn, cho dù người ấy có sự hiểu biết Lời Chúa, có hy vọng về nước thiên đàng và có đức tin. Ngược lại, một ống dẫn lớn hiểu được đâu là lẽ thật và kiên quyết làm theo những sự đó, họ luôn cố gắng cho đến chừng đạt được mục tiêu.

Thế thì, chúng ta phải hiểu rằng việc cố gắng bằng mọi nỗ lực để chiến cự lại tội lỗi mình đến nỗi đổ huyết để tăng trưởng đức tin, từ tầm thước ba sang tầm thước thứ tư sớm xảy đến như ta có thể là điều rất then chốt.

Thực Hiện Bổn Phận Mình Trong Lúc Quăng Xa Tội Lỗi

Chúng ta không được thờ ơ với bổn phận mà Chúa đã giao cho trong lúc chiến cự với tội lỗi. Như trường hợp của một bà chấp sự trưởng là người đã từng kề vai sát cánh cùng tôi từ hồi mới thành lập hội thánh. Vợ chồng bà đều phải chịu khốn khổ với nhiều bệnh tật, họ đến với hội thánh để được chữa lành qua sự cầu nguyện của tôi, và ước nguyện đó đã thành.

Từ đó, bà đã cố gắng phục hồi lại đức tin mà mình đã từng có và làm tăng trưởng lại lượng đức tin ấy, song bà không làm trọn bổn phận của một chấp sự trưởng. Bà chẳng cố gắng tranh chiến chống lại tội lỗi cho đến mức đổ huyết, và những điều xấu xa vẫn còn trong lòng, cho dù liên tục đi nhà thờ và lắng nghe Lời Chúa trong 15 năm. Việc làm và lời nói của bà vẫn còn là của những người đang ở tầm thước đức tin thứ hai.

May thay, vài tháng trước khi qua đời, tâm linh bà đã thức tỉnh, bà cố gắng làm đẹp lòng Chúa bằng cách phân phát tập san và phổ biến tin tức của hội thánh. Sau ba lần tôi cầu nguyện cho bà, bà được ban cho tầm thước đức tin thứ ba trong một thời gian ngắn.

Vậy nên, chúng ta không những chỉ phải tranh chiến chống lại tội lỗi cho đến nỗi đổ huyết để loại bỏ mọi thứ độc dữ, mà còn phải hết lòng thực hiện bổn phận được Chúa giao phó hầu cho có thể đạt đến lượng đức tin lớn hơn.

Tự mình quăng xa tội lỗi, quả thật là một điều khó, song nếu được Chúa thêm sức, thì ấy là việc dễ dàng.

Nguyện mỗi chúng ta đều là Cơ Đốc Nhân khôn ngoan trước mặt Đức Chúa Trời khi chúng ta biết rằng quyền phép Ngài sẽ đến trên những ai không chỉ tranh chiến đến đổ huyết để quăng xa mọi thứ tội lỗi và điều xấu xa mà còn phải thực hiện nhiệm vụ được Chúa giao phó. Trong danh Cứu Chúa chúng ta, tôi xin dâng lời cầu nguyện!

Chương 7

Đức Tin Yêu Chúa Vô Hạn

Ai có các điều răn của ta và vâng giữ lấy,

ấy là kẻ yêu mến ta; người nào yêu mến ta

sẽ được Cha ta yêu lại, ta cũng sẽ yêu

người, và tỏ cho người biết ta.

(Giăng 14:21)

Như phải đi từng bước để lên các bậc cầu thang, chúng ta cũng tăng trưởng đức tin theo từng cấp độ cho đến khi đạt đến lượng đức tin trọn vẹn. Ví dụ, 1 Tê-sa-lô-ni-ca 5:16-18 khuyên bảo chúng ta rằng, *"Hãy vui mừng mãi mãi, cầu nguyện không thôi, phàm làm việc gì cũng phải tạ ơn Chúa; vì ý muốn của Đức Chúa Trời trong Đức Chúa Jêsus Christ đối với anh em là như vậy."* Mức độ vâng theo điều răn nầy của mỗi người là khác nhau tùy vào lượng đức tin của họ.

Nếu ở tầm thước đức tin thứ hai, khi phải đương đầu với gian nan thử thách, chúng ta sẽ chán nản hơn là vui mừng và tạ ơn, vì chưa được ban cho đủ sức để sống theo Lời Chúa. Khi bước vào tầm thước đức tin thứ ba, chúng ta quăng xa tội lỗi qua việc tranh chiến chống lại chúng cho đến đổ huyết, trong một chừng mực nhất định, chúng ta có thể vui mừng và tạ ơn trong những khó khăn thử thách.

Cho dù chúng ta đang ở tầm thước đức tin thứ ba và phải đối mặt với những thử thách khốc liệt, có thể khiến hoài nghi, hoặc vui mừng tạ ơn cách gượng ép vì chưa hoàn toàn hiểu được tấm lòng của Đức Chúa Trời.

Dầu vậy, nếu đứng vững trên vầng đá đức tin, bén rễ sâu hơn trong tầm thước đức tin thứ ba, chúng ta sẽ luôn vui mừng và tạ ơn trong lòng dù khi phải đương đầu với khó khăn thử thách. Đồng thời, nếu đạt tới tầm thước đức tin cao hơn – tầm thước thứ tư – sự vui mừng và cảm tạ sẽ luôn tuôn tràn từ cõi lòng chúng ta. Dường ấy, ở tầm thước thứ tư, chúng ta lánh xa khỏi điều buồn phiền và nóng nảy trong những khó khăn thử thách, bèn là bày tỏ thái độ khiêm nhường, tự hỏi rằng, "Ta đã làm gì sai chăng?" Kết quả, hễ ai đạt đến tầm thước đức tin thứ tư, yêu Chúa tột bực, sẽ được thịnh vượng mọi bề.

1. Tầm Thước Đức Tin Thứ Tư

Khi nói rằng, "Lạy Chúa, con yêu Ngài," sự xưng nhận của những người ở tầm thước đức tin thứ hai hay thứ ba khác xa với sự xưng nhận của những người ở tầm thước thứ tư. Vì lòng yêu mến Chúa có hạn, và lòng yêu mến Chúa vô hạn có sự khác biệt nhau. Như hứa ngôn trong Châm ngôn 8:17 dành cho chúng ta, *"Ta yêu mến những người yêu mến ta, phàm ai tìm kiếm ta sẽ gặp ta,"* những ai yêu mến Chúa vô hạn có thể nhận lãnh bất kỳ sự gì mình cầu xin.

Lòng Yêu Chúa Vô Hạn

Những tổ phụ đức tin có lòng yêu mến Chúa vô hạn và luôn đầy dẫy sự vui mừng với lòng chân thành biết ơn cho dù phải chịu khổ đau trong khi mình chẳng làm gì sai trái. Như tiên tri Đa-ni-ên dâng lời cảm tạ Chúa với lòng thành tín mà cầu nguyện cùng Ngài cho dù người sắp sửa bị ném vào hang sư tử bởi âm mưu của những kẻ ác.

Tuy vậy, đức tin người làm đẹp lòng Chúa, Ngài sai thiên sứ đến đặng khóa mồm sư tử, bảo vệ Đa-ni-ên, ông đã dâng vinh hiển lớn lao lên Đức Chúa Trời (Đa-ni-ên 6:10-27).

Vào một lần khác, ba bạn của Đa-ni-ên xưng nhận niềm tin
nơi Đức Chúa Trời trước mặt vua Nê-bu-cát-nết-sa mặc dù họ
sắp sửa bị ném vào lò lửa hừng, ấy vậy họ vẫn không quỳ lạy
tượng vàng.

Trong Đa-ni-ên 3:17-18, họ xưng nhận rằng, *"Nầy, hỡi vua!*
Đức Chúa Trời mà chúng tôi hầu việc, có thể cứu chúng tôi
thoát khỏi lò lửa hực, và chắc cứu chúng tôi khỏi tay vua. Dầu
chẳng vậy, hỡi vua, xin biết rằng chúng tôi không hầu việc các
thần của vua, và không thờ phượng pho tượng vàng mà vua đã
dựng."
Họ kiên định tin cậy Đức Chúa Trời là Đấng mà bởi quyền
phép Ngài mọi việc đều có thể, họ kiên quyết thú nhận rằng họ
sẵn sàng phó mạng sống mình cho Đức Chúa Trời là Đấng họ
hầu việc, cho dù Ngài chẳng cứu họ khỏi lò lửa hực.

Theo sự xưng nhận đó, Đức Chúa Trời bảo vệ họ khỏi lò lửa
hực, không một sợi tóc nào trên đầu họ bị cháy xém. Trước cảnh
tượng lạ lùng nầy, vua ấy rất đỗi kinh ngạc bèn hết lòng tôn vinh
Đức Chúa Trời và thăng chức họ lên cấp bậc cao hơn trước.

Hãy nhìn xem tấm gương nầy: khi sứ đồ Phao-lô và Si-la đi
hết nơi nầy đến nơi khác để rao giảng phúc âm, họ bị những tay
độc ác đánh đập cách tàn bạo và tống vào ngục tối. Lúc nửa đêm,
khi họ ngợi khen và cảm tạ Đức Chúa Trời, thình lình đất rúng
động, các cửa ngục mở ra (Công-vụ 16:19-26).
Ví như chúng ta chịu khổ vì những nghịch lý như những tổ
phụ đức tin. Anh em có nghĩ rằng mình cũng có thể vui mừng và
tạ ơn cách thật lòng chăng? Nếu nhận thấy mình trở nên buồn

phiền, giận dữ, hoặc nóng nảy, thì phải nhận biết rằng chúng ta đang cách xa vầng đá đức tin. Ví bằng tiến xa hơn vầng đá đức tin, chúng ta sẽ luôn vui mừng và cảm tạ tự đáy lòng mình, dầu cho phải đương đầu với khó khăn thử thách, vì chúng ta đã hiểu rõ ơn phước sắm sẵn của Chúa. Nếu phải chịu đau đớn bởi những khổ nhục bất công, thì phải biết rằng ắt hẳn có nguyên do đằng sau nó. Song nhờ sự vùa giúp của Đức Thánh Linh, chúng ta có thể xác định được căn nguyên, hầu cho chúng ta có thể vui mừng và cảm tạ luôn.

Còn Đa-vít, vị vua vĩ đại nhất Ysơraên thì sao? Vì cớ sự phản loạn của con trai mình là Áp-sa-lom, vua Đa-vít bị truất phế và chạy trốn, sống không nhà cửa và đói khát. Không những phải thoái vị, ông còn bị một thường dân hạ đẳng có tên Si-mê-i ném đá và chửi rủa. Một trong những kẻ hầu hạ Đa-vít tâu trình xin lấy mạng Si-mê-i, song Đa-vít can ngăn, mà rằng, "Hãy để cho việc phải xảy đến như vậy, vì mọi sự đều dưới sự cho phép của Giê-hô-va Đức Chúa Trời."

Vả lại, Đa-vít chẳng hề thốt ra một lời than oán trong lúc gặp phải thử thách. Người bám chặt lấy tình yêu và nương cậy vào Đức Chúa Trời, giữ vững đức tin, giữa hoạn nạn thử thách, Đa-vít đã viết lên những lời ngợi ca đẹp đẽ, như chúng ta tìm thấy trong Thi Thiên 23.

Qua đó, Đa-vít luôn tin rằng Đức Chúa Trời làm mọi sự vì sự tốt đẹp cho ông, ngay cả khi người bị mất mát và đương đầu với khó khăn thử thách, vì người luôn thấu hiểu ý muốn của Đức Chúa Trời nên vui mừng dâng Lời cảm tạ với cả nước mắt mình.

Sau khi vượt qua thử thách, Đa-vít đã trở nên vị vua được Đức Chúa Trời yêu mến càng hơn. Hơn thế, người đã khiến

Ysơraên trở nên hùng mạnh đến nỗi những nước chư hầu đã mang lễ vật đến để cống nộp cho người. Ấy là khi Đức Chúa Trời nhìn thấy đức tin của Đa-vít, Ngài bèn làm mọi sự vì sự tốt đẹp và ban phước cho người.

Vâng Phục Chúa Với Lòng Vui Mừng Và Tình Yêu Vô Hạn

Ví như một đôi nam nữ sắp sửa tiến đến hôn nhân, họ yêu nhau tới nỗi cảm thấy nếu cần sẽ chết vì nhau. Cả hai đều muốn trao cho bạn tình mình bất cứ điều gì có thể, họ luôn muốn làm hài lòng nhau, thậm chí ngay cả việc phó mạng sống.

Họ muốn ở bên nhau luôn khi thời gian cho phép. Họ không cần để ý đến cái lạnh giá của thời tiết, ngay cả khi họ cùng đi với nhau trên con đường đầy tuyết hay bão giông. Dù phải thức suốt đêm để chuyện trò cùng nhau qua điện thoại, họ cũng chẳng thấy chán hay mỏi mệt.

Cũng vậy, ví bằng chúng ta yêu mến Chúa vô hạn theo cách mà đôi nam nữ sắp cưới yêu nhau, một tấm lòng không dời đổi dành cho Ngài, chúng ta sẽ ở tầm thước đức tin thứ tư. Vậy, làm thế nào để chúng ta bày tỏ tình yêu đối với Ngài? Làm sao Chúa biết được tình yêu ta dành cho Ngài là bao nhiêu?

Chúa Jêsus phán qua Giăng 14:21 rằng, *"Ai có các điều răn của ta và vâng giữ lấy, ấy là kẻ yêu mến ta; người nào yêu mến ta sẽ được Cha ta yêu lại, ta cũng sẽ yêu người, và tỏ cho người biết ta."*

Ví bằng yêu mến Chúa, chúng ta sẽ vâng giữ lấy điều răn của Ngài; đây là bằng chứng chúng ta yêu mến Ngài. Nếu thật lòng yêu mến Ngài, thì Ngài cũng sẽ yêu mến ta, sẽ ở cùng ta và tỏ cho ta biết sự ấy. Ngược lại, nếu chẳng vâng giữ điều răn Ngài, thì khó bề nhận được ơn huệ, sự vùa giúp, hoặc ơn phước của Chúa.

Chúng ta có yêu mến Chúa thật lòng chăng? Nếu vậy, ắt hẳn chúng ta sẽ làm theo mạng lệnh Ngài, thờ phượng Ngài bằng tâm thần và lẽ thật. Chúng ta sẽ chẳng hề ngủ gật hay cảm thấy buồn chán khi lắng nghe sứ điệp. Làm sao có thể nói rằng mình yêu ai đó mà lại ngủ gật khi nghe người ấy nói chuyện? Ví như thật lòng yêu thương người phối ngẫu, hay người bạn đồng hành của mình, thì việc lắng nghe người ấy là một niềm vui lớn.

Cũng vậy, nếu thật lòng yêu mến Chúa, chúng ta sẽ vô cùng sung sướng và vui thỏa khi lắng nghe Lời Ngài. Ví như cảm thấy buồn ngủ hoặc uể oải, rõ là chúng ta chẳng yêu mến Ngài. 1 Giăng 5:3 nhắc nhở rằng, *"Vì nầy là sự yêu mến Đức Chúa Trời, tức là chúng ta vâng giữ điều răn Ngài. Điều răn của Ngài chẳng phải là nặng nề."*

Thật vậy, đối với những người yêu mến Chúa, việc vâng giữ điều răn Ngài là không mấy khó khăn. Vì vậy, nếu thật lòng yêu mến Chúa, chúng ta có thể hoàn toàn vâng phục các điều răn Ngài. Chúng ta làm theo các điều răn ấy bởi đức tin với tình yêu thương tự đáy lòng mình, thay vì phải gánh lấy cách miễn cưỡng và nặng nề.

Vả lại, nếu bước vào tâm thước đức tin thứ tư, chúng ta vâng phục mọi Lời cách khoái lạc vì chúng ta vô cùng yêu mến Ngài, giống như một người bạn đời muốn trao cho người mình yêu bất cứ điều gì theo ý muốn của người ấy.

Ma Quỉ Chẳng Thể Làm Hại Chúng Ta Được

Những ai hết lòng yêu mến Chúa, được nên thánh cách trọn vẹn nhờ việc hoàn toàn vâng phục Lời Chúa, như 1 Tê-sa-lô-ni-ca 5:21-22 có chép rằng, *"Hãy xem xét mọi việc, điều chi lành thì giữ lấy. Bất cứ việc gì tựa như điều ác thì phải tránh đi."*

Đức Chúa Trời sẽ ban thưởng thế nào khi chúng ta không những loại bỏ tội lỗi qua việc tranh chiến chống lại chúng cho đến đổ huyết, mà còn tránh khỏi mọi điều ác? Ngài bày tỏ bằng chứng về tình yêu của Ngài đối với chúng ta như thế nào? Đức Chúa Trời đã dành nhiều hứa ngôn phước hạnh cho những ai đạt tới sự nên thánh và trong sạch, vì Ngài ban thưởng cho chúng ta tùy vào những gì chúng ta gieo và việc chúng ta làm.

Trước hết, như 1 Giăng 5:18 cho biết, *"Chúng ta biết rằng ai sanh bởi Đức Chúa Trời, thì hẳn chẳng phạm tội; nhưng ai sanh bởi Đức Chúa Trời, thì tự giữ lấy mình, ma quỉ chẳng làm hại người được,"* chúng ta được sinh bởi Đức Chúa Trời. Khi không còn phạm tội nữa, chúng ta sẽ trở thành con người thiêng liêng nhờ cố gắng sống theo Lời Chúa, quăng xa tội lỗi bằng cách tranh chiến với chúng cho đến mức đổ huyết. Do vậy, ma quỷ là kẻ thù độc ác không thể làm hại chúng ta được, vì Đức Chúa Trời gìn giữ chúng ta trong sự an ninh Ngài.

Kế theo, 1 Giăng 3:21-22 có hứa rằng, *"Hỡi kẻ rất yêu dấu, ví bằng lòng mình không cáo trách, thì chúng ta có lòng rất dạn dĩ, đặng đến gần Đức Chúa Trời: và chúng ta xin điều gì mặc dù, thì nhận được điều ấy, bởi chúng ta vâng giữ các điều răn của Ngài và làm những điều đẹp ý Ngài."* Lòng chúng ta không cáo trách khi chúng ta làm đẹp ý Đức Chúa Trời bằng cách không những vâng giữ các điều răn, mà còn loại bỏ mọi điều xấu xa độc ác.

Chúng ta dạn dĩ đến gần Đức Chúa Trời và nhận lãnh được bất cứ sự gì mình cầu xin như Lời Ngài đã hứa. Ngài chẳng hề nói dối và cũng chẳng đổi ý; những gì Ngài phán hứa thì Ngài làm thành (Dân-số 23:19). Dường ấy, Ngài ban cho chúng ta mọi điều mình cầu xin nếu chúng ta yêu mến Ngài hết lòng và nên thánh.

Khi mới bước vào đời sống đức tin, tôi thường cảm thấy không thỏa lòng với những sứ điệp hay những buổi thờ phượng không đủ lâu, vì tôi muốn biết thật nhiều về ý chỉ của Đức Chúa Trời và muốn nhận lãnh ơn huệ của Ngài. Nhờ hết lòng sống theo Lời Chúa ngay khi vừa hiểu được sự ấy, trong một thời gian ngắn tôi có thể đạt đến một lượng đức tin đầy trọn.

Kết quả, ngày nay tôi đang dâng hiến cách hào hiệp hết thảy những gì mình có, ngay cả mạng sống mình lên Chúa với sự thỏa lòng, trọn trí và trọn cả tâm thần, chỉ sống bởi Lời Chúa để yêu mến Ngài hết lòng và làm đẹp ý Ngài. Dẫu dâng hết lên Ngài những gì mình có, tôi vẫn luôn ao ước có thể dâng cho Ngài nhiều hơn nữa. Nhà tôi cùng các con cũng trọn lòng sống tận hiến cho Chúa như những gì tôi khuyên bảo họ. Nếu cảm thấy nặng nề trong đời sống Cơ Đốc Nhân, chúng ta cần phải khao khát Lời Chúa, hết lòng thờ phượng Ngài bằng tâm thần và lẽ thật, cố gắng sống duy bởi Lời Chúa.

2. Linh Hồn Chúng Ta Được Thạnh Vượng

Ở tầm thước đức tin thứ tư, người ta luôn sống bởi Lời Chúa, như đã hết lòng xưng nhận, vì họ luôn nghĩ đến việc, "Mình nên làm gì để Chúa đẹp lòng?" Và hẳn nhiên là hành động vâng phục sẽ theo sau sự xưng nhận tự lòng mình. Ấy là vì họ yêu mến Chúa hết lòng.

Hứa ngôn Ngài dành cho những người ấy như trong 3 Giăng 1:2: *"Hỡi kẻ rất yêu dấu, tôi cầu nguyện cho anh em được thạnh vượng trong mọi sự, và được khỏe mạnh phần xác anh cũng như được thạnh vượng về phần linh hồn anh vậy."* "Thạnh vượng về phần linh hồn" có ý nghĩa gì? Những ơn phước nào sẽ được ban cho?

Linh Hồn Chúng Ta Được Thạnh Vượng

Khi tạo dựng nên con người, Đức Chúa Trời hà sanh khí vào nó và con người trở thành một loài sinh linh. Phần thần linh giúp con người có thể thông giao với Đức Chúa Trời; phần linh quản trị phần hồn; thể xác là nơi ở của linh và hồn và con người có thể sống đời đời như một loài sinh linh (Sáng Thế 2:7; 1 Tê-sa-lô-ni-ca 5:23).

Vậy nên, người có linh hồn được thạnh vượng có thể làm chủ mọi sự và có sự sống đời đời như con người đầu tiên là A-đam đã từng thông giao với Đức Chúa Trời và hoàn toàn làm theo ý Ngài.

Dẫu vậy, A-đam đã bất tuân mạng lệnh Đức Chúa Trời và đánh mất ơn huệ mà Ngài đã ban cho người. Đức Chúa Trời phán cùng ông rằng, *"Ngươi được tự do ăn hoa quả các thứ cây trong vườn; nhưng về phần cây biết điều thiện và điều ác thì chớ hề ăn đến; vì một mai ngươi ăn, chắc sẽ chết."* (Sáng Thế 2:16-17). A-đam không làm theo lời phán dặn đó, song người đã ăn cây biết điều thiện và điều ác. Để rồi dẫn đến hậu

quả, tâm linh trong người là phần mà nhờ đó người có thể thông
giao với Đức Chúa Trời đã bị chết, rồi người bị đuổi khỏi vườn
Ê-đen.

"Tâm linh người bị chết" ở đây không có nghĩa rằng tâm linh
của A-đam hoàn toàn biến mất, bèn là bị mất đi khả năng ban
đầu. Lẽ ra tâm linh có vai trò làm chủ, song từ khi bị chết, phần
hồn đã thế vào đó. Con người đầu tiên là A-đam, một loài sinh
linh đã từng tương giao với Đức Chúa Trời là Đấng Thần Linh.

Song, tâm linh của A-đam bị chết vì cớ tội bất tuân của mình
nên người không còn tương giao với Đức Chúa Trời được nữa.
Ấy vậy, ông đã trở thành con người có phần hồn làm chủ thay
cho tâm linh.

"Tâm hồn" nói đến hệ thống trí nhớ trong não bộ cùng mọi
hình thức lý trí và tư tưởng được sản sinh bởi trí nhớ. Con người
tâm hồn là con người không còn phụ thuộc vào Đức Chúa Trời
nữa mà dựa vào tri thức và lý thuyết của loài người. Qua sự tác
động liên tục của kẻ thù là Sa-tan lên tư tưởng – tâm hồn con
người – những sự bất chính và gian ác xâm nhập vào nó, từ đó,
thế gian đầy dẫy sự độc ác và con người tiếp nhận chúng ngày
càng thêm. Từ thế hệ nầy sang thế hệ khác, loài người mỗi ngày
càng trở nên ô uế, tội lỗi và đồi bại hơn.

Con người đầu tiên là A-đam, con người của tâm linh cũng là
chúa của muôn loài, vui hưởng sự sống đời đời nhờ tâm linh làm
chủ và có thể thông giao với Đức Chúa Trời. Khi sự tối tăm len
lỏi vào lòng người, là nơi đã từng chỉ có lẽ thật, song qua sự bất
tuân, dần dần con người đã phó lòng mình vào tay kẻ thù là
Satan và ma quỉ, là kẻ cầm đầu quyền lực tối tăm.

Toàn bộ hậu tự của tổ phụ bất tuân, A-đam, trở nên loài

chẳng hơn gì cầm thú là loài được dựng nên không có tâm linh, chỉ có hồn và xác. Để rồi họ phải sống với đủ thứ sai trật như dối trá, ngoại tình, thù hận, giết người, đố kỵ, ganh ghét, hết thảy là những thứ nghịch lại với Lời Chúa (Truyền Đạo 3:18).

Dẫu vậy, Đức Chúa Trời của tình yêu thương đã mở đường cứu rỗi qua Con Ngài là Jêsus Christ, và hễ ai tin nhận Ngài thì được ban cho ân tứ Thánh Linh hầu cho có thể làm sống lại phần tâm linh đã chết của họ. Nếu nhận lãnh được ân tứ Thánh Linh qua việc tin nhận Chúa Jêsus Christ, thì tâm linh đã chết sẽ được hồi sinh. Và lại, nếu người ấy để cho Đức Thánh Linh sinh ra thần linh trong mình, dần dần họ sẽ trở nên con người thuộc linh.

Những người thuộc linh có thể vui hưởng phước hạnh như con người đầu tiên – Ađam, đã từng là một loài sinh linh,. Vì linh hồn người được thạnh vượng, ấy là, lúc bấy giờ phần linh làm chủ và phần hồn vâng phục nó. Đây là tiến trình trưởng thành đức tin và là tiến trình linh hồn con người trở nên thạnh vượng.

Khi tin nhận Chúa Jêsus và lãnh được Đức Thánh Linh, chúng ta ở tầm thước thứ nhất của đức tin. Sau đó chúng ta có thể đứng trên vầng đá đức tin và chỉ sống bởi Lời Chúa qua cuộc chiến quyết liệt giữa phần linh và phần hồn, một bên làm theo ước muốn của Đức Thánh Linh, một bên làm theo sự ưa muốn của xác thịt. Nếu chúng ta đạt đến tầm thước đức tin thứ tư, chúng ta được nên thánh và giống Chúa vì phần linh trong chúng ta đã lên ngôi chủ quyền.

Phần Linh Trong Chúng Ta Làm Chủ

Khi phần linh quản trị phần hồn với tư cách là chủ nó, và hồn làm theo sự sai khiến của linh với địa vị của một tôi tớ, ấy là "linh hồn chúng ta được thạnh vượng." Bấy giờ chúng ta trở nên có đồng tâm tình với Chúa, như Phi-líp 2:5 có chép, *"Hãy có đồng một tâm tình như Đấng Christ đã có."*

Khi phần linh trong chúng ta quản trị phần hồn, Đức Thánh Linh hoàn toàn kiểm soát tấm lòng chúng ta vì Lời lẽ thật của Đức Chúa Trời là chủ của lòng mình, nhờ đó chúng ta không còn lệ thuộc vào ý riêng nữa. Nói cách khác, chúng ta hoàn toàn làm theo Lời Chúa vì chúng ta đã đánh đổ hết mọi tư tưởng xác thịt và lòng chúng ta chỉ có lẽ thật.

Trong tiến trình nầy, khi chúng ta trở thành một con người thuộc linh được Đức Thánh Linh dẫn dắt, chúng ta có thể thoát khỏi mọi khó khăn thử thách, và được phóng thích khỏi mọi hiểm họa trong bất kỳ hoàn cảnh nào. Ví dụ, cho dù có thiên tai hay tai họa thình lình xảy đến, Đức Thánh Linh sẵn sàng cảnh báo để chúng ta thoát khỏi nguy hiểm và Ngài khiến chúng ta được bình an.

Dường ấy, khi linh hồn chúng ta được thạnh vượng, chúng ta sẽ phó hết mọi sự cho Đức Chúa Trời với tấm lòng vâng phục hoàn toàn. Sau đó Ngài sẽ cai quản tấm lòng và tư tưởng chúng ta, dẫn dắt chúng ta trên mọi nẻo đường, ban phước trên sức lực chúng ta. Về sự nầy, chúng ta sẽ được biết tường tận qua Phục Truyền 28:2-6 như sau:

Nếu ngươi nghe theo tiếng phán của Giê-hô-va Đức Chúa Trời ngươi, nầy là mọi phước lành giáng xuống

*trên mình ngươi: Ngươi sẽ được phước trong thành, và
được phước ngoài đồng ruộng. Bông trái của thân thể
ngươi, hoa quả của đất ruộng ngươi, sản vật của sinh
súc ngươi, luôn với lứa đẻ của bò cái và chiên cái
ngươi, đều sẽ được phước; cái giỏ và cái thùng nhồi bột
của ngươi đều sẽ được phước! Ngươi sẽ được phước
trong khi đi ra, và sẽ được phước trong khi vào.*

Vậy nên, những ai làm theo Lời Chúa nhờ linh hồn họ được
thạnh vượng, thì sẽ không những có sự sống đời đời nơi thiên
đàng, mà còn vui hưởng mọi thứ phước lành về sức khỏe, vật
chất, và đường con cái ở đời nầy.

Mọi Sự Xảy Đến Với Chúng Ta Đều Tốt Đẹp

Giôsép, con trai Giacốp, bị đặt vào hoàn cảnh tuyệt vọng:
Khi còn bé, ông bị chính các anh mình bán đi và đưa đến tận xứ
Ê-díp-tô, ở đây ông bị bỏ tù cách nhục nhã, trong khi ông chẳng
tự mình làm điều gì sai trái.

Mặc cho hoàn cảnh khó khăn, Giôsép vẫn không ngã lòng,
song phó mình vào sự dẫn dắt của Đức Chúa Trời toàn năng.
Nhờ có đức tin lớn, Đức Chúa Trời đã chỉ bảo và lo liệu mọi sự
cần thiết cho người. Kết quả, mọi sự xảy đến đều trở nên tốt đẹp,
Giôsép đã trở nên người cao trọng và làm nguyên thủ quốc gia
xứ Ê-díp-tô.

Dường ấy, cho dù Giôsép bị bán và đưa đi đến tận Ê-díp-tô
trong lúc còn thơ ấu và phải làm nô lệ cho xứ người, cuối cùng
ông đã được trao cho trọng trách đối với Ê-díp-tô và đã cứu
được cả nhà mình cùng dân sự xứ nầy thoát khỏi bảy năm hạn

hán. Vả lại, ông đã đặt nền móng cho dân tộc Ysơraên lưu ngụ tại đây.

Ngày nay, trên hành tinh nầy có hơn sáu tỉ người đang sống. Trong đó có hơn một tỉ người tin nhận Chúa Jêsus Christ, trong số những Cơ Đốc Nhân ấy, ví bằng có những người không tì vết, thì quả thật họ là những kẻ đáng yêu biết dường nào đối với Ngài! Ngài sẽ luôn ở cùng họ, ban phước cho họ mọi bề. Khi đối diện với khó khăn, Ngài khiến cho vượt qua những sự ấy hoặc chỉ dạy họ cầu nguyện. Qua sự cầu nguyện, Ngài nhậm lời và giúp họ thoát khỏi những sự đó, vì Ngài là Đức Chúa Trời công bình.

Vài năm trước, tôi được mời làm diễn giả tại Hội Nghị Truyền Bá Phúc Âm tại Los-Angeles. Trước khi lên đường, Chúa thôi thúc lòng tôi cầu nguyện cho hội nghị, tôi đã tập trung cầu nguyện hai tuần tại nhà nguyện trên núi. Khi chưa đến Los-Ageles, tôi vẫn không biết tại sao Chúa đã thôi thúc tôi về điều đó.

Kẻ thù là Satan và ma quỉ đã xúi giục bọn người xấu tìm cách gây cản trở và hội nghị hầu như sắp bị hủy bỏ. Sau sự cầu nguyện của tôi cùng các thành viên trong Hội thánh, Đức Chúa Trời đã phá diệt mưu chước xảo quyệt của chúng trước chuyến đi.

Vậy nên, khi vừa đến Los-Angeless, tôi nhận thấy mọi thứ đã sẵn sàng, nhờ đó không một trở ngại nào có thể ngăn cản được sự thành công của hội nghị. Vả lại, tôi đã có cơ hội dâng vinh hiển lớn lên Đức Chúa Trời qua việc công bố lễ chúc phước cho Hội Đồng Thành Phố Los-Angeles, và là người Hàn Quốc đầu tiên được chính quyền Tiểu Ban Los-Angeles trao quyền công dân danh dự.

Ấy là cách phó thác mọi sự trong tay Chúa của những ai có linh hồn thạnh vượng. Khi chúng ta phó thác mọi sự trong sự cầu nguyện mà chẳng hề lệ thuộc vào ý tưởng, ý chí, hay kế hoạch do mình lập ra, Đức Chúa Trời sẽ cai quản tâm trí và dẫn dắt chúng ta, hầu cho mọi sự xảy ra đều tốt đẹp.

Cho dù gặp phải khó khăn, chúng ta vẫn dâng lời cảm tạ Chúa, vì chúng ta tin chắc rằng Ngài cho phép điều đó xảy đến theo ý muốn Ngài, Đức Chúa Trời sẽ làm mọi sự vì ích lợi của chúng ta. Đôi khi hành xử theo kinh nghiệm hoặc ý tưởng riêng mà không nương cậy Ngài, khiến chúng ta phải đương đầu với khó khăn. Dầu vậy, nếu nhận biết lỗi lầm mà ăn năn, thì Đức Chúa Trời sẽ vùa giúp chúng ta.

Hoàn Toàn Làm Theo Sự Dẫn Dắt Của Đức Thánh Linh

Nếu đứng vững trên vầng đá đức tin, hết thảy mọi sự ngờ vực đều lánh xa, chúng ta có sự tin chắc nơi Đức Chúa Trời hằng sống và những công việc của Ngài, sự phục hưng, sự trở lại của Chúa, sự sáng tạo nên mọi vật từ số không, và Ngài sẽ nhậm lời cầu nguyện của chúng ta.

Vậy, trong bất kỳ gian nan thử thách nào, chúng ta đều có thể vui mừng, cầu nguyện, và dâng lời cảm tạ Chúa vì chúng ta chẳng hề nghi ngờ trong sự vô tín. Và lại, Đức Thánh Linh chưa hoàn toàn làm chủ lòng mình vì chúng ta chưa nên thánh trọn vẹn. Đôi khi chúng không biết rõ những gì Đức Thánh Linh phán và khiến có sự lẫn lộn vì tư tưởng xác thịt vẫn còn ở trong chúng ta.

Ví dụ, đương lúc cầu nguyện để khởi sự một công việc làm ăn, tình cờ chúng ta gặp một công việc nào đó, rồi chúng ta khởi nghiệp với công việc ấy, nghĩ rằng việc nầy là sự đáp lời cầu nguyện đến từ Chúa. Lúc đầu, công việc có vẻ thành công, nhưng về sau, mỗi ngày càng trở nên tệ hơn. Sau đó chúng ta nhận ra rằng, mình chẳng phải đã nghe tiếng phán của Đức Thánh Linh, bèn là dựa vào ý tưởng riêng.

Thế thì, những ai đứng trên vầng đá đức tin sẽ thành công trong hầu hết mọi sự, vì họ hiểu lẽ thật và sống bởi lời Chúa, nhưng chưa trọn vẹn vì chưa đạt đến tầm thước đức tin phó thác mọi sự và trông cậy nơi Ngài.

Những người ở tầm thước thứ đức tin thứ tư sẽ thế nào? Ở tầm thước đức tin nầy, lòng chúng ta sẵn sàng biến đổi theo lẽ thật, đời sống chúng ta hài hòa với Lời Chúa, và lẽ thật chiếm ngự lòng mình. Lòng chúng ta trở nên thần linh, sau đó hoàn toàn làm chủ phần hồn. Nhờ vậy, chúng ta không còn sống theo ý riêng nữa, vì lúc nầy Đức Thánh Linh hoàn toàn làm chủ. Mọi việc chúng ta làm đều thạnh vượng, khi vâng phục Chúa và làm theo sự dẫn dắt của Đức Thánh Linh, Đức Chúa Trời sẽ chỉ bảo chúng ta mọi sự.

Khi dâng lời cầu nguyện để làm trọn điều gì, bởi sự chờ đợi kiên nhẫn cho đến khi Đức Thánh Linh cai quản chúng ta cách hoàn toàn, chúng ta sẽ được Ngài dẫn dắt đến nơi thạnh vượng và thành công trọn vẹn, không sai sót. Sáng Thế 12 nhắc nhở chúng ta về Áp-ra-ham, là người đã vâng phục Chúa mà lìa bỏ quê hương, nhà cửa ngay khi nhận được mệnh lệnh Ngài, thậm chí người chẳng biết mình đi về đâu. Dẫu vậy, vì cớ sự vâng phục đó, Đức Chúa Trời đã ban phước cho người để trở thành tổ phụ đức tin và là bạn của Ngài.

Vậy nên, chúng ta chẳng phải lo lắng gì khi có Đức Chúa Trời là Đấng cai quản, dẫn dắt đường lối. Chúng ta có thể vui hưởng phước hạnh trong mọi sự chỉ khi tin cậy và bước đi theo đường lối Ngài, vì Đức Chúa Trời toàn năng luôn ở cùng chúng ta.

Những Việc Làm Bởi Sự Vâng Phục Trọn Vẹn

Khi bước vào tầm thước đức tin thứ tư, chúng ta vui thỏa làm theo mọi mệnh lệnh xuất phát từ tấm lòng yêu mến Chúa vô hạn của mình. Chúng ta không vâng theo Ngài cách miễn cưỡng hay ép buộc, bèn là vâng phục trong ý chí tự do và lòng vui thỏa bởi tình yêu chúng ta đối với Ngài.

Để rõ thêm điều nầy, chúng ta có thể xem một ví dụ: có người đang mắc một món nợ lớn, không đủ khả năng thanh toán. Theo luật pháp, người đó sẽ bị phạt. Tệ hơn, giả như anh ta có người nhà đang trong tình trạng cần được phẫu thuật gấp. Nếu không đủ tiền cho trường hợp khẩn cấp nầy, người đó sẽ rất thất vọng.

Vậy, người đó sẽ phản ứng thế nào nếu tình cờ anh ta nhìn thấy một viên kim cương lớn trên đường? Cách xử sự của anh ta sẽ thay đổi tùy vào lượng đức tin mình.

Nếu ở tầm thước đức tin thứ nhất, là mức chỉ đủ để được cứu rỗi, người ấy có thể nghĩ rằng, 'với của nầy, ta có thể trả hết nợ nần và chi phí thuốc men.' Vì anh ta chưa biết nhiều về lời Chúa. Anh ta có thể nhìn quanh, nếu không có người để mắt đến mình, anh ta liền nhặt lấy.

Nếu ở tầm thước đức tin thứ hai, là khi người ta cố gắng sống bởi Lời Chúa, sẽ có trận chiến thuộc linh xảy ra với sự ham muốn xác thịt, mà rằng, "Sự nầy là Chúa đã nhậm lời cầu nguyện ta," với ước muốn của Đức Thánh Linh, thì nói rằng, "Không, đây là hành vi trộm cắp. Ta phải trả lại cho chủ nó."

Lúc đầu, anh ta có thể do dự và cân nhắc rằng chẳng biết nên nhặt lấy hay mang đến cơ quan công an, nhưng cuối cùng thì bỏ túi, vì cớ sự xấu ở trong người lấn áp sự nhân lành. Ví bằng anh ta chẳng có nợ nần gì, hoặc chẳng ở vào tình trạng khẩn thiết, người đó có thể suy tính trong chốc lát, rồi bèn mang đến công an. Dẫu vậy, sự xấu xa trong anh ta dần dần có thể thắng hơn sự nhân lành vì cớ anh ta thấy mình đang ở trong tình trạng vô vọng.

Kế theo, nếu ở tầm thước đức tin thứ ba hoặc đứng trên vầng đá đức tin, làm theo ý muốn của Đức Thánh Linh, người ấy sẽ mang viên kim cương đó đến nộp cho công an vì muốn trả lại cho chủ nó. Ấy vậy, lòng người cảm thấy tiếc viên đá quý ấy, mà nghĩ rằng, "Ta có thể trả hết nợ lẫn chi phí cho sự phẫu thuật!" Dường ấy, việc làm của anh ta chưa được trọn vẹn vì cớ sự ham muốn của xác thịt vẫn còn ở trong người.

Nếu ở tầm thước đức tin thứ tư, chúng ta sẽ xử lý ra sao đối với tình huống nhạy cảm nầy? Trước sự xuất hiện của viên đá quý đó, chúng ta chẳng hề nghĩ đến ham muốn riêng tư vì chẳng có sự giả dối nào còn lại trong lòng, nên ý tưởng xấu xa ấy chẳng tấn công vào tâm trí chúng ta.

Chúng ta cảm thấy hối tiếc cho người bị mất của, mà nghĩ rằng, "Ắt hẳn người ấy đau lòng lắm! Tôi chắc rằng họ đã tìm kiếm khắp nơi. Mình nên mang đến ngay công an!" Chúng ta sẽ thực hiện điều chúng ta nghĩ.

Trong sự việc nầy, nếu yêu Chúa hết mực và ở tầm thước đức

tin thứ tư, chúng ta sẽ luôn vâng giữ luật pháp Chúa cho dù có ai nhìn thấy ta hay không, vì chúng ta sống theo luật pháp. Trong tình huống nầy, chúng ta chẳng cần phải phân biệt tiếng của Đức Thánh Linh với những sự khác trong tâm trí tội lỗi mình.

Trước khi đứng trên vầng đá đức tin, nhiều khi chúng ta gặp khó khăn vì cớ sự lẫn lộn giữa ý tưởng riêng với tiếng phán của Đức Thánh Linh. Cho dù đứng trên vầng đá đức tin, chúng ta cũng không thể phân biệt rõ ràng giữa sự đã qua và điều mới xảy đến.

Tuy vậy, khi chúng ta đạt đến lượng đức tin ở tầm thước thứ tư, chúng ta chẳng còn có gì phải cảm thấy nặng nề mà chỉ việc bước đi theo tiếng phán của Đức Thánh Linh vì Ngài là Đấng hoàn toàn làm chủ và cai quản tâm trí chúng ta.

Vả lại, khi bước vào tầm thước đức tin thứ tư, chúng ta không còn lệ thuộc vào ý tưởng riêng của loài người, sự khôn ngoan, hay từng trải, bèn là sự dẫn dắt của Chúa trong mọi sự. Nhờ đó, chúng ta có thể vui hưởng phước hạnh từ Đấng "Giêhôva Di rê" (Đức Chúa Trời sẽ lo liệu) và chúng ta sẽ được thạnh vượng mọi bề.

3. Lòng Yêu Mến Chúa Vô Điều Kiện

Khi bước vào tầm thước thứ tư của đức tin, chúng ta yêu mến Chúa cách vô điều kiện. Chúng ta công bố phúc âm hay trung tín làm công việc Chúa mà chẳng mong đợi nhận lãnh ơn phước hay được Chúa nhậm lời cầu nguyện, chúng ta chỉ xem đó là việc nên làm. Cũng như khi phục vụ những người lân cận bằng tình yêu tận hiến, chúng ta chẳng hề trông đợi một sự đến đáp nào từ họ vì chúng ta yêu thương linh hồn họ.

Bố mẹ có bao giờ đòi hỏi con cái mình phải trả giá gì cho tình yêu mà họ dành cho chúng chăng? Chẳng hề như vậy, tình yêu là sự ban cho. Bố mẹ chỉ biết cảm tạ và vui mừng về việc họ có con cái là đối tượng yêu thương của họ. Nếu có bố mẹ nào chỉ muốn con cái vâng lời hoặc để khoe khoang về chúng, khi ấy họ luôn trông đợi con cái đến đáp tình yêu mình.

Cũng vậy, nếu thật lòng yêu thương bố mẹ, con cái chẳng hề trông mong bố mẹ đáp lại bất cứ điều gì. Khi làm bổn phận, họ làm hết mình để đẹp lòng bố mẹ, khiến bố mẹ họ phải suy nghĩ, 'Ta nên ban cho chúng những gì?'

Vậy, nếu chúng ta đạt đến lượng đức tin mà nhờ đó khiến chúng ta yêu mến Chúa hết mực, chỉ cần một sự thật rằng chúng ta đã được ban cho sự cứu rỗi cũng đủ để dâng lời tạ ơn luôn. Và lại, chúng ta chẳng thể nào đến đáp được ơn huệ của Ngài nên không cưỡng được tình yêu lẽ thật và yêu mến Chúa cách vô điều kiện.

Vậy nên, nếu chúng ta có đức tin yêu mến Chúa vô điều kiện, chúng ta sẽ dấn thân vào sự cầu nguyện, làm việc ngày đêm phục vụ vương quốc Chúa và sự công chính Ngài mà không mong chờ một sự đến đáp nào.

Yêu Mến Chúa Với Tấm Lòng Không Dời Đổi

Trong Công Vụ 16:19-26, nói đến sứ đồ Phao-lô và Si-la là hai người chỉ làm những việc thiện lành, như rao giảng phúc âm cho dân ngoại, đuổi quỉ ra khỏi họ, nhưng đã bị những kẻ xấu bắt kéo ra giữa chợ, lột hết quần áo rồi đánh đập cách dã man, sau đó chúng nhốt tù hai người. Họ bị nhốt vào xà lim, hai chân xích chặt vào cùm. Nếu ở vào hoàn cảnh của họ, chúng ta sẽ làm gì?

Nếu ở vào tầm thước thứ nhất hoặc thứ hai của đức tin, chúng ta có thể than văn, kêu rên, "Hỡi Chúa, có phải Ngài là Đức Chúa Trời hằng sống chăng? Trước nay chúng tôi trung tín làm việc cho Ngài. Cớ sao Ngài nỡ để chúng tôi bị nhốt tù?"

Ở tầm thước đức tin thứ ba, chúng ta có thể chẳng hề thốt ra những lời lẽ như vậy, song chúng ta có thể cầu nguyện cách chán nản và thất vọng rằng: "Hỡi Chúa, Ngài có thấy chúng con bị bẽ mặt thế nầy là vì cớ rao giảng phúc âm của Ngài chăng? Thật quá đau đớn. Xin Ngài hãy chữa lành và giải thoát chúng con!"

Dẫu vậy, Phao-lô và Si-la đã dâng lời cảm tạ và hát ngợi khen Ngài, mặc cho họ đang ở trong hoàn cảnh vô vọng và khốc liệt, họ chẳng biết điều gì sẽ xảy đến với mình. Thình lình, có cơn động đất dữ dội, ngục tù bị chấn động mạnh. Ngay tức khắc, hết thảy các cửa ngục mở toang, mọi xiềng xích đều được tháo khỏi người tù. Từ phép lạ nầy, kẻ giữ ngục cùng cả nhà người đều tin nhận phúc âm Chúa Jêsus Christ và được cứu rỗi.

Ấy vậy, những người ở tầm thước đức tin thứ tư có thể dâng vinh hiển lên Chúa vì đức tin mạnh mẽ khiến họ có thể cầu nguyện và ngợi khen Đức Chúa Trời cách vui mừng trong bất kỳ gian nan thử thách nào.

Vâng Phục Mọi Sự Cách Vui Mừng

Trong Sáng Thế 22, Đức Chúa Trời truyền lệnh cho Áp-ra-ham hiến tế con một mình là Y-sác, con của lời hứa, làm của lễ thiêu cho Ngài. Dâng lễ thiêu là nói đến việc dâng tế lễ lên Đức Chúa Trời bằng cách cắt một con sinh tế ra thành những miếng nhỏ, bày biện lên bàn thờ rồi thiêu hóa chúng.

Áp-ra-ham phải mất ba ngày để đi đến nơi gọi là Mô-ri-a, ở đó người sẽ hiến tế Y-sác, con trai mình, làm của lễ thiêu theo mệnh lệnh mà Đức Chúa Trời đã phán với người. Trong hành trình ba ngày đường ấy, tâm trí người nghĩ gì?

Một số người suy luận rằng Áp-ra-ham đi đến đó với cuộc tranh chiến xảy ra trong tư tưởng: 'Ta có nên vâng phục Ngài chăng?' Song, chẳng hề như vậy. Phải biết rằng, những ai ở tầm thước đức tin thứ ba, cố gắng yêu mến Chúa vì họ biết rằng ấy là việc nên làm.

Tuy nhiên, những ai ở tầm thước thứ tư chỉ yêu Ngài theo lẽ tự nhiên mà chẳng hề cố gắng. Đức Chúa Trời biết rằng Áp-ra-ham sẽ vui lòng vâng phục, nên Ngài thử thách đức tin người. Song, Ngài sẽ chẳng cho phép sự thử thách khó khăn xảy đến với những ai không có khả năng vâng phục.

Ấy vậy, Hê-bơ-rơ 11:19 bình phẩm rằng, *"Người tự nghĩ rằng Đức Chúa Trời cũng có quyền khiến kẻ chết sống lại; cũng giống như từ kẻ chết mà người lại được con mình."* Áp-ra-ham vui lòng vâng phục mạng lệnh Ngài vì người tin rằng Đức Chúa Trời có thể khiến con mình sống lại từ kẻ chết. Cuối cùng Áp-ra-ham đã vượt qua cuộc thử thách đức tin và nhận lãnh ơn phước lớn lao. Người đã trở thành tổ phụ đức tin, nguồn phước của mọi quốc gia, và người cũng được gọi là "bạn" của Đức Chúa Trời.

Ví bằng vâng phục Chúa cách hân hoan, chúng ta sẽ luôn vui mừng trong mọi gian nan thử thách. Tự đáy lòng mình chúng ta luôn dâng lời cảm tạ và cầu nguyện, vì biết rằng Đức Chúa Trời cho phép mọi sự xảy đến vì lợi ích chúng ta, qua thử thách và bắt bớ, Ngài sẽ ban phước cho.

Bởi đức tin ấy, chúng ta làm Chúa đẹp lòng và Ngài sẽ ban cho chúng ta mọi điều mình cầu xin. Như Chúa Jêsus có phán cùng chúng ta trong Ma-thi-ơ 8:13, *"Theo như điều ngươi tin thì sẽ được thành vậy,"* và 21:22, *"Trong khi cầu nguyện, các ngươi lấy đức tin xin việc gì bất kỳ, thảy đều được cả."*

Nếu như có lời cầu xin nào chưa được nhậm, sự ấy chứng tỏ rằng chúng ta còn ngờ vực mà chưa hoàn toàn tin cậy nơi Ngài. Vậy nên chúng ta hãy đạt tới tầm thước yêu Chúa vô điều kiện bằng cách hân hoan vâng phục Ngài với trọn lòng mình trong bất kỳ hoàn cảnh nào.

Chấp Nhận Mọi Sự Trong Tình Yêu Và Lòng Nhân Ái

Chúng ta sẽ làm gì nếu có ai trách móc và buộc tội mình cách vô cớ? Nếu ở mức hai của đức tin, chúng ta sẽ không thể chịu đựng được mà oán trách hoặc cãi lẫy về sự ấy. Và lại, nếu trong tư tưởng còn có nhiều sự xấu xa, chúng ta sẽ nổi nóng và thốt ra những lời lăng mạ đáp lại kẻ ấy. Dầu vậy, việc bày tỏ bất kỳ sự độc dữ nào, như giận dữ, nổi nóng, chửi rủa đều chẳng xứng hợp với người tin Chúa, như có lời chép trong 1 Phi-e-rơ rằng 1:16, *"Hãy nên thánh, vì ta là thánh."*

Nếu ở tầm thước đức tin thứ ba, chúng ta sẽ phản ứng thế

nào? Chúng ta sẽ thấy đau đớn và buồn phiền vì cớ Satan đang liên tục hành động trong tư tưởng mình. Ấy là vì, cho dù nghĩ rằng chúng ta nên hân hoan, song chúng ta thiếu hụt sự biết ơn và vui mừng chẳng tuôn tràn từ cõi lòng.

Nếu ở tầm thước đức tin thứ tư, tâm trí chúng ta chẳng hề bị dao động và cũng chẳng thấy buồn phiền dẫu bị thù ghét hay bắt bớ vô cớ, nhờ đã quăng bỏ mọi thứ xấu xa khỏi lòng mình.

Chúa Jêsus chẳng hề cảm thấy buồn phiền hay đau đớn cho dù Ngài phải đối diện với bắt bớ, hiểm nguy, ghét bỏ và khinh miệt của con người trong lúc Ngài rao giảng phúc âm. Ngài chẳng nói rằng, "Ta chỉ làm những việc nhơn lành, nhưng bọn người độc ác kia cứ muốn bắt bớ thậm chí cố tìm cách giết ta. Ta thật quá đau buồn." Ngài chẳng nói vậy, bèn là phó chính mạng sống mình cho họ.

Nếu ở tầm thước đức tin thứ tư, chúng ta sẽ noi theo tâm tình của Chúa. Bấy giờ chúng sẽ thương xót những kẻ bắt bớ mình và cầu nguyện cho họ thay vì căm ghét hay thù hận. Chúng ta thông hiểu, tha thứ và chấp nhận họ với tình yêu thương và lòng nhân ái.

Vì vậy, tôi hy vọng hết thảy chúng ta có thể hiểu rằng trong cùng một cảnh ngộ, người ta có nổi nóng hoặc căm ghét người khác, họ cảm thấy đau đớn hoặc chán nản, trong khi có những người tha thứ và chịu đựng người khác với tình yêu thương và lòng nhân ái, họ chẳng hề buồn phiền, họ thắng hơn điều ác bởi lòng nhân từ mình.

4. Yêu Chúa Trên Hết Mọi Sự

Nếu đạt tới tầm thước đức tin yêu Chúa hết mực, chúng ta hoàn toàn vâng phục mệnh lệnh Ngài và linh hồn ta được thạnh vượng. Chúng ta yêu Chúa hơn hết mọi sự như một lẽ tự nhiên. Ấy là nguyên nhân khiến sứ đồ Phao-lô xưng nhận trong Phi-líp 3:7-9 rằng, ông xem mọi sự mình đã có như sự lỗ và mọi thứ đều là sự lỗ vì ông xem chúng như "rơm rác":

> *Nhưng vì cớ Đấng Christ, tôi đã coi sự lời cho tôi như là sự lỗ vậy. Tôi cũng coi hết thảy mọi sự như là sự lỗ, vì sự nhận biết Đức Chúa Jêsus Christ là quý hơn hết, Ngài là Chúa tôi, và tôi vì Ngài mà liều bỏ mọi điều lợi đó. Thật tôi xem những điều đó như rơm rác, hầu cho được Đấng Christ và được ở trong Ngài, được sự công bình, không phải sự công bình của tôi bởi luật pháp mà đến, bèn là bởi tin đến Đấng Christ mà được, tức là công bình đến bởi Đức Chúa Trời và đã lập lên trên đức tin.*

Khi Chúng Ta Yêu Mến Chúa Hơn Hết Mọi Sự

Đức Chúa Jêsus khuyên dạy chúng ta qua bốn sách Phúc Âm về những ơn phước được ban cho những ai từ bỏ mọi thứ mình có và yêu mến Chúa hơn hết mọi sự theo gương của sứ đồ Phao-lô. Như hứa ngôn Ngài trong Mác 10:29-30 rằng Ngài sẽ ban phước cho họ gấp trăm lần hơn ở đời nầy và sự sống vĩnh hằng hầu đến.

Quả thật, ta nói cùng các ngươi, chẳng một người nào vì ta và Tin lành mà từ bỏ nhà cửa, anh em, chị em, cha mẹ, con cái, đất ruộng, mà chẳng lãnh được đương bây giờ, trong đời nầy, trăm lần hơn về những nhà cửa, anh em, chị em, mẹ con, đất ruộng với sự bắt bớ, và sự sống đời đời trong đời sau.

Cách diễn đạt "từ bỏ nhà cửa, anh em, chị em, cha mẹ, con cái, ruộng đất, vì Chúa và Tin lành" có ý nghĩa thiêng liêng rằng, chúng ta đã cắt đứt với những ham muốn đời nầy, bẻ gãy những ràng buộc xác thịt, và yêu mến Đức Chúa Trời là Đấng Thần Linh trên hết mọi sự.

Đương nhiên, điều nầy không nhất thiết phải nói rằng chúng ta chẳng nên yêu mến ai trên đời nầy, mà là yêu mến Chúa là điều trước hết. Nói về điều nầy, 1 Giăng 4:20-21 cho chúng ta biết rằng, *"Ví có ai nói rằng: Ta yêu Đức Chúa Trời, mà lại ghét anh em mình, thì là kẻ nói dối; vì kẻ nào chẳng yêu anh em mình thấy, thì không thể yêu Đức Chúa Trời mình chẳng thấy được. Chúng ta đã nhận nơi Ngài điều răn nầy: Ai yêu Đức Chúa Trời, thì cũng phải yêu anh em mình."*

Người ta nói rằng thân thể của con cái là do bố mẹ sinh ra. Con người được hình thành trong bụng mẹ do sự kết hợp giữa tinh trùng người cha và trứng người mẹ. Tuy vậy, tinh trùng và trứng từ bố mẹ là do Đức Chúa Trời, Đấng Tạo Hóa tạo nên, không phải do chính bố mẹ tự tạo nên.

Vả lại, sau khi chết, thân xác hữu hình nầy sẽ trở lại một nắm tro bụi. Thực ra thân xác nầy chỉ là nơi trú ngụ của linh hồn. Người chủ thật sự của con người là linh hồn và chính Đức Chúa Trời là Đấng làm chủ trên linh hồn. Dường ấy, chúng ta hãy yêu mến Đức Chúa Trời hơn hết mọi sự vì chỉ có Đức Chúa Trời mới có thể ban cho chúng ta sự sống đích thực, sự sống đời đời và thiên đàng.

Tôi đã từng đứng trước cửa tử thần vì phải khốn khổ với đủ thứ bệnh bất trị trong bảy năm trường. Thật lạ lùng, khi gặp Đức Chúa Trời hằng sống, tôi được chữa lành hoàn toàn. Từ đó tôi yêu mến Ngài hơn hết mọi sự và cũng được Ngài đáp lại bằng rất nhiều ơn phước.

Hơn hết mọi sự, tôi đã được tha hết mọi tội, được cứu rỗi và được ban cho sự sống đời đời. Thêm vào đó, mọi sự xảy đến tốt đẹp, tôi vui hưởng một sức khỏe tốt khi linh hồn được trở nên thạnh vượng. Sau đó, Đức Chúa Trời kêu gọi tôi bước vào con đường hầu việc Ngài, Ngài ban quyền phép để tôi hoàn thành sứ mạng truyền giáo cho muôn dân.

Ngài khải tỏ cho tôi về những sự hầu đến. Ngài cũng sai phái nhiều giáo sĩ, mục sư, nhân sự trung tín đến với hội thánh chúng tôi và khiến hội thánh phát triển cách ngoạn mục về tầm thước, ấy là sự tôi nhận lãnh ơn phước từ nơi Ngài.

Trong khi đó, Ngài ban phước cho tôi được mọi người yêu mến, kể cả người trong hội thánh cũng như những người chưa tin. Ngài khiến gia đình tôi yêu mến Ngài hơn hết mọi sự, từ khi tin nhận Chúa, Ngài che chở chúng tôi trong sự an ninh Ngài, thoát khỏi mọi bệnh tật và tai họa; hết thảy họ chẳng hề dùng đến thuốc men hay nương cậy thế gian. Qua đó, Ngài ban phước cho tôi thật nhiều đến nỗi tôi chẳng thiếu thốn gì.

Sự Tỏ Bày Tình Yêu Thiên Thượng

Ví bằng yêu mến Chúa hơn hết mọi sự, chúng ta sẽ sống

trong sự dư dật vì Ngài dẫn dắt chúng ta trong mọi hoàn cảnh, hạnh phúc đích thực từ nơi thiên thượng tuôn tràn trong ta.

Kết quả, chúng ta chia sẻ tình yêu đầy tràn ấy với những người khác vì tình yêu thiên thượng đầy trọn trong chúng ta. Chúng ta yêu mến mọi người với tình yêu đời đời không thay đổi vì trong tâm trí chúng ta chẳng còn sự xấu xa nào.

Tình yêu thiên thượng được thể hiện cụ thể qua 1 Cô-rinh-tô 13:4-7 như sau:

> *Tình yêu thương hay nhịn nhục; tình yêu thương hay nhân từ; tình yêu tthương chẳng ghen tị, chẳng khoe mình, chẳng lên mình kiêu ngạo, chẳng làm điều trái phép, chẳng kiếm tư lợi, chẳng nóng giận, chẳng nghi ngờ sự dữ, chẳng vui về điều không công bình, nhưng vui trong lẽ thật. Tình yêu thương hay dung thứ mọi sự, tin mọi sự, trông cậy mọi sự, nín chịu mọi sự.*

Ngày nay, đầy dẫy sự tranh chiến, bất hòa, cãi lẫy trên thế giới nầy. Trong nhiều gia đình, vợ chồng, con cái và giữa những người nhà cũng tranh cãi nhau, vì cớ tình yêu thiên thượng chẳng ở cùng họ. Giữa họ luôn xảy ra sự va chạm, họ không thể tạo nên hay duy trì hòa khí trong gia đình, vì ai cũng cho rằng mình là đúng và chỉ muốn nhận lãnh tình yêu.

Dầu vậy, khi người ta yêu mến Chúa hơn hết mọi sự, họ có được tình yêu thiên thượng qua việc từ bỏ tình yêu xác thịt. Tình yêu xác thịt sẽ đổi thay và nó là thứ tình yêu ích kỷ, trong khi đó tình yêu thiên thượng coi người khác trọng hơn mình, với tấm lòng khiêm nhường, đặt lợi ích người khác lên trên lợi ích bản thân. Nếu có được loại tình yêu thiên thượng nầy, ắt hẳn gia đình chúng ta sẽ tràn ngập niềm vui và hòa thuận.

Thông thường, chúng ta bị chính những người trong gia đình hay bạn bè thân quen là những người chẳng tin Chúa tìm cách bắt bớ khi chúng ta bắt đầu có sự yêu mến Đức Chúa Trời (Mác 10:29-30). Song, sự ấy không kéo dài. Nếu linh hồn chúng ta được thạnh vượng, và chúng ta đạt tới tầm thước đức tin thứ tư, sự bắt bớ ấy trở nên phước hạnh và những kẻ bắt bớ trở nên bạn bè, yêu mến và ủng hộ chúng ta.

2 Cô-rinh-tô 11:23-28 ghi lại sự bắt bớ nghiệt ngã xảy đến với Phao-lô khi ông rao giảng phúc âm của Chúa. Ông là người làm công việc của Chúa hăng hái hơn người khác, đã liên tục bị nhốt tù, bị đánh đập dã man, và luôn bị đặt vào chỗ chết. Thay vì cảm thấy đau buồn, ông luôn hân hoan và dâng lời cảm tạ Chúa.

Vì vậy, nếu đạt tới tầm thước đức tin thứ tư, là lúc khiến chúng ta yêu mến Chúa trên hết mọi sự, cho dù phải bước đi trong trũng bóng chết, nơi ấy sẽ hóa ra thiên đàng, sự bắt bớ sẽ hóa thành phước hạnh, vì Đức Chúa Trời ở cùng chúng ta.

Trong Ma-thi-ơ 5:11-12 Đức Chúa Jêsus phán dạy rằng, *"Khi nào vì cớ ta mà người ta mắng nhiếc, bắt bớ, và lấy mọi điều dữ nói vu cho các ngươi, thì các ngươi sẽ được phước. Hãy vui vẻ, và nức lòng mừng rỡ, vì phần thưởng các ngươi trên trời sẽ lớn lắm; bởi vì người ta cũng từng bắt bớ các đấng tiên tri trước các ngươi như vậy."*

Thế thì, chúng ta phải hiểu rằng cho dù gian nan thử thách xảy đến trên chúng ta vì cớ danh Chúa, khi chúng ta hân hoan và vui mừng, chúng ta không những được Chúa yêu, Chúa biết đến và ban thưởng cho chúng ta nơi thiên đàng mà chúng ta còn được nhận lãnh phước hạnh trăm lần hơn ở đời nầy.

Bông Trái Đức Thánh Linh Và Những Phước Lành

Khi đạt đến tầm thước đức tin thứ tư, chúng ta sẽ có kết quả nhiều, mang lấy chín bông trái Thánh Linh và những Phước lành bắt đầu đáp đậu trên chúng ta. Ga-la-ti 5:22-23 cho biết về chín bông trái Thánh Linh như sau: *"Nhưng trái của Thánh Linh, ấy là lòng yêu thương, sự vui mừng, bình an, nhịn nhục nhân từ, hiền lành, trung tín, mềm mại, tiết độ. Không có luật pháp nào cấm các sự đó."*

Trái của Thánh Linh là tình yêu của Chúa Jêsus Christ, ấy là tình yêu có thể cho kẻ thù uống khi chúng khát, cho ăn khi chúng đói. Khi chúng ta kết trái của sự hân hoan và bình an thật, hạnh phúc sẽ giáng xuống trên chúng ta vì chúng ta chỉ tìm kiếm và tạo nên sự thiện lành. Khi có trái của sự bình an, chúng ta cũng sẽ hòa nhập với mọi người trong sự thánh khiết.

Nhờ trái của sự nhẫn nại, cho dù gặp gian nan thử thách chúng ta cầu nguyện luôn trong sự biết ơn và vui mừng. Với trái của sự nhân từ, chúng ta dung thứ cho những sự việc và những con người không thể tha thứ, hiểu được những điều không thể hiểu, chăm lo người khác hầu cho họ có kết quả hơn chúng ta. Nhờ trái của sự hiền lành, chúng ta quăng xa mọi điều gian ác và ô tội, tìm kiếm sự tốt đẹp, không thờ ơ, cũng chẳng làm tổn thương đến tình cảm người khác.

Với trái của lòng trung tín, chúng ta hoàn toàn làm theo Lời Chúa, trung thành với Ngài cho đến chừng phó mạng sống mình vì lòng khao khát đến vương miện sự sống đời đời. Nhờ trái của sự mềm mại, khi có ai đánh ta bên má phải, ta đưa luôn má trái cho người, chấp nhận mọi người với tình yêu thương và lòng nhân ái.

Cuối cùng, nhờ trái của sự tiết độ, chúng ta vâng phục mệnh lệnh Chúa cách trọn vẹn, không thiên lệch, hoàn thành ý chỉ Ngài với thái độ lịch thiệp và hòa nhã.

Vả lại, chúng ta sẽ được nhìn thấy những Phước lành có nói trong Ma-thi-ơ 5, là những phước lành chẳng hề hư mất, không đổi thay, còn mãi đến đời đời, cũng bắt đầu đáp đậu trên chúng ta.

Khi trái Thánh Linh kết quả dư dật trên chúng ta, thì những Phước lành cũng bắt đầu đáp xuống, lúc đó chúng ta rất gần với tầm thước đức tin thứ năm, là khi mà chúng ta sẽ được dẫn dắt vào sự thạnh vượng mọi bề và sẽ được ban cho cách mau chóng dù là những điều mới chỉ suy nghĩ trong trí.

Chúng ta phải từng bước để lên đến đỉnh núi. Khi đến nơi, chúng ta cảm thấy thỏa mái và tươi tỉnh trở lại, cho dù đã phải trải qua một hành trình đầy gian nan. Người nông dân làm việc chăm chỉ với hy vọng về một vụ mùa dư giả để bù lại mồ hôi họ đã đổ ra. Cũng vậy, khi sống trong lẽ thật, chúng ta có thể gặt hái được những ơn phước từ những hứa ngôn được chép trong Kinh Thánh.

Nguyện mỗi chúng ta có được đức tin khiến yêu mến Chúa hơn hết mọi sự, qua việc sốt sắng tranh chiến, quăng xa mọi tội ô, sống bởi ý muốn Đức Chúa Trời. Trong danh Chúa chúng ta, tôi xin dâng lời cầu nguyện!

Chương 8

Đức Tin Đẹp Lòng Chúa

TÁM THƯỚC ĐỨC TIN

Hỡi kẻ rất yêu dấu, ví bằng lòng mình không cáo trách, thì chúng ta có lòng rất dạn dĩ, đặng đến gần Đức Chúa Trời, và chúng ta xin điều gì mặc dầu, thì nhận điều ấy, bởi chúng ta vâng giữ các điều răn của Ngài và làm những điều đẹp ý Ngài.

(1 Giăng 3:21-22)

Bố mẹ sẽ tràn ngập sự vui mừng và tự hào về con con cái mình khi chúng vâng lời, tôn kính và yêu mến họ hết lòng. Bố mẹ không chỉ ban cho chúng những thứ chúng hỏi xin, mà còn tìm hiểu để đáp ứng những nhu cầu chúng chưa nói ra.

Cũng vậy, khi vâng phục và sống đẹp lòng Đức Chúa Trời, chúng ta không những được nhận lãnh mọi điều mình cầu xin, Ngài còn cho chúng ta những sự lòng mình ao ước nữa, vì đức tin chúng ta khiến Ngài đẹp lòng và yêu thương. Thật vậy, mọi sự đều trở nên có thể khi chúng ta có mối thông giao mật thiết với Ngài.

Chúng ta hãy xem xét kỹ loại đức tin nầy và cách để đạt được loại đức tin ấy.

1. Tầm Thước Đức Tin Thứ Năm

Cao hơn đức tin yêu mến Chúa trên hết mọi sự là đức tin đẹp lòng Đức Chúa Trời cao hơn. Vậy, đức tin đẹp lòng Chúa là gì? Chung quanh chúng ta có những con cái thật lòng yêu mến cha mẹ, làm theo ý muốn và hiểu thấu tấm lòng cha mẹ mình. Vả lại, chỉ khi hiểu thấu chiều rộng chiều sâu của tình yêu, chúng ta mới có thể làm đẹp lòng cha mẹ, nhờ đó chúng ta có thể hiểu được đức tin làm đẹp lòng Đức Chúa Trời.

Loại Tình Yêu Nào Có Thể Làm Đẹp Lòng Đức Chúa Trời?

Trong truyền thuyết Hàn Quốc, có rất nhiều người con trai, con gái và con dâu hiếu kính là những người mà việc làm bởi tình yêu thương, họ khiến cha mẹ vui lòng và làm cảm động đến thiên đàng. Ví dụ, câu chuyện về người con trai chăm sóc mẹ già trên giường bệnh. Với mọi nỗ lực trong vô vọng, người tìm cách làm cho mẹ mình được khỏe mạnh.

Một ngày nọ, nghe rằng nếu uống huyết từ các ngón tay mình thì mẹ sẽ được khỏi bệnh. Người con trai ấy sẵn sàng cắt ngón tay mình để lấy huyết cho mẹ uống. Sau đó, người mẹ liền sớm bình phục. Dĩ nhiên, chẳng có một xác nhận y học nào nói rằng huyết người có thể đem lại cho người bệnh một sinh lực mới. Tuy vậy, tình yêu tận hiến và thái độ tha thiết của người ấy đã khiến Đức Chúa Trời cảm động và Ngài đã ban ơn thương xót cho người, như câu tục ngục ngữ Hàn Quốc nói rằng "Lòng chân thật cảm động đến trời."

Có một câu chuyện khác khiến cảm động lòng người, về một người con trai chăm sóc mẹ đau yếu. Anh ta đi vào rừng sâu giữa mùa đông băng giá, lặng lội qua băng tuyết ngập đến gối để đào tìm dược thảo và trái cây quí hiếm, là những thứ được cho rằng có thể chữa bệnh cho mẹ mình.

Còn có câu chuyện khác nói về cặp vợ chồng nọ đã một lòng phụng dưỡng cha mẹ già với thức ăn đồ uống chu đáo hàng ngày, mặc dù trong khi đó con cái họ phải thường xuyên nhịn đói.

Còn ngày nay người ta sống như thế nào? Có một số người có thể dành thức ăn ngon cho con mình, song phục vụ cha mẹ cách thờ ơ với những thức ăn đạm bạc. Chúng ta chẳng thể xem đó là tình yêu chân thật nếu họ chỉ yêu thương con cái mình mà lãng quên cha mẹ. Những ai thật lòng yêu mến bố mẹ, sẽ phụng dưỡng song thân với thức ăn ngon, và chẳng để lộ sự thật về sự thiếu thốn của con cái mình. Chúng ta có thể tận hiến cho cha mẹ mình như vậy được chăng?

Vả lại, chúng ta nên biết sự khác biệt giữa tình yêu vâng phục trong sự vui mừng và lòng biết ơn, với tình yêu làm đẹp lòng cha mẹ. Vào thời trước, những con cái có tình yêu đẹp lòng cha mẹ chẳng khó tìm, song, ngày nay những người như vậy thật hiếm thấy, vì thế gian đang đầy dẫy những sự xấu xa và độc ác.

Tình yêu của cha mẹ đối với con cái được cho là cao cả và tốt đẹp. Thế nhưng ngay cả mẹ tôi, người yêu thương tôi hết mực, đã khóc đắng cay mà rằng, "Con hãy chết đi để tỏ lòng hiếu kính mẹ," vì tôi đã đau bệnh nhiều năm và chẳng còn hy vọng được lành.

Song, Đức Chúa Trời của tình yêu thương đã bày tỏ tình yêu Ngài đối với chúng ta như thế nào? Ngài không những ban Con một Ngài, để Con ấy chịu chết trên thập tự giá nhằm mở đường cứu rỗi đưa chúng ta về với thiên đàng, mà còn dành cho chúng ta một tình yêu chẳng hề dứt.

Từ khi gặp Chúa, tôi luôn cảm nhận được tình yêu tràn đầy khiến có thể hiểu được tình yêu Ngài tự đáy lòng mình và mau chóng đạt đến lượng đức tin đầy trọn. Tôi trở nên yêu mến Ngài hơn hết mọi sự và đạt đến đức tin đẹp lòng Chúa.

Đức Tin Đẹp Lòng Chúa

Qua Thi Thiên 37:4, Đức Chúa Trời hứa cùng chúng ta rằng, "*Hãy khoái lạc nơi Đức Giê-hô-va, thì Ngài sẽ ban cho ngươi điều lòng mình ao ước.''* Ví bằng đẹp lòng Chúa, Ngài không những ban cho chúng ta bất kỳ sự gì mình cầu xin, mà còn ban cho mọi điều lòng mình ao ước.

Khi chuẩn bị khởi sự hội thánh, tôi chỉ có khoảng US $7. Song Đức Chúa Trời đã ban phước cho tôi thuê một tòa nhà gần 900 foot² (274,32m²) để lập hội thánh khi tôi cầu nguyện bởi đức tin. Từ lúc mới khởi sự hội thánh, Đức Chúa Trời đã ban phước cùng sự phục hưng lớn. Khi cầu nguyện với khải tượng và giấc mơ về sứ mạng truyền giáo ra thế giới, Ngài đã ban cho tôi cách rộng rãi, nhận, lắc, làm cho đầy tràn.

Như thế, khi có đức tin đẹp lòng Chúa, mọi việc đều trở nên có thể đối với chúng ta như Chúa Jêsus nhắc nhở trong Mác 9:23, *''Sao ngươi nói: Nếu thầy làm được? Kẻ nào tin thì mọi việc đều được cả.''* Đồng thời cũng được nói đến trong Phục Truyền 28, chúng ta sẽ được phước khi vào và được phước khi ra, chúng ta sẽ cho nhiều người mượn nhưng chẳng mượn ai, Chúa sẽ đặt chúng ta lên đẳng đầu. Và lại, sẽ có những dấu chứng cặp theo để xác nhận như trong Mác 16.

Đức Chúa Jêsus cũng hứa cùng chúng ta những ơn phước phi thường như có chép trong Giăng 14:12-13. Chúng ta hãy xem những ơn phước sẽ cặp theo khi chúng ta làm đẹp ý Chúa bởi đức tin:

> *Quả thật, ta nói cùng các ngươi, kẻ nào tin ta, cũng sẽ làm việc ta làm; lại cũng làm việc lớn hơn nữa, vì ta đi về cùng Cha. Các ngươi nhân danh ta mà cầu xin điều chi mặc dầu, ta sẽ làm cho, để Cha được sáng danh nơi Con.*

Ơn Phước Được Ban Cho Hê-nóc

Ta thấy trong Kinh có nói đến rất nhiều tổ phụ đức tin là những người làm đẹp lòng Chúa. Trong số họ, Hê-bơ-rơ 11:5-6, Hê-nóc đã làm đẹp lòng Chúa như thế nào, và người đã nhận lãnh được những ơn phước gì?

Bởi đức tin, Hê-nóc được cất lên và không hề thấy sự chết; người ta không thấy người nữa, vì Đức Chúa Trời đã tiếp người lên. Bởi chưng trước khi được tiếp lên, người đã được chứng rằng mình ở vừa lòng Đức Chúa Trời rồi. Vả, không có đức tin, thì chẳng hề có thể nào ở cho đẹp ý Ngài; vì kẻ đến gần Đức Chúa Trời phải tin rằng có Đức Chúa Trời và Ngài là Đấng hay thưởng cho kẻ tìm kiếm Ngài.

Sáng Thế 5:21-24 khắc họa hình ảnh Hê-nóc như một người làm đẹp lòng Chúa vì ông đã nên thánh vào tuổi 65 và trung tín mọi sự trong nhà Chúa. Hê-nóc đồng đi với Chúa trong 300 năm, chia sẻ tình yêu cùng Ngài, ông chẳng hề thấy sự chết vì Đức Chúa Trời đã cất người đi. Người được phước đến nỗi hiện nay được ở bên ngai Đức Chúa Trời, Chia sẻ tình yêu với Ngài đời đời.

Cũng vậy, nếu có đức tin đẹp lòng Chúa, thì việc được cất lên thiên đàng để chẳng hề thấy sự chết là điều có thể. Tiên tri Ê-li cũng chẳng hề thấy sự chết, người được cất lên thiên đàng vì được chứng trước Đức Chúa Trời hằng sống rằng đã khiến nhiều người được cứu qua việc bày tỏ những công việc quyền phép lạ lùng bởi đức tin đẹp lòng Chúa.

Anh chị em có tin rằng Đức Chúa Trời là Đấng đang hiện hữu và Ngài hay ban thưởng cho những ai tìm kiếm Ngài hết lòng chăng? Nếu vậy, chúng ta sẽ được nên thánh cách trọn vẹn, luôn sẵn sàng phó mạng sống mình để hoàn thành nhiệm vụ Chúa giao.

2. Đức Tin Tận Hiến

Đức Chúa Jêsus phán cùng chúng ta trong Ma-thi-ơ 22:37-40 như sau:

> *Ngươi hãy hết lòng, hết linh hồn, hết ý mà yêu mến Chúa, là Đức Chúa Trời ngươi. Ấy là điều răn thứ nhứt và lớn hơn hết. Còn điều răn thứ hai đây cũng như vậy: Ngươi hãy yêu kẻ lân cận mình. Hết thảy luật pháp và lời tiên tri đều bởi hai điều răn đó mà ra.*

Như Chúa Jêsus có phán dạy, những người yêu mến Chúa làm đẹp lòng Ngài bằng cách không những hết lòng, hết linh hồn, hết ý mà yêu Chúa, đồng thời còn yêu những người chung quanh như chính mình. Chúng ta có thể gọi đức tin đẹp lòng Chúa là "Đức tin của Đấng Christ" hoặc "Đức tin thiêng liêng trọn vẹn" vì chính đức tin nầy đủ vững chắc cho chúng ta ngay cả đến việc phó chính mạng sống mình cho Chúa Jêsus Christ.

Đức Tin Hy Sinh Mạng Sống Mình Bởi Ý Chúa

Chúa Jêsus hoàn toàn đẹp ý Chúa Cha bởi sự vâng phục của

Ngài. Ngài chịu thập hình, trở nên trái đầu mùa của sự sống lại, hiện nay ngồi bên ngai Đức Chúa Trời, sự nầy là nhờ Ngài có đức tin hoàn toàn tận hiến bản thân cho đến khi hy sinh mạng sống mình, vượt quá sự vâng phục hoàn toàn. Vậy nên, Đức Chúa Trời làm chứng về Chúa Jêsus rằng, *"Nầy là con yêu dấu của ta, đẹp lòng ta mọi đàng."* (Ma-thi-ơ 3:17, 17:5), và *"Nầy, là tôi tớ ta đã chọn, là người ta rất yêu dấu, đẹp lòng ta mọi đàng."* (Ma-thi-ơ 12:18).

Xuyên suốt lịch sử hội thánh, nhiều bậc tổ phụ đức tin là những người không tiếc mạng sống mình, như Chúa Jêsus đã hy sinh mạng sống để làm đẹp ý Cha. Bên cạnh Phi-e-rơ, Gia-cơ, và Giăng là những người luôn kề cạnh Chúa Jêsus, rất nhiều người khác đã không ngần ngại hay tiếc đến việc hy sinh mạng sống mình cho Chúa Jêsus Christ. Phi-e-rơ chịu đóng đinh ngược trên thập tự giá; Gia-cơ chịu chém đầu; Giăng chịu quăng vào chảo dầu sôi nhưng không chết, rồi bị đày ra đảo Bát-mô.

Tôn ngợi Chúa, nhiều Cơ Đốc Nhân đã bị làm mồi cho sư tử tại Hí Trường Rô-ma. Nhiều người giữ vững đức tin bằng cách sống cả đời trong hầm mộ, "nghĩa địa dưới lòng đất" chẳng hề được thấy ánh nắng mặt trời. Đức Chúa Trời đẹp lòng với đức tin của họ, vì họ đã sống theo lời Kinh Thánh khuyên dạy, *"Nếu chúng ta sống, là sống cho Chúa, và nếu chúng ta chết, là chết cho Chúa. Vậy nên chúng ta hoặc sống hoặc chết, đều thuộc về Chúa cả"* (Rô-ma 14:8).

Năm 1992, vì làm việc quá nhiều, không đủ thời gian nghỉ ngơi, tôi đã bị chảy máu cam. Dường như hết thảy máu huyết trong cơ thể đã chảy ra ngoài. Cuối cùng, tôi đã bị rơi vào hoàn cảnh nguy cấp. Dần dần tôi bị bất tỉnh và đứng trước cửa thần chết.

Lúc bấy giờ, tôi cảm thấy rằng mình sẽ sớm được đặt vào lòng Chúa Jêsus, song tôi chẳng hề quan tâm đến việc điều trị bằng thuốc men. Cũng chẳng nghĩ đến việc đi bác sĩ để khám bệnh. Tôi chẳng đi bệnh viện hay nương cậy thế gian, cho dù phải đối diện với sự chết, vì tôi tin cậy Đức Chúa Trời toàn năng là Cha thiên thượng của mình. Người nhà tôi và anh em trong hội thánh cũng chẳng khuyên giục tôi đi bệnh viện. Họ biết rõ tôi luôn hoàn toàn phó thác mạng sống mình cho Đức Chúa Trời, chẳng nương nhờ thế gian hay một con người nào.

Mặc dù bị bất tỉnh vì ra máu nhiều, linh hồn tôi cảm tạ Đức Chúa Trời về sự thật rằng tôi sắp được đặt vào lòng Chúa Jêsus và sẽ được yên nghỉ đời đời. Niềm hy vọng duy nhất của tôi là được gặp Chúa Jêsus.

Dẫu vậy, trong một khải tượng, Đức Chúa Trời cho thấy về những gì sẽ xảy đến với hội thánh tôi quản nhiệm sau khi tôi qua đời. Một số người còn giữ được đức tin thì ở lại, trong khi đó nhiều người quay lại với thế gian, lìa bỏ Chúa và phạm tội nghịch cùng Ngài.

Thấy vậy, tôi chẳng thể yên nghỉ trong tay Chúa Jêsus được. Tôi bèn khẩn thiết cầu xin Đức Chúa Trời cho cho tôi được khỏe lại vì cảm thấy đau buồn cho những kẻ sẽ trở lại với thế gian. Sau đó, tôi trỗi dậy khỏi giường nhờ sự vùa giúp của Chúa là Đấng đã chữa lành tôi, tức thì tôi ngồi dậy, mặc dù tôi dường như đã chết và trắng bệch như tuyết.

Sau khi hồi tỉnh, tôi nhìn thấy rất nhiều nhân sự hội thánh vui mừng trong nước mắt. Họ đã tận mắt chứng kiến một công việc quyền phép lạ lùng của Đức Chúa Trời, làm sống lại một người chết!

Đức Chúa Trời đẹp lòng với ai bày tỏ đức tin sẵn sàng không tiếc đến mạng sống mình, Ngài sẽ đáp lời họ cách mau chóng. Nhờ các bậc tuẫn đạo trong thời các hội thánh đầu tiên, phúc âm được rao truyền nhanh chóng trên khắp thế giới. Ngay ở Hàn Quốc, huyết của những bậc tuẫn đạo đã khiến cho phúc âm được rao ra nhanh chóng.

Đức Tin Hoàn Toàn Vâng Phục Ý Chúa

1 Tê-sa-lô-ni-ca 5:23 có chép rằng, *"Nguyền xin Đức Chúa Trời bình an khiến anh em nên thánh trọn vẹn, và nguyền xin tâm thần, linh hồn, và thân thể của anh em đều được giữ trọn vẹn, không chỗ trách được, khi Đức Chúa Jêsus Christ chúng ta đến!"* Ở đây, "tâm linh trọn vẹn" nói đến sự đạt được trọn vẹn tấm lòng của Chúa Jêsus Christ.

Một người có tâm linh trọn vẹn, là người chỉ sống theo ý Chúa, vì người ấy có thể luôn nghe được tiếng phán của Đức Thánh Linh, và chính lòng người ấy đã trở nên lẽ thật qua việc hoàn toàn nhận biết Lời Chúa. Chúng ta có thể trở thành một con người thuộc linh và có cùng tâm tình với Chúa Jêsus khi chúng ta được nên thánh trọn vẹn bằng cách quăng xa mọi tội ô qua việc tranh chiến chống lại những điều xấu xa tội lỗi còn sót lại trong chúng ta.

Và lại, khi một con người thuộc linh liên tục trang bị Lời Chúa cho mình, lẽ thật không những hoàn toàn cai quản tấm lòng mà còn toàn bộ đời sống của người ấy nữa.

Ấy vậy, chúng ta có thể gọi loại đức tin nầy là "đức tin trọn vẹn" hay "đức tin thiêng liêng trọn vẹn của Đấng Christ." Chúng ta có thể đạt tới loại đức tin nầy khi chúng ta có tấm lòng thành thật như tấm lòng được mô tả trong Hê-bơ-rơ 10:22, *"Chúng ta hãy lấy lòng thật thà với đức tin đầy dẫy trọn vẹn, lòng được tưới sạch khỏi lương tâm xấu, thân thể rửa bằng nước trong, mà đến gần Chúa."*

Tuy thế, điều nầy chẳng nói rằng chúng ta có thể ngang hàng cùng Chúa Jêsus cho dù chúng ta có đồng tâm tình với Ngài và có được đức tin của Đấng Christ. Ví như có một người con hết mực kính trọng cha mình và cố làm cho giống với cha. Người ấy có thể giống cha về nhân cách hay cá tánh nhưng bản thân anh ta chẳng bao giờ có thể là cha mình.

Đồng thể ấy, chúng ta chẳng bao giờ có thể trở thành Chúa Jêsus Christ. Ngài đã thiết lập trật tự thiên thượng, như có chép trong Ma-thi-ơ 10:24-25 như sau: *"Môn đồ không hơn thầy, tôi tớ không hơn chủ. Môn đồ được như thầy, tôi tớ được như chủ thì cũng đủ rồi."*

Mối quan hệ giữa Môi-se, người dẫn dân sự Ysơraên ra khỏi xứ Ê-díp-tô, và Giô-suê, người kế tục Môi-se đưa dân sự vào xứ Ca-na-an, như thế nào? Môi-se vượt biển đỏ, khiến nước ra từ đá, còn Giô-suê đã khiến sông Giô-đanh ngừng chảy giữa lúc nước đang ngập tràn, thành Giê-ri-cô sụp đổ, và mặt trời ngừng lại giữa trưa gần trọn một ngày. Tuy vậy, Giô-suê không phải cấp trên của Môi-se là người đã trực tiếp mặt đối mặt nói chuyện với Chúa cách rõ ràng không lời bí ẩn.

Ở đời nầy, học trò có thể hơn thầy nhưng trong lĩnh vực thiêng liêng chẳng hề có như vậy. Điều nầy là vì những sự thiêng liêng chỉ có thể hiểu được khi có sự vùa giúp của Chúa chẳng phải bởi sách vở hay tri thức thế gian. Vậy nên, một người được rèn luyện bởi thầy giáo thuộc linh của mình thì chẳng thể là cấp trên của thầy mình là người nhận biết và làm theo ơn huệ của Đức Chúa Trời.

Trong Kinh Thánh, Ê-li-sê nhận lãnh bội phần hơn thần linh mà người thầy mình là Ê-li đã nhận, người đã thực hiện nhiều phép lạ hơn song chẳng ngang hàng với thầy là người được Đức Chúa Trời cất về thiên đàng lúc còn đương sống. Cũng trong thời hội thánh đầu tiên, Ti-mô-thê đã làm được rất nhiều công việc cho Chúa nhưng không thể lớn hơn thầy mình là sứ đồ Phao-lô.

Vì cớ chẳng có giới hạn trong lĩnh vực thiêng liêng, nên không ai có thể đo được chiều sâu của nó. Vậy nên chỉ bởi sự dạy dỗ của Đức Chúa Trời chúng ta mới có thể hiểu được sự nầy, tự mình chẳng thể hiểu được. Cũng giống với thực tế rằng chúng ta không biết được độ sâu của lòng đại dương hoặc những giống loài thực vật, hay những loài thú nào sống ở đó. Song, khi đi sâu vào trong đó chúng ta có thể nhìn thấy nhiều loài cá với đủ màu sắc cùng các loài thực vật. Vả lại, càng khám phá sâu vào lòng đại dương, chúng ta càng thấy nhiều điều bí ẩn hơn. Cũng vậy, càng đi sâu vào lĩnh vực thiêng liêng, chúng ta càng có nhiều điều để học.

Chính Đức Chúa Trời là Đấng dạy bảo và giúp tôi hiểu được những sự thiêng liêng hầu cho có thể đạt tới mức sâu nhiệm hơn trong lĩnh vực nầy. Ngài cũng đưa tôi qua nhiều trải nghiệm cá nhân trong sự thiêng liêng. Qua đó, Ngài chỉ dạy cho tôi biết rõ về lượng đức tin và dùng tôi để đưa dẫn nhiều người đạt tới mức độ sâu nhiệm hơn trong thuộc linh. Biết được điều nầy, anh chị em nên xem xét chính mình cách thận trọng và cố gắng đạt tới đức tin lớn hơn.

3. Đức Tin Bày Tỏ Dấu Kỳ Phép Lạ

Ví bằng có đức tin trọn vẹn khi lẽ thật hoàn toàn làm chủ lòng mình, chúng ta sẽ cầu nguyện không thôi khi cố gắng sống theo Lời Chúa và làm đẹp ý Ngài. Ấy là vì chúng ta muốn có quyền năng để cứu thật nhiều linh hồn, vì đối với Chúa một linh hồn được cứu quý hơn cả thế gian.

Cớ sao Chúa Jêsus phải chịu thập hình? Ngài muốn cứu những linh hồn hư mất là những linh hồn lang thang trên con đường tội lỗi, Ngài khiến họ trở nên con cái của Đức Chúa Trời.

Vì đâu Chúa Jêsus kêu rằng "Ta khát" đương lúc Ngài chịu treo thân trên thập tự đổ huyết hàng nhiều giờ giữa cái nắng thiêu đốt? Qua sự kiện đáng ghi nhớ nầy, Chúa Jêsus không bảo chúng ta làm Ngài nguôi cơn khát thể lý vì cớ hết thảy huyết Ngài đã đổ ra, nhưng là sự đền đáp huyết Ngài, làm thỏa cơn khát tâm thần. Ấy là lời thỉnh cầu khẩn thiết đến chúng ta để cứu lấy những linh hồn hư mất, trao họ vào vòng tay thương yêu của Ngài.

Cứu Nhiều Người Bởi Quyền Phép

Khi một người đạt tới tấm thước đức tin thứ năm, là tấm thước làm đẹp lòng Chúa, người ấy tha thiết với câu hỏi rằng, 'Làm sao để ta có thể đưa nhiều người đến với Chúa? Làm sao ta có thể mở rộng vương quốc Đức Chúa Trời và sự công chính Ngài?' Và làm hết sức mình để đạt được điều đó. Thế nên, người đã cố làm đẹp ý Chúa bằng cách làm trọn những trách nhiệm mà Chúa đã giao phó cho mình.

Dầu vậy, nếu không nhận lãnh được quyền phép, thì ngay cả sự tận tâm mang tính cá nhân như vậy cũng chẳng làm đẹp lòng

Chúa, vì như chúng ta được nhắc nhở trong 1 Cô-rinh-tô 4:20 rằng, *"Vì nước Đức Chúa Trời chẳng ở tại lời nói, mà ở tại năng lực."*

Làm sao chúng ta có thể nhận lãnh được năng lực để đưa dẫn nhiều người đến với con đường cứu rỗi? Chúng ta có thể nhận được điều đó chỉ bằng việc cầu nguyện không thôi. Điều nầy là vì việc cứu rỗi linh hồn chẳng phải tại bởi lời nói, tri thức, kinh nghiệm, danh tiếng, hay quyền lực của con người, bèn là bởi quyền phép (năng lực) được Đức Chúa Trời ban cho.

Dường ấy, những ai ở tầm thước đức tin thứ năm phải sốt sắng liên tục cầu nguyện để nhận lãnh quyền phép hầu cho nhờ đó có thể cứu được nhiều linh hồn hơn.

Nước Đức Chúa Trời Ở Tại Quyền Phép

Có lần tôi gặp một mục sư là người chẳng lòng nhu mì, mà còn cố gắng làm trọn bổn phận mình, ông cầu nguyện để sống theo Lời Chúa, nhưng chẳng có đủ các bông trái như ông mong đợi. Sự nầy do đâu? Ví bằng thật sự yêu mến Chúa, ông sẽ phó thác hết tư tưởng, ý chí, cuộc sống, và ngay cả sự khôn ngoan mình cho Chúa, song ông đã không làm vậy. Ông nên nhận biết rằng chính cuộc sống mình đang có vấn đề, lẽ ra ông nên để Đức Chúa Trời hướng dẫn mọi sự.

Vì không hoàn toàn nương cậy Chúa trong mọi việc, bèn là cậy vào sự khôn ngoan riêng, nên chẳng được Ngài ban phước cho. Ông không thể bày tỏ công việc của Chúa là những việc vượt quá sức lực của con người, mặc dù những nỗ lực của ông vẫn có một số kết quả nhất định.

Thế thì, thay vì cậy vào ý tưởng, sự hiểu biết, và kinh nghiệm của loài người khi làm công việc Chúa, chúng ta nên cầu nguyện, nghe tiếng phán của Đức Thánh Linh, và chịu phục dưới quyền tể trị của Ngài. Chỉ khi nào chúng ta trở thành con người của lẽ thật và hoàn toàn chịu phục dưới quyền tể trị của Đức Thánh Linh, thì chúng ta mới kinh nghiệm được những công việc kỳ diệu được bày tỏ bởi quyền phép của Ngài đến từ nơi cao.

Dẫu vậy, khi cậy vào ý tưởng và giả thuyết của loài người, cho dù chúng ta nghĩ rằng mình biết Lời Chúa, cầu nguyện và làm hết sức để làm trọn bổn phận, Đức Chúa Trời cũng không ở cùng chúng ta, vì cớ ấy là thái độ kiêu ngạo trước mặt Ngài. Vậy nên, chúng ta phải hoàn toàn quăng xa bổn tánh xác thịt, sốt sắng cầu nguyện để trở thành một con người thuộc linh trọn vẹn, cầu xin quyền phép của Đức Chúa Trời, nhận biết lý do khiến sứ đồ Phao-lô xưng nhận rằng, "Tôi chết đi trong mỗi ngày."

Nếu Chúng Ta Cầu Nguyện Trong Sự Thần Cảm Của Đức Thánh Linh

Hễ ai tin nhận Chúa Jêsus thì phải cầu nguyện vì sự cầu nguyện là hơi thở thiêng liêng. Song, tùy vào lượng đức tin mà nội dung cầu nguyện của mỗi người cũng khác nhau. Những người ở tầm thước đức tin thứ nhất hoặc thứ hai, cầu nguyện chủ yếu cho chính bản thân, ngoài ra họ chẳng có gì nhiều để cầu nguyện nên thậm chí cầu nguyện khoảng mười phút đối với họ cũng là việc khó.

Cho dù có cầu nguyện cho vương quốc Đức Chúa Trời hay

sự công chính Ngài thì họ cũng chẳng cầu nguyện bởi đức tin tự đáy lòng mình. Tuy vậy, khi bước vào tầm thước thứ ba, họ có thể cầu nguyện cho vương quốc và sự công chính của Đức Chúa Trời vượt quá những sự cầu xin cho chính mình.

Khi bước vào tầm thước thứ tư, người ta sẽ cầu nguyện như thế nào? Ở tầm thước nầy, họ chỉ cầu nguyện cho vương quốc và sự công chính của Đức Chúa Trời vì họ đã hoàn toàn quăng xa hết thảy việc làm lẫn những thèm khát tội lỗi của xác thịt.

Không cần phải cầu nguyện để lánh xa tội lỗi mình vì họ luôn sẵn sàng sống theo Lời Chúa. Họ cầu xin những sự vượt xa phạm vi gia đình và bản thân, đó là sự cứu rỗi cho nhiều người, việc mở mang vương quốc Đức Chúa Trời và sự công chính của Ngài, cho hội thánh và nhân sự, cho hết thảy anh chị em trong đức tin. Họ cầu nguyện luôn vì biết rằng nếu không nhận lãnh được quyền phép của Đức Chúa Trời từ nơi cao, họ chẳng thể tự mình làm nên công việc cứu rỗi. Họ cũng sốt sắng và hết lòng, hết linh hồn, hết trí, và hết sức lực mà cầu nguyện cho vương quốc Đức Chúa Trời và sự công chính Ngài.

Hơn thế, nếu đạt tới tầm thước đức tin thứ năm, người ta luôn dâng lời cầu nguyện làm đẹp lòng Chúa và lời tạ ơn có thể làm cảm động đến ngai Đức Chúa Trời.

Trước đây, họ phải tốn một thời gian rất lâu mới có thể cầu nguyện trong sự đầy dẫy Thánh Linh, song lúc bấy giờ họ cảm nhận rằng lời cầu nguyện của mình có thể thấu đến thiên đàng với sự cảm động của Đức Thánh Linh ngay lúc họ quỳ gối xuống cầu nguyện.

Thật khó khăn khi chúng ta cầu nguyện quăng xa tội lỗi mình. Song, mọi việc đều trở nên có thể khi chúng ta cầu nguyện bởi đức tin để nhận lãnh quyền năng Chúa nhằm cứu tội nhân và làm đẹp lòng Đức Chúa Trời, cầu nguyện với một tình yêu nóng cháy dành cho Ngài.

Bày Tỏ Những Dấu Kỳ Và Phép Lạ

Nhiều phép lạ và sự kỳ diệu được bày tỏ qua con người khi họ liên tục cầu nguyện khẩn thiết với tình yêu nóng cháy để được nhận lãnh quyền năng từ Đức Chúa Trời. Sự nầy xác minh rằng người ấy đã có đức tin đẹp lòng Chúa.

Đức Chúa Jêsus đã làm rất nhiều phép lạ và sự kỳ đương khi Ngài thi hành chức vụ trên đất, trong Giăng 4:48, Ngài phán rằng, *"Nếu các ngươi không thấy phép lạ và điềm lạ, thì các ngươi chẳng tin!"* Nhờ làm chứng về Đức Chúa Trời hằng sống qua việc bày tỏ cho dân chúng thấy nhiều phép lạ và điều kỳ diệu, nên Chúa Jêsus dễ dàng khiến nhiều người tin Đức Chúa Trời.

Ngày nay, Ngài chọn những con người thích hợp và khiến họ thực hiện những dấu kỳ phép lạ, thậm chí còn làm được những việc lớn hơn Chúa Jêsus đã làm (Giăng 14:12). Hội thánh chúng tôi là một trong những nơi có vô số những dấu kỳ và phép lạ đã được bày tỏ.

Chúng ta hãy xem xét những dấu kỳ và phép lạ được bày tỏ qua những con người có đức tin đẹp lòng Chúa. Trước hết, khi quyền phép Đức Chúa Trời là thứ vượt quá khả năng của con người được bày tỏ, chúng ta gọi đó là "một dấu." Ví dụ, kẻ mù được sáng, kẻ câm được nói, kẻ điếc được nghe, kẻ què được đi, kẻ có chân ngắn hụt được dài thêm ra, người có lưng còng được ngay thẳng trở lại, kẻ bị bại liệt bẩm sinh, hay kẻ thiếu năng trí tuệ trở lại bình thường.

Về những dấu đó, Chúa Jêsus cho chúng ta biết trong Mác 16:17-18:

Vậy những kẻ tin sẽ được các dấu lạ nầy: Lấy danh ta mà trừ quỉ; dùng tiếng mới mà nói; bắt rắn trong tay; nếu uống giống chi độc, cũng chẳng hại gì; hễ đặt tay lên kẻ đau, thì kẻ đau sẽ lành.

Thứ nhất, "Những kẻ tin" ở đây là những ai có đức tin của các bậc tổ phụ. Các dấu lạ kèm theo "những kẻ tin" có thể phân ra năm thứ bậc, điều nầy sẽ được nói rõ trong chương đến.

Thứ hai, trong số những công việc của Đức Chúa Trời, "sự kỳ diệu" là một sự thay đổi về thời tiết trong đó có các việc như di chuyển những đám mây, khiến trời đổ mưa hoặc tạnh mưa, dời chỗ các thiên thể, cùng những việc tương tự.

Kinh Thánh có chép rằng, khi Sa-mu-ên cầu nguyện, Đức Chúa Trời đã nổi sấm sét và đổ mưa xuống (1 Samuên 12:18). Khi Tiên Tri Ê-sai kêu cầu Đức Chúa Trời, chúng ta thấy Chúa đem bóng đã giọi lui lại mười độ (2 Các Vua 20:11). Ê-li cũng khẩn thiết cầu nguyện để trời không mưa, và sự đó đã xảy ra trong ba năm rưỡi. Rồi sau đó ông cầu nguyện để trời mưa trở lại, thì bèn có như vậy (Gia-cơ 5:17-18).

Cũng giống như vậy, Đức Chúa Trời của tình yêu dẫn dắt loài người đến với con đường cứu rỗi bằng cách cho họ nhìn xem những sự kỳ diệu và phép lạ hữu hình qua những con người Ngài đã chọn. Vì vậy, chúng ta nên có đức tin vững chắc nơi Lời Chúa được chép trong Kinh Thánh và cố gắng đạt đến đức tin đẹp lòng Chúa.

4. Trung Tín Mọi Sự Trong Nhà Chúa

Những người ở tầm thước đức tin thứ nhất và thứ hai có thể tạm thời bước vào tầm thước thứ năm. Vì cớ khi mới nhận lãnh Đức Thánh Linh, họ được đầy dẫy đến nỗi chẳng tiếc mạng sống, đầy lòng tạ ơn, siêng năng cầu nguyện, công bố phúc âm, tham gia mọi buổi nhóm lại của hội thánh. Họ nhận lãnh được mọi điều mình cầu xin, vì họ đang ở tầm thước đức tin thứ tư hoặc thứ năm mặc dù kinh nghiệm của họ chỉ là tạm thời. Khi Đức Thánh Linh trong họ không còn đầy trọn nữa, họ sẽ trở lại với lượng đức tin của chính mình.

Song, những ai ở tầm thước thứ năm chẳng hề thay đổi như vậy. Vì họ luôn được đầy dẫy Thánh Linh và có thể hoàn toàn làm chủ tâm trí mình, họ không sống như những người ở tầm thước đức tin thứ nhất và thứ hai. Và lại, họ luôn trung tín trong cả nhà Chúa.

Nói về Môi-se, Dân Số 12:3 có chép, *"Môi-se là người rất khiêm hòa hơn mọi người trên thế gian,"* và trong câu 7 có ghi nhận rằng, *"Tôi tớ Môi-se ta không có như vậy, người thật trung tín trong cả nhà ta."* Qua sự nầy, chúng ta biết rằng Môi-se đang ở tầm thước thứ năm, tầm thước đức tin đẹp lòng Chúa.

Thế nào là "Trung tín trong cả nhà Chúa"? Vì sao Đức Chúa Trời chỉ thừa nhận những ai trung tín trong cả nhà Ngài mà thôi, tại sao Môi-se là một trong những người có đức tin đẹp lòng Chúa?

Ý Nghĩa Của Việc Trung Tín Trong Cả Nhà Chúa

Người được gọi là "trung tín trong cả nhà Chúa" là người có

đức tin của Đấng Christ, hay "đức tin thiêng liêng trọn vẹn", người ấy làm mọi sự với tâm tình của Chúa Jêsus Christ. Người làm mọi sự với tấm lòng của Đấng Christ và là tấm lòng thánh khiết, chẳng hề có sự giả dối.

Vì họ đạt tới một tâm trí thiện lành, là tâm trí của Đấng Christ, họ chẳng hề cãi lẫy hay kêu la, chẳng bẻ cây sậy đã gãy, chẳng tắt ngọn đèn gần tàn (Ma-thi-ơ 12:19-20). Ấy là những người đã đóng đinh bản ngã tội lỗi cùng những ham muốn xác thịt hầu cho có thể trung tín trọn vẹn trong chức vụ mình.

Người ấy đã đóng đinh bản ngã xác thịt, có đồng tâm tình với Đấng Christ, một tấm lòng thánh thiện, vì người đã quăng xa hết thảy mọi điều xấu xa. Người cũng chẳng mơ tưởng đến quyền cao chức trọng hay sự giàu có đời nầy.

Lòng người luôn hướng về những sự vĩnh hằng: làm sao có thể làm trọn nhiệm vụ đối với vương quốc Đức Chúa Trời và sự công chính Ngài trong lúc còn sống trên đất nầy, làm sao để trở thành người cao trọng và được Đức Chúa Cha yêu mến; và để có thể sống hạnh phúc lâu bền qua việc đầu tư cho những giải thưởng lớn trên thiên đàng. Nhờ đó, người có thể trung tín trong mọi nhiệm vụ của mình vì người luôn sốt sắng và hết lòng trong nhiệm vụ đối với vương quốc Đức Chúa Trời và sự công chính Ngài, là những điều tuôn tràn từ đáy lòng.

Có nhiều mức độ tận hiến khác nhau giữa những người thi hành nhiệm vụ đối với vương quốc Đức Chúa Trời và sự công chính Ngài. Nếu chỉ thực hiện công việc được giao, thì người ấy chỉ đơn giản làm trọn trách nhiệm cá nhân của mình mà thôi.

Ví dụ, khi ta thuê một người và trả tiền công cho họ, người ấy làm việc vì tiền công anh ta đã được thuê, ta không thể nói rằng anh ta "trung tín trong cả nhà" cho dù anh ta hoàn thành tốt công việc. Để "trung tín trong cả nhà," người ấy không những hoàn thành tốt công việc được giao, mà còn làm một cách vượt bực, không tiếc của cải mình, với tấm lòng thành thật vượt khỏi việc hoàn thành nhiệm vụ được giao cách đơn giản.

Thế thì, chúng ta không thể được thừa nhận là "trung tín trong cả nhà Chúa" cho dù chúng ta đã quăng xa tội lỗi qua việc tranh chiến chống lại chúng cho đến đổ huyết mình với tình yêu lớn lao dành cho Chúa và hoàn thành nhiệm vụ cách trọn vẹn với tấm lòng tận hiến. Chúng ta có thể được công nhận là "trung tín trong cả nhà Chúa" chỉ khi chúng ta được nên thánh trọn vẹn và hoàn thành nhiệm vụ vượt quá sự mong đợi nhờ đức tin của Đấng Christ, là đức tin vâng phục cho đến chết.

Trung Tín Trong Cả Nhà Chúa

Khi đạt đến tầm thước đức tin thứ tư, chúng ta yêu mến Đấng Christ hết lòng và có tình yêu thiêng liêng như có nói trong 1 Cô-rinh-tô 13, và có bông trái thánh linh như được nhận biết trong Ga-la-ti 5. Trên hết mọi sự, chúng ta có thể có được đức tin đẹp lòng Chúa khi chúng ta đạt tới những phước lành có nói trong Ma-thi-ơ 5 và trung tín trong cả nhà Chúa. Tại sao như vậy?

Có sự khác nhau giữa tình yêu là bông trái Thánh Linh với tình yêu được xác định trong 1 Cô-rinh-tô 13. Tình yêu trong 1 Cô-rinh-tô 13 được xác định là tình yêu thiêng liêng, trong khi đó tình yêu là bông trái Thánh Linh là tình yêu vô hạn, tình yêu làm trọn luật pháp.

Vậy nên, tình yêu ra từ trái của Thánh Linh là tình yêu bao

phủ rộng hơn tình yêu được mô tả trong 1 Cô-rinh-tô 13. Nói cách khác, khi Chúa Jêsus phó thân mình trên thập tự giá làm của hiến tế để làm trọn luật pháp bởi tình yêu đã được thêm vào tình yêu trong 1 Cô-rinh-tô 13, tình yêu ấy có thể được gọi là "tình yêu sinh ra từ trái của Thánh Linh."

Sự vui mừng đến từ nơi cao với niềm hạnh phúc và bình an đến từ Chúa vì khi tình yêu thiêng liêng càng trưởng thành thì những điều xác thịt trong ta cũng không còn nữa. Chỉ khiến chúng ta thấy tràn ngập niềm vui khi trong ta chỉ chứa toàn sự thiện lành vì chúng ta nghe, thấy, và chỉ nghĩ về những sự thiện lành.

Chúng ta chẳng căm ghét ai vì chẳng hề có sự thù ghét nào trong lòng. Chúng ta tràn ngập sự vui mừng vì cớ chúng ta ưa thích được phục vụ người khác, mang đến cho họ những sự tốt đẹp, và muốn tận hiến cho họ. Mặc dù đang sống ở đời này, chúng ta không tìm kiếm những sự thuộc về xác thịt và theo đuổi lợi lộc riêng, bèn là đầy hy vọng về thiên đàng, luôn suy nghĩ đến việc mở mang vương quốc Đức Chúa Trời và sự công chính Ngài, làm đẹp lòng Chúa bằng cách đưa nhiều người đến với con đường cứu rỗi. Chúng ta có thể sống hòa thuận với những người chung quanh vì chúng ta vui hưởng niềm vui đích thực, có sự bình an trong tâm trí, khi sự vui mừng càng đến trên chúng ta nhiều bao nhiêu, thì chúng ta càng muốn được chăm sóc họ bấy nhiêu.

Hơn thế, chúng ta có thể càng thêm nhẫn nại với niềm hy vọng về thiên đàng khi sống hòa thuận với mọi người. Chúng ta càng bày tỏ lòng nhân từ với người khác khi chúng ta nhẫn nại. Chúng ta có lòng nhân từ vì chẳng hề cãi lẫy hay kêu la, với lòng nhân từ, chúng ta chẳng bẻ cây sậy đã gãy, chẳng tắt ngọn đèn gần tàn. Những ai có lòng nhân từ có thể có tinh thần trung tín vì đã quăng xa tính ích kỷ mình.

Vả lại, tùy lương tâm mỗi người, mà mức độ trung tín cũng khác nhau. Người càng hiền lành thì mức độ trung tín càng cao. Nếu người ấy trung tín trong cả nhà Chúa, thì chúng ta có thể thấy được sự hiền lành của họ là đến mực nào! Ở nhà, nơi làm việc, trong mối quan hệ với người khác, và ở hội thánh, người ấy làm trọn bổn phận mình cách trung tín. Dường ấy, Môi-se là người rất khiêm hòa hơn mọi người trên thế gian, Ông trung tín trong mọi sự.

Vả lại, làm thế nào chúng ta có thể trở nên trọn vẹn nếu không biết giữ mình? Chúng ta trung tín trong cả nhà Chúa khi có sự tự chủ, vì nếu không thể tự kiềm chế bản thân, chúng ta sẽ bị mất quân bình trong mọi lãnh vực. Vậy, nếu không có trái của sự tiết độ mặc dù có đủ tám bông trái kia, chúng ta cũng không thể trung tín trong cả nhà Chúa được.

Ví dụ, sau buổi nhóm tế bào chúng ta đi gặp gỡ với một người bạn tại một nơi khác. Nếu trì hoãn, hoặc thay đổi cuộc hẹn ấy qua điện thoại không phải do buổi nhóm ấy kéo dài, mà vì cớ chúng ta muốn ở lại để chuyện trò cùng những người trong nhóm, ấy sẽ là sự khiếm nhã đối với bạn mình. Cũng giống như vậy, làm sao có thể trung tín trong cả nhà Chúa nếu chúng ta không giữ được một lời hứa nhỏ hoặc thực hiện một giao ước mà không có trái của sự tiết độ? Chúng ta phải nhận biết rằng chỉ khi nào cuộc sống chúng ta quân bình với trái của sự tiết độ thì chúng ta mới có thể trung tín trong cả nhà Chúa.

Tình Yêu Thiêng Liêng, Trái Của Tâm Linh, Và Những Phước Lành

Tùy vào mức độ tình yêu thiêng liêng và những việc làm từ trái của Thánh Linh, mà những phước lành đáp đậu trên chúng ta. Những phước lành nói đến nhân cách của một người với tư cách là một ống dẫn, chúng ta có thể hoàn toàn trung tín trong cả nhà Chúa chỉ khi những phước lành ấy đáp đậu trọn vẹn trên chúng ta, toàn bộ hành động và lối sống đều tỏ ra những gì mình nuôi dưỡng trong lòng.

Qua nhiều thời đại lịch sử Hàn Quốc, các nhà cố vấn trung kiên với các triều vua đã xem mọi công việc triều chính như công việc của mình. Nhờ đó, họ có thể phục vụ và giúp vua có những quyết định đúng đắn, cho dù đôi khi chính điều ấy khiến họ chịu đựng gian khổ ngay cả phải hy sinh mạng sống. Họ không chỉ yêu mến vua, mà còn yêu mến đất nước như chính thân mình, và những điều ấy đã được bày tỏ qua việc làm.

Một mặt, có những nhà cố vấn trung kiên thường bất chấp nguy hiểm đến mạng sống, họ phục vụ vua đến cùng. Mặt khác, có một số nhà cố vấn bề ngoài có vẻ trung kiên với vua, song khi vua chẳng làm theo sự cố vấn của mình, họ bèn lui về sống ẩn dật.

Tuy nhiên, những nhà cố vấn và những thần dân trung kiên chẳng hề làm vậy. Họ trung thành với vua cho đến cuối cùng, dẫu cho vua chẳng đoái xem đến, hoặc chẳng ngó ngàng tới họ nữa. Họ có thể bị vua ruồng bỏ, lời khuyên của họ cũng chẳng còn được quan tâm, hoặc họ có thể bị làm nhục cách vô cớ. Song, họ không có ý sẽ nghịch cùng vua, và chẳng thay lòng đổi dạ cho dù phải chết.

Người Có Nhân Cách Như Một ống Dẫn Và Đặc Điểm Tình Cảm Của Họ

Để hiểu rõ ý nghĩa của việc "trung tín trong cả nhà Chúa," trước hết chúng ta hãy xem xét người có nhân cách như một ống dẫn và đặc điểm tình cảm họ.

Cách hành xử của những người có nhân cách như một ống dẫn cũng khác nhau, tùy vào việc họ nuôi dưỡng tấm lòng mình để trở nên thiện lành, hoặc tùy vào mức độ thay đổi để lòng mình trở nên hiền lành. Thế thì, người có nhân cách như một ống dẫn được xác định qua việc họ có làm những gì mình được sai bảo hay không, hoặc họ có vâng phục hay không.

Vậy, điều gì làm nên sự khác biệt đáng kể giữa những người có nhân cách như một ống dẫn? Tùy thuộc vào mức độ và loại tình cảm nào mà người đó đáp lại đối với Lời Chúa và mức độ mà họ thực hiện những gì mình ấp ủ trong lòng. Dường ấy, người có nhân cách như một ống dẫn tốt ghi nhớ Lời Chúa và suy nghĩ sâu sắc trong lòng, như Mary đã từng: *"Còn Mary thì ghi nhớ mọi lời ấy và suy nghĩ trong lòng"* (Lu-ca 2:19).

Đặc điểm tình cảm của con người thay đổi tùy vào người ấy mở tâm trí như thế nào trong việc thực hiện trách nhiệm của mình. Với một ví dụ về nhiều cách phản ứng khác nhau của con người đối với cùng một hoàn cảnh, tôi sẽ phân loại việc làm của con người là kết quả ra từ những đặc điểm tình cảm khác nhau thành bốn hạng.

Hạng người thứ nhất làm vượt quá những gì họ được sai bảo.

Ví dụ, khi bố mẹ sai con mình nhặt một mảnh rác trên sàn nhà, cậu bé ấy không những dọn dẹp sàn nhà mà còn lau chùi bụi bặm khắp mọi góc nhà, và đổ luôn thùng rác. Cậu bé nầy đã làm cho bố mẹ vui thỏa vì em đã làm nhiều hơn những gì bố mẹ mong đợi. Cậu bé ấy sẽ được bố mẹ yêu mến biết bao! Người trợ tế Ê-tiên và Phi-líp là hạng người như vậy. Họ là những con người có tư tưởng phóng khoáng nên có thể bày tỏ được những sự kỳ phép lạ trong dân sự như những sứ đồ đã làm (Công Vụ 6).

Hạng người thứ hai chỉ làm những gì họ được yêu cầu. Ví dụ, nếu cậu bé chỉ nhặt mảnh rác dưới sàn nhà theo lời yêu cầu của bố mẹ, cậu bé ấy có thể được bố mẹ yêu vì sự vâng lời ấy nhưng có thể sự ấy chưa làm họ đẹp lòng.

Hạng người thứ ba không làm những gì anh ta nên làm. Anh ta quá lạnh nhạt và thờ ơ đến nỗi vừa mới được sai bảo làm một việc gì là đã cảm thấy bực mình. Những người tuyên bố rằng yêu mến Chúa song chẳng cầu nguyện cũng chẳng chăm sóc bầy chiên của Chúa, ấy là những người thuộc nhóm nầy. Một trong những dụ ngôn Chúa Jêsus nói về một thầy tế lễ và một người Lê-vi là những kẻ tránh qua phía bên kia đường để đi qua một người vừa bị bọn cướp hành hung, cũng thuộc nhóm người nầy (Lu-ca 10). Vì họ là những kẻ vô cảm, họ giỏi làm những việc mà Đức Chúa Trời gớm ghiếc, như kêu ngạo, ngoại tình, và phản nghịch.

Hạng người cuối cùng làm những việc tệ hại hơn, họ ngăn trở công việc Chúa. Thà ngay từ đầu họ chẳng động tay vào thì hơn. Như cậu nhóc làm vỡ lọ hoa lại nổi giận vì cớ bố mẹ nó đã sai dọn dẹp, cậu ta thuộc hạng người nầy.

Lòng Hào Hiệp Và Trung Tín Trong Cả Nhà Chúa

Như tôi đã nói rõ về bốn sự phân loại nhân cách, một người được xem là một bình chứa lớn khi họ làm nhiệm vụ vượt quá sự mong đợi. Với tư cách là một bình Chứa, sức chứa của mỗi người tùy vào mức độ họ mở tâm trí mình với niềm hy vọng và sự thành thật mà anh ta đã cố gắng. Dù ở hội thánh, ở công sở, hay ở nhà, anh ta luôn nhiệt thành trong công việc.

Vậy nên, khi được giao cho công việc nào, nếu đáp "Amen," anh ta sẽ được đánh giá là một chiếc bình lớn. Một người được thừa nhận có lòng hào hiệp khi người ấy không những hoàn thành những gì mình được sai bảo mà còn vượt quá sự mong đợi với tinh thần chân thật và phóng khoáng. Theo cách hiểu nầy, trung tín trong cả nhà Chúa có liên quan đến mức độ lòng hào hiệp. Sự chân thành cũng tỉ lệ thuận với lòng hào hiệp.

Chúng ta hãy nhìn xem những người đã trung tín trong cả nhà Chúa. Trong dân số 12:7-8, Đức Chúa Trời đã hết mực yêu thương Môi-se, vì người đã trung tín trong cả nhà Chúa:

> *Tôi tớ Môi-se ta không có như vậy, người thật trung tín trong cả nhà ta. Ta nói chuyện cùng người miệng đối miệng, một cách rõ ràng, không lời đố, và người thấy hình Đức Giê-hô-va. Vậy các ngươi không sợ mà nói hành kẻ tôi tớ ta là Môi-se sao?*

Môi-se không những có tình yêu không dứt và một lòng không dời đổi đối với Đức Chúa Trời, mà người còn luôn có một thái độ trước sau như một đối với dân sự và đồng bào mình.

Người kiên định trong công việc, luôn đặt để công việc đời đời của Chúa lên hàng đầu, chẳng màng giàu sang, danh vọng, bởi đức tin, người làm đẹp lòng Đức Chúa Trời. Người trung tín hết mực, thậm chí khi dân sự Ysơraên phạm tội đến nỗi phải đứng trước nguy cơ bị hủy diệt, người đã cầu khẩn Đức Chúa Trời cứu lấy mạng sống họ.

Sau bốn mươi ngày kiêng ăn, khi trở lại với tấm bản có ghi mười điều răn được Đức Chúa Trời ban cho, Môi-se đã phản ứng thế nào khi dân sự làm một tượng bò vàng để thờ lạy nó? Trong tình huống nầy, hầu như ai cũng sẽ thốt lên rằng, "Lạy Chúa, con không chịu nổi với bọn người nầy nữa! Xin hãy đoán xét họ theo ý Ngài!"

Song, Môi-se đã tha thiết cầu xin Chúa tha thứ tội lỗi họ. Người luôn sẵn sàng tận hiến, tự xem mình như một nhân vật phụ luôn kề cận và đầy lòng yêu thương dành cho dân sự.

Cũng như Áp-ra-ham, tổ phụ đức tin, khi Đức Chúa Trời sắp sửa hủy diệt thành Sô-đôm và Gô-mô-rơ, Áp-ra-ham không nghĩ rằng điều ấy chẳng can hệ gì đến mình. Bèn là, người khẩn xin Chúa cứu vớt dân sự tại hai xứ đó: *"Ngộ trong thành có năm mươi người công bình, Chúa cũng sẽ diệt họ hết sao? Há chẳng tha thứ cho thành đó vì cớ năm mươi người công bình ở trong sao?"* (Sáng Thế 18:24)

Sau đó người cầu xin Đức Chúa Trời rủ lòng thương xót chớ hủy diệt hai thành đó ngộ như trong đó có bốn mươi lăm người công chính, rồi cứ như vậy, ông lại cầu xin Chúa ngộ như số lượng người công chính là bốn mươi, ba lăm, ba mươi, hai mươi hoặc mười. Cuối cùng Đức Chúa Trời nhậm lời cầu xin người: *"Vì cớ mười người đó, ta sẽ chẳng diệt thành đâu"* (câu 32).

Dầu vậy, hai thành đó đã bị hủy phá vì cớ ngay cả mười người công chính cũng chẳng thể tìm thấy trong đó.

Vả lại, Áp-ra-ham đã từ bỏ quyền lựa chọn mà nhượng quyền ấy cho cháu trai mình, người để Lót chọn phần đất tốt là nơi hai người đã từng chung sống, nay không còn đủ chỗ cho hai người ở chung, vì tài vật của hai người đều trở nên quá nhiều. Lót bèn chọn hết cả cánh đồng mà ông thấy ưng ý và dời trại mình về phía đó.

Một thời gian sau, Sô-đôm và Gô-mô-rơ bị bại trận, nhiều người bị bắt làm phu tù, trong số đó có Lót, cháu của Áp-ra-ham. Người bèn liều mạng sống mình mà cùng với 318 gia nhân đuổi theo kẻ thù để giải cứu Lót, lấy lại hết các tài vật mà kẻ thù đã cướp cùng những người bị bắt.

Lúc bấy giờ, vua Sô-đôm ra đón Áp-ra-ham mà nói rằng, *"Hãy giao người cho ta, còn của cải thì ngươi thâu lấy"* (câu 21), song Áp-ra-ham chẳng nhận một thứ gì từ những của cướp đó, mà rằng, *"Tôi sẽ chẳng lấy bất cứ thứ chi thuộc về vua, dầu đến một sợi chỉ hay một sợi dây giày đi nữa"* (câu 23). Người đã trả lại hết mọi thứ cho vua Sô-đôm (câu 24).

Ấy vậy, Áp-ra-ham luôn kiên định khi gặp gỡ hay giao tiếp với bất kỳ ai, chẳng hề làm hại, cũng chẳng gây phiền. Người không những yên ủi dân sự, mang đến cho họ niềm vui và hy vọng, mà còn yêu thương, phục vụ họ cách chân thành.

Làm Thế Nào Để Trung Tín Trong Cả Nhà Chúa

Môi-se và Áp-ra-ham là những người rất hào hiệp, là những người chân thành, trọn vẹn, và đầy lẽ thật, chẳng hề thờ ơ trước bất kỳ sự gì. Còn chúng ta sẽ làm gì để trung tín trong cả nhà

Chúa?

Trước hết, chúng ta phải thử cho biết mọi sự và neo giữ trong sự thiện lành, chớ dập tắt lửa Thánh Linh và không khi dễ lời tiên tri. Nói cách khác, chúng ta phải nhìn xem, nghe, và tư tưởng về những sự thiện lành, nói lên sự thật, và chỉ đi đến những nơi tốt đẹp.

Thứ hai, chúng ta từ bỏ chính mình và sống tận hiến với tình yêu thiêng liêng dành cho vương quốc Đức Chúa Trời và sự công chính Ngài. Để làm được điều đó, chúng ta phải đóng đinh bản ngã tội lỗi cùng những dục vọng nó. Khi khao khát về những điều thiêng liêng và không bị thế gian ràng buộc, chúng ta sẽ có thể xác định những điều ưu tiên trong cuộc sống và những việc làm đẹp lòng Đức Chúa Trời.

Nếu đứng trên vầng đá đức tin, chúng ta nên tha thiết và cố gắng để có được đức tin yêu mến Chúa hết mực. Khi có được sự đó, chúng ta phải nhanh chóng bước sang phạm vi mà ở đó chúng ta có thể làm đẹp lòng Chúa và trung tín trong cả nhà Ngài.

Đức tin đẹp lòng Chúa có thể so sánh với việc tốt nghiệp một trường chuyên nghiệp nào đó. Sau khi ra trường, chúng ta phải bước vào đời và có thể ứng dụng những gì học được để trở nên thành công trong đời nầy.

Điều tương tự, khi chúng ta đạt đến tầm thước đức tin thứ tư, một sự thiêng liêng sâu nhiệm hơn sẽ mở ra trước chúng ta, vì lãnh vực thiêng liêng là kỳ diệu vô cùng, vô hạn về chiều sâu, chiều rộng và chiều cao.

Khi bước vào tầm thước đức tin thứ năm, trong một giới hạn nào đó, chúng ta hiểu được tấm lòng sâu rộng của Chúa. Chúng ta có thể hiểu được tình yêu thương của Chúa là lớn lao đến dường nào, Ngài đầy lòng yêu thương, nhân từ, sự tha thứ, tử tế và sự thiện lành. Chúng ta cũng kinh nghiệm được tình yêu cả thể của Ngài vì ta nhận biết rằng Chúa luôn đồng hành cùng chúng ta, khiến chúng ta tràn đầy nước mắt khi nghĩ đến Ngài.

Vậy nên, chúng ta hãy có tấm lòng rất hào hiệp trong sự vâng phục, tận hiến, với tình yêu lớn lao. Hãy biết rằng có sự khác nhau rõ rệt giữa tầm thước đức tin thứ tư và thứ năm trong phạm vi tình yêu thiêng liêng và sự tận hiến. Tôi hy vọng rằng với đức tin đẹp ý Chúa, chúng ta có thể nhận lãnh được mọi sự từ nơi Ngài. Bởi sự cầu nguyện luôn, chúng ta sẽ được phước đủ để thực hiện và bày tỏ những sự kỳ phép lạ.

Nguyện hết thảy anh chị em đều được vui hưởng những ơn phước mà Đức Chúa Trời đã sắm sẵn cho anh chị em, trong danh Chúa Jêsus Christ tôi dâng lời cầu nguyện!

Chương 9

Dấu Chứng Cặp Theo Những Kẻ Tin

Những kẻ tin sẽ được các dấu lạ nầy: Lấy danh ta mà trừ quỉ; dùng tiếng mới mà nói; bắt rắn trong tay; nếu uống giống chi độc, cũng chẳng hại gì; hễ đặt tay lên kẻ đau, thì kẻ đau được lành. (Mác 16:17-18)

Trong Kinh Thánh, chúng ta thấy Chúa Jêsus thực hiện rất nhiều dấu lạ. Đó là những dấu được thực hiện bởi quyền phép Đức Chúa Trời vượt khỏi giới hạn khả năng con người. Dấu nào Chúa Jêsus đã thực hiện trước tiên?

Ấy chính là sự hóa nước thành rượu trong một tiệc cưới tại Ca-na xứ Ga-li-lê, như có mô tả trong Giăng 2:1-11. Khi Chúa Jêsus biết rằng rượu đã hết, Ngài sai đầy tớ mang nước lạnh đổ đầy sáu chế đá. Sau đó, họ múc ra một ít mang đến cho kẻ coi tiệc, lúc kẻ coi tiệc nếm nước đã biến thành rượu, thì tấm tắc khen ngon.

Cớ sao Đức Chúa Jêsus, Con của Đức Chúa Trời, đã hóa nước thành rượu để làm một dấu lạ đầu tiên? Sự kiện nầy có một số ngụ ý thiêng liêng. Xứ Ca-na ở Ga-li-lê tượng trưng cho thế gian, tiệc cưới nói đến thời sau rốt, là lúc người ta tiệc tùng no nê, say sưa, và đầy dẫy sự ô uế xấu xa (Ma-thi-ơ 24:37-38). Nước nói đến Lời Chúa, rượu nói đến huyết báu Chúa Jêsus Christ.

Vậy nên, dấu lạ hóa nước thành rượu bày tỏ rằng huyết Chúa Jêsus tại thập hình sẽ là huyết ban cho nhân loại sự sống đời đời. Người ta tấm tắc khen rượu ấy rất ngon. Ý nói rằng họ vui mừng vì tội lỗi mình được tha và niềm hy vọng về thiên đàng qua việc uống huyết Chúa Jêsus.

Bắt đầu bằng dấu hiệu đầu tiên nầy, Chúa Jêsus bày tỏ rất nhiều dấu lạ khác. Ngài cứu sống một em bé đã chết; thực hiện phép lạ cho năm ngàn người ăn từ năm cái bánh và hai con cá;

đuổi quỉ, khiến kẻ mù được sáng, gọi Laxarơ sống lại và bước ra khỏi mồ sau khi đã chết bốn ngày.

Mục đích cuối cùng về những dấu lạ mà Chúa Jêsus đã làm là gì? Ấy là để cứu mọi người và khiến họ có đức tin, như Ngài đã phán cùng chúng ta trong Giăng 4:48, *"Nếu các ngươi không thấy phép lạ và điềm lạ, thì các ngươi chẳng tin!"* Bởi vậy, ngay cả ngày nay, Đức Chúa Trời, Đấng xem một linh hồn được cứu quý hơn cả thế gian, đã bày tỏ cho chúng ta rất nhiều phép lạ qua những con người có đức tin sẵn sàng dâng hiến cuộc đời cho công cuộc cứu rỗi nhân loại.

Chúng ta hãy nhìn xem những dấu lạ cặp theo những kẻ có đức tin đẹp lòng Chúa.

1. Đuổi Quỉ

Kinh Thánh cho chúng ta biết rõ về sự hiện diện của ma quỉ, cho dù ngày nay có nhiều người cãi lẽ rằng, "Chẳng thấy ma quỉ đâu cả." Ma quỉ là một loại ác linh chống nghịch lại Đức Chúa Trời. Chúng lừa gạt khiến con người thờ thần tượng, rồi mang đến nan đề cùng thử thách, làm cho họ càng thêm lún sâu vào việc hầu hạ chúng.

Tuy vậy, chúng ta có thể trục xuất và chế ngự ma quỉ khi chúng ta có đức tin đích thực, vì Chúa Jêsus có phán cùng chúng ta rằng, "Những kẻ tin sẽ được các dấu lạ nầy: Lấy danh ta mà trừ quỉ."

Chúng ta cũng tìm thấy trong Giăng 1:12 rằng, *"Nhưng hễ ai đã nhận Ngài, thì Ngài ban cho quyền phép trở nên con cái Đức Chúa Trời."* Thật xấu hổ biết bao nếu là con cái Đức Chúa Trời mà còn sợ hãi ma quỉ hoặc bị chúng lừa gạt!

Đôi khi, những người mới tin Chúa, chưa có đức tin thiêng liêng, bị ma quỉ quấy rầy khi họ lên núi một mình để cầu nguyện riêng tư. Một số khác thậm chí còn bị quỉ ám nữa vì cớ họ cầu xin Chúa ban cho ân tứ và quyền phép trong khi chưa quăng xa những điều ác khỏi lòng mình.

Do đó, những người mới tin nhận Chúa nên đồng hành cùng những người lãnh đạo thuộc linh là những người có khả năng nhân danh Chúa Jêsus Christ mà trừ quỉ, nhờ đó khi lên núi cầu nguyện, họ sẽ chẳng gặp bất kỳ sự ngăn trở nào.

Nhân Danh Chúa Jêsus Christ Trừ Quỉ

Đối với mục sư và nhân sự hội thánh khi viếng thăm anh em tín hữu cũng vậy. Trước hết, nên đuổi quỉ qua việc nhận biết các linh, sau đó những người được thăm viếng sẽ mở lòng nhận lãnh ân sủng của Chúa và có đức tin qua sứ điệp họ. Tuy vậy, nếu không đuổi quỉ trước, thì cuộc thăm viếng một thành viên nào đó trong hội thánh có thể bị hỏng, người được thăm có thể chẳng chịu mở lòng. Do vậy, cũng không thể nhận được ân sủng và đức tin. Những ai có mắt thuộc linh, có thể dễ dàng phân biệt sự ngăn trở của những ác linh. Một số người chịu phục hoàn toàn dưới quyền ma quỉ, song hầu hết các trường hợp, người ta bị ma quỉ chế ngự một phần trong tư tưởng mình.

Khi Sa tan hành động trong tư tưởng, họ ăn ở nghịch với lẽ

thật vì cớ họ còn yếu kém trong đức tin hoặc những tàn dư của bản năng tội lỗi như ngoại tình, trộm cắp, dối trá, giận dữ, ganh ghét, đố kỵ vẫn còn ở trong họ. Lòng con người có thể thay đổi khi họ nghe lời giảng của mục sư hoặc của giáo sĩ là người có đủ quyền phép thiêng liêng để đuổi quỉ trong danh Chúa Jêsus Christ.

Khi mục sư nhờ quyền năng Chúa ban cho mình mà chia sẻ sứ điệp, người nghe sẽ ăn năn trong nước mắt, vì lòng họ cảm động sâu sắc hoặc nhận biết tội lỗi mình. Họ cũng sẽ được ban cho đức tin mạnh mẽ và sức lực để đấu tranh với tội lỗi. Sau vài tháng, họ có thể nhận thấy tính cách và đức tin mình thay đổi rất nhiều. Nhờ vậy, họ có thể thay đổi được bản ngã mình trong lẽ thật.

Trong bốn sách phúc âm, chúng ta thấy sau khi gặp gỡ Chúa Jêsus, nhiều người được thay đổi đến cả bản tính mình. Ví dụ, mặc dù sứ đồ Giăng lúc đầu tính tình rất nóng nảy, một con người được gọi là con của sấm sét (Mác 3:17), song, từ khi gặp Chúa Jêsus, người được thay đổi và được gọi là "sứ giả của tình yêu."

Cũng vậy, một người có đức tin trọn vẹn có thể làm thay đổi người khác như Chúa Jêsus đã làm. Người ấy cũng có thể nhân danh Chúa Jêsus Christ mà đuổi quỉ vì họ có quyền chế ngự trên kẻ thù là Sa tan và ma quỉ.

Làm Thế Nào Để Đuổi Quỉ

Có nhiều trường hợp khác nhau trong việc đuổi quỉ. Đôi khi, quỉ xuất ngay khi vừa mới cầu nguyện, cũng có nhiều trường hợp cho dù cầu nguyện đến hàng trăm lần cũng chẳng thể đuổi được.

Nếu một người có đức tin mà bị quỉ ám vì cớ Đức Chúa Trời ngoảnh mặt khỏi họ sau khi họ khiến Ngài thất vọng, khi ăn năn thật lòng và nhận được sự cầu nguyện, thì quỉ trong họ bị đuổi khỏi cách dễ dàng. Điều nầy là nhờ họ đã có đức tin và biết Lời Chúa.

Trường hợp nào quỉ không chịu ra khỏi cho dù cầu nguyện rất nhiều? Ấy là khi quỉ đó rất tinh quái và độc ác, ám lấy một người chẳng có đức tin và chẳng hề biết lẽ thật. Trong trường hợp như vậy, khi người đương bị quỉ ám và những điều tai ương đã ăn sâu trong người thì việc họ có được đức tin là điều không dễ. Để phóng thích họ, phải có người giúp họ có đức tin, hiểu được lẽ thật, ăn năn và phá hủy bức tường tội lỗi.

Đồng thời, nếu bố mẹ là những người trong Chúa mà gặp nan đề trong cuộc sống, thì con cái họ có thể bị quỉ ám. Trường hợp nầy, khi bố mẹ chưa ăn năn tội lỗi để được cứu, chưa đứng vững trên vầng đá đức tin thì con họ cũng chưa thể được phóng thích khỏi tay ma quỉ.

Cũng có trường hợp bị ảnh hưởng bởi quyền lực tối tăm. Chúng ta thấy có những người rất kiêu ngạo trong đời sống đức tin vì cớ hầu như họ không thể mở lòng mình được, tư tưởng xác thịt, nghi ngờ, sự mệt mỏi ngăn cản việc nghe sứ điệp cho dù họ hết sức cố gắng.

Trường hợp như vậy cũng có thể xảy ra vì cớ quyền lực tối tăm hành động trên gia đình của người ấy nếu tổ tiên họ là những người trung thành hầu việc thần tượng, hay cha mẹ họ hành nghề phù thủy hay thờ thần tượng. Tuy nhiên, ma quỉ sẽ lìa khỏi và cả nhà người sẽ được cứu khi người ấy trở thành con cái sự sáng nhờ việc lắng nghe Lời Chúa và hết lòng cầu nguyện.

Song, Đức Chúa Trời ghét thần tượng đến nỗi có một bức

tường tội lỗi lớn ngăn cách Ngài với kẻ thờ thần tượng. Dường ấy, anh ta nên luôn tự tranh chiến với chính mình để sống trong lẽ thật cho đến khi phá đổ được bức tường tội lỗi ấy. Anh ta có thể được phóng thích nhanh chóng tùy vào sự cầu nguyện nóng cháy và sự thay đổi của mình.

Những Trường Hợp Ngoại Lệ Quỉ Không Chịu Xuất Khỏi

Tại sao người ta nhân danh Chúa Jêsus Christ truyền lệnh nhưng quỉ chẳng chịu xuất khỏi?

Nếu người ấy có lần tin Chúa nhưng sau xoay bỏ, lương tâm đã bị chai lì như thép đã qua lửa, thì cho dù có nhân danh Chúa mà truyền lệnh, quỉ vẫn không xuất khỏi. Dẫu cố gắng, anh ta cũng chẳng thể trở lại được với Ngài vì cớ lòng chân thật của người đã hoàn toàn bị thay thế bằng sự giả dối.

Vậy nên chúng ta thấy trong 1 Giăng 5:16 có chép rằng, *"Cũng có tội đến nỗi chết; ấy chẳng phải vì tội đó mà ta nói nên cầu xin."* Nói cách khác, cho dù anh ta có cầu nguyện, Chúa cũng chẳng nhậm lời.

Thế nào là tội phải chết? Ấy là tội phỉ báng hay nói lời chống nghịch Đức Thánh Linh. Ai phạm tội nầy thì dù đời nầy hay đời sau cũng không được tha. Thế thì, cho dù kẻ ấy có cầu nguyện liên tục, cũng chẳng ích gì.

Trong Ma-thi-ơ 12:31, Đức Chúa Jêsus phán cùng chúng ta rằng lời phỉ báng nghịch lại Đức Thánh Linh sẽ chẳng thể được tha. Lời phỉ báng nghịch lại Đức Thánh Linh là việc quấy rầy công việc của Ngài với một tâm trí xấu xa, đoán xét và buộc tội công việc của Ngài bởi ý riêng. Ví dụ, nói lời phỉ báng là khi người ta đoán xét một hội thánh nào đó là "tà giáo", nơi mà công việc của Chúa đang diễn ra, rồi bịa đặt những điều dối trá để đồn đại về hội thánh đó (Mác 3:20-30).

Chúa Jêsus cũng nói đến điều ấy trong Ma-thi-ơ 12:32 rằng, *"Nếu ai nói phạm đến Con người thì sẽ được tha; song nếu ai nói phạm đến Đức Thánh Linh, thì dầu đời nầy hay đời sau cũng sẽ chẳng được tha."* Một lần nữa, trong Lu-ca 12:10 Chúa Jêsus nhắc nhở chúng ta rằng, *"Ai nói nghịch cùng Con người, thì sẽ được tha; song kẻ nói lộng ngôn phạm đến Đức Thánh Linh, thì không được tha đâu."*

Ai nói nghịch cùng Con Người, vì họ không biết Ngài, có thể được tha. Dầu vậy, ai nói lời phỉ báng, chống nghịch Đức Thánh Linh thì không thể được tha mà phải sa vào đường chết vì tội ngăn trở công việc Đức Chúa Trời và báng bổ Đức Thánh Linh, cho dù kẻ ấy đã từng tin nhận Chúa Jêsus và từng lãnh được Đức Thánh Linh. Vậy, chúng ta chớ nên phạm tội lộng ngôn nghịch lại Đức Thánh Linh và nói lời chống lại Ngài, với sự hiểu biết rằng ấy là những tội trọng không thể được tha, và mất đi sự cứu rỗi.

Hê-bơ-rơ 10:26 cho chúng ta biết rằng nếu một người cố tình phạm tội liên tục cho dù đã có sự hiểu biết lẽ thật, không còn sự hiến tế để chuộc tội nữa. Qua Lời Chúa anh ta đã biết rõ tội lỗi là gì, lẽ ra anh chẳng nên phạm đến những sự xấu xa đó nữa.

Dầu vậy, nếu người ấy phạm tội cách cố ý, thì lương tâm anh ta dần dần không còn nhạy cảm với tội lỗi nữa và trở nên chai lì. Cuối cùng, anh ta phải bị bỏ rơi vì chẳng thể nhận được thần linh ăn năn nữa.

Vả lại, đối với những người đã từng được khai sáng, được ném trải ân tứ thiêng liêng, được chia sẻ trong Thánh Linh, và từng được nếm trải sự ngọt ngào của Lời Chúa và những quyền phép đời sau, sau khi "ngã dài" họ không còn nhận được thần linh ăn năn nữa vì họ muốn đóng đinh con người lần nữa và muốn làm nhục Ngài cách tỏ tường (Hê-bơ-rơ 6:4-6).

Đối với những người đã từng nhận lãnh Đức Thánh Linh, có sự hiểu biết về thiên đàng, hỏa ngục, và hiểu biết Lời Chúa, song vẫn bị thế gian cám dỗ, bị sa ngã và làm nhục danh Chúa, thì sẽ tự đánh mất cơ hội để ăn năn.

Ngoại trừ những trường hợp nói trên, là những trường hợp mà Chúa không muốn đoái xem đến nữa, chúng ta có thể cầm quyền trên kẻ thù là Satan và ma quỉ. Do vậy, ma quỉ chẳng làm gì được, khi chúng ta nhân danh Chúa Jêsus Christ truyền lệnh thì chúng phải bị đuổi khỏi.

Cầu Nguyện Không Thôi Khi Hoàn Toàn Sống Trong Lẽ Thật

Thật đáng buồn cho những đầy tớ Chúa hoặc nhân sự trong hội thánh khi họ nhân danh Chúa Jêsus Christ để đuổi quỉ, song quỉ ấy chẳng sợ! Ấy vậy, chúng ta luôn cần nhận lãnh quyền phép để chế ngự và cầm quyền trên kẻ thù là Sa tan và ma quỉ. Để có thể thực hiện những dấu cặp theo dành cho những kẻ tin, chúng ta phải đạt tới tâm thước đức tin đẹp lòng Chúa không những qua việc hoàn toàn đồng hành cùng lẽ thật trong tình yêu dành cho Chúa từ sâu thẳm lòng mình, mà còn hết lòng cầu nguyện luôn.

Chẳng bao lâu sau khi thành lập hội thánh, một thanh trẻ ở

tỉnh Gang-won bị mắc linh động kinh, sau khi nghe về chức vụ chữa lành của tôi, anh ấy đã tìm đến. Mặc dù nghĩ rằng mình hầu việc Chúa rất tốt, là giáo viên trường Chúa Nhật, thành viên của ca đoàn. Nghĩ vậy, anh ta chẳng những không tranh chiến để quăng xa tội lỗi mình, mà còn tiếp tục phạm tội vì tư tưởng rất kiêu ngạo của mình. Kết cuộc, một ác linh đã xâm nhập vào tâm trí bị vẫn đục, khiến anh ta phải khốn khổ rất nhiều.

Công việc chữa lành được bày tỏ vì có cha người thanh niên ấy khẩn thiết cầu nguyện và tận tụy với con mình. Khi nhận diện quỉ ấy, tôi liền cầu nguyện trục xuất nó, người thanh niên bất tỉnh ngã ra phía sau, nước bọt trào ra miệng với cả mùi hôi thối. Sau khi được lành, anh ta ở lại hội thánh tôi để trang bị Lời Chúa cho mình rồi trở về, anh ta đã tái sanh trong Đấng Christ. Sau nầy, nghe nói anh ta trung tín phục vụ trong hội thánh và làm chứng về sự chữa lành của mình.

Hơn nữa, ngày nay vượt không gian và thời gian, người ta sử dụng chiếc khăn tay mà tôi đã cầu nguyện lên nó để cầu nguyện và qua đó nhiều người được phóng thích khỏi quyền lực tối tăm và ma quỉ.

Có lần, một thiếu niên ở tỉnh Ul-san, Kyungnam mới bước vào năm đầu trường trung học phổ thông, bị lớp đàn anh cùng đồng bọn đánh rất nặng chỉ vì em không chịu hút thuốc với chúng. Việc ấy đã khiến em rất khốn khổ và đau buồn. Dần dần, em đã bị quỉ ám và phải nằm viện tại khoa tâm thần trong bảy tháng. Song, sau khi được cầu nguyện với chiếc khăn tay mà tôi đã cầu nguyện trên nó, quỉ ấy đã ra khỏi em. Thiếu niên đó đã được phục hồi, hiện nay là một nhân sự tốt trong hội thánh.

Những công việc như vậy cũng đang diễn ra ở hải ngoại. Tại Pakistan, có một người đã bị khốn khổ bởi ác linh trong bốn năm, song qua sự cầu nguyện với khăn tay, ác linh đó đã xuất khỏi, người ấy đã nhận lãnh được Thánh Linh và ân tứ nói tiếng lạ.

2. Nói Tiếng Mới

Dấu thứ hai cặp theo những kẻ tin, đó là nói tiếng mới. Cụ thể việc nói tiếng mới là gì?

1 Cô-rinh-tô 14:15 có chép, *"Tôi sẽ cầu nguyện theo tâm thần, nhưng cũng cầu nguyện bằng trí khôn. Tôi sẽ hát theo tâm thần, nhưng cũng hát bằng trí khôn."* Chúng ta có thể biết rằng tâm thần khác trí khôn. Vậy, giữa chúng có sự khác nhau thế nào?

Trong lòng người, có hai loại trí khôn – một loại thuộc về lẽ thật, loại kia thuộc về sự giả dối. Tâm trí đầy lẽ thật là tâm linh trong sáng. Tâm trí giả dối là phần thuộc về xác thịt, là trí khôn đen tối. Sau khi tin nhận Chúa Jêsus Christ, nếu chúng ta càng cầu nguyện để quăng xa tội lỗi qua việc sống theo Lời Chúa, thì chúng ta càng được đổ đầy thần linh, vì cớ hầu hết sự giả dối đã bị nhổ tận gốc rễ.

Cuối cùng, lòng chúng ta được đổ đầy thần linh qua mỗi ngày. khi đạt đến tầm thước đức tin thứ tư là khi chúng ta yêu mến Chúa hết mực, lúc ấy sẽ chẳng còn sự giả dối nào trong chúng ta nữa. Hơn thế, khi có đức tin đẹp lòng Chúa, lòng chúng ta đầy dẫy Thánh Linh, và được gọi là "tâm thần trọn vẹn." Lúc nầy tâm thần hoàn toàn làm chủ tâm trí, và tâm trí chúng ta cũng hiệp một với tâm thần.

Để Nói Được Tiếng Mới

Khi có một tâm thần trọn vẹn, chúng ta cầu nguyện với Chúa theo sự cảm động của Đức Thánh Linh, điều nầy gọi là "cầu nguyện bằng tiếng lạ." Cầu nguyện bằng tiếng lạ là sự tương giao giữa chúng ta với Đức Chúa Trời, do vậy, rất ích lợi cho đời sống trong Đấng Christ của chúng ta vì kẻ thù là Satan và ma quỉ không thể nghe lắng được.

Nói chung, ân tứ nói tiếng lạ đã được trao cho con cái Đức Chúa Trời khi họ tha thiết cầu nguyện trong sự đầy trọn của Đức Thánh Linh. Đức Chúa Trời muốn ban ân tứ nầy đến cho mỗi con cái Ngài.

Khi hết lòng cầu nguyện bằng tiếng lạ, chúng ta có thể vô tình hát trong tiếng lạ, nhảy múa, hoặc có những chuyển động nhịp nhàng trong sự thần cảm của Đức Thánh Linh. Thậm chí có người bình thường chẳng biết hát hò gì, song có thể hát rất hay, có người chẳng biết nhảy lại có thể nhạy đẹp hơn cả vũ công chuyên nghiệp vì Đức Chúa Trời hoàn toàn làm chủ trên người ấy.

Hơn thế, người ta có thể có được sự trải nghiệm thuộc linh mới mẻ qua việc nói nhiều thứ tiếng khác nhau khi người ấy đi vào mức độ thuộc linh sâu nhiệm hơn. Điều nầy gọi là "nói tiếng mới." Chúng ta sẽ có thể nói ngay tiếng mới khi cầu nguyện bằng tiếng lạ ở tầm thước đức tin thứ năm.

Đủ Quyền Phép Để Đuổi Quỉ Satan

Nói tiếng mới là công việc quyền năng đến nỗi kẻ thù là Satan phải hoảng sợ và chạy xa. Ví như chúng ta đang bị một kẻ trộm đêm dùng dao khống chế. Lúc đó, nếu ta cầu nguyện bằng tiếng lạ, Chúa sẽ làm nó đổi ý hoặc Ngài sai thiên sứ đến làm tê cứng tay nó.

Cũng có khi chúng ta cảm thấy khó chịu hoặc muốn cầu nguyện trên đường đến nơi nào đó, vì cớ Đức Thánh Linh của Chúa thúc giục tâm trí chúng ta khi Ngài biết có tai nạn đang chờ phía trước.

Vì vậy, khi cầu nguyện trong sự vâng phục Đức Thánh Linh, kẻ thù là ma quỉ lìa khỏi chúng ta, những thảm họa hoặc tai nạn khó lường cũng lánh khỏi, Chúa dẫn dắt chúng ta thoát mọi tai họa.

Thế nên, qua việc nói tiếng lạ, chúng ta có thể được bảo vệ và được che chở khỏi mọi thử thách, ở nhà, tại công trường hoặc trong công việc, hay bất kỳ nơi nào mà chẳng hề bị kẻ thù là Satan và ma quỉ quấy rầy.

3. Bắt Rắn Trong Tay

Dấu thứ ba cặp theo cho những kẻ tin là bắt rắn trong tay. Vậy, "rắn" ở đây ngụ ý gì?

Chúng ta hãy xem Sáng Thế 3:14-15:

Giê-hô-va Đức Chúa Trời bèn phán cùng rắn rằng: "Vì mầy đã làm điều như vậy, mầy sẽ bị rủa sả trong vòng các loài súc vật, các loài thú đồng, mầy sẽ bò bằng bụng và ăn bụi đất trọn cả đời. Ta sẽ làm cho mầy cùng người nữ, dòng dõi mầy cùng dòng dõi người nữ nghịch

thù nhau. Người sẽ dày đạp đầu mầy, còn mầy sẽ cắn
gót chân người."

Đây là cảnh tượng con rắn bị rủa sả vì tội cám dỗ bà Ê-va.
Còn ý nghĩa thuộc linh của "người nữ" nói đến Ysơraên, và
"dòng dõi người nữ" là Chúa Jêsus Christ. Vì vậy, dòng dõi
người nữ dày đạp đầu con rắn ý nói Chúa Jêsus sẽ bẻ gãy quyền
lực của Satan và ma quỉ, là quyền của sự chết. Còn nói rằng "rắn
sẽ cắn gót chân người" tiên báo rằng kẻ thù là Satan và ma quỉ sẽ
đóng đinh Chúa Jêsus.

Thật rõ ràng "con rắn" là nói đến kẻ thù là Satan và ma quỉ vì
như trong Khải Huyền 12:9 có chép, *"Con rồng lớn đó bị*
quăng xuống, tức là con rắn xưa, gọi là ma quỉ và Satan, dỗ
dành cả thiên hạ; nó đã bị quăng xuống đất, các sứ nó cũng bị
quăng xuống đất với nó."

Vậy nên, "bắt rắn trong tay" ngụ ý rằng, chúng ta sẽ đến làm
phân rẽ bè đảng của kẻ thù là Satan và phá hủy chúng trong danh
Chúa Jêsus Christ.

Phá Hủy Hội Quỉ Satan

Chúng ta hãy xem những câu sau đây trong sách Khải Huyền:

"Ta biết sự khốn khó nghèo khổ của ngươi (dầu ngươi
giàu có mặc lòng), và những lời giềm pha của những kẻ
xưng mình là người Giu-đa, mà kỳ thực không phải,
chúng nó vốn thuộc về hội quỉ Satan" (2:9).

"Nầy, ta ban cho ngươi mấy kẻ trong những kẻ thuộc về hội quỉ Satan, chúng nó xưng mình là người Giu-đa, mà kỳ thực không phải, nhưng chúng nó nói dối; nầy, ta sẽ khiến chúng nó đến sấp mình dưới chân ngươi, và sẽ cho chúng nó biết rằng ta đã yêu ngươi" (3:9).

Ý nghĩa thuộc linh của "Người Giu-đa" là nói đến những người được Chúa chọn, hết thảy những kẻ tin. "Những kẻ xưng mình là người Giu-đa" nói đến những kẻ làm cản trở công việc của Đức Chúa Trời, chúng đố kỵ và ganh ghét trong lòng, chúng đoán xét, phỉ báng cách ranh mãnh vì công việc của Chúa chẳng hợp với tư duy của chúng, chúng căm ghét và cầu nhàu.

"Hội Satan" ngụ ý nói đến hai hoặc nhiều người nhóm lại dùng những điều dối trá để nói xấu người khác, và gây nan đề trong hội thánh. Một vài người lầm bầm làm hư hỏng người khác, rồi cuối cùng dẫn đến việc thành lập hội Satan.

Đương nhiên, những dự kiến và lời đề xuất mang tính xây dựng là điều cần thiết cho việc phát triển hội thánh. Song, hội Satan là những kẻ chống lại con cái Đức Chúa Trời, phân rẽ hội thánh bằng những lý lẽ khôn khéo, rồi lập ra một hội chống lại lẽ thật.

Mặc dù hội thánh là nơi chỉ nên có tình yêu, sự thánh khiết, và hiệp nhất trong lẽ thật, song có nhiều hội thánh mà ở đó sự cầu nguyện và tình yêu cứ nguội lạnh dần, sự phục hưng hoàn toàn bị tắt ngấm, dẫn đến vương quốc Chúa bị hãm ép. Đó là hậu quả do hội Satan gây ra.

Dẫu vậy, với tầm thước đức tin thứ năm, đức tin đẹp lòng Chúa, khi chúng ta nhận diện hội Satan, thì nó không thể sử dụng quyền lực của mình được.

Từ khi chúng tôi mới thành lập hội thánh đến nay, chẳng hề có hội Satan nào. Song, những ngày đầu khi mới bước vào chức vụ, điều nầy có thể xảy ra qua một số người có tư tưởng bị Satan chế ngự vì cớ các anh chị em trong hội thánh chưa được trang bị lẽ thật.

Tuy vậy, Chúa luôn chỉ cho tôi biết để phá hủy sự đó qua bài giảng. Nhờ đó mà mọi nỗ lực để lập hội Satan đã bị đánh bại. Ngày nay các anh chị em trong hội thánh chúng tôi có khả năng phân biệt rõ ràng giữa lẽ thật và điều dối giả. Mấy kẻ lên vào hội thánh để lén lút lập hội Satan phải rời khỏi, hoặc ăn năn vì cớ trong chúng vẫn còn có chút lương tâm nhơn lành. Như vậy, khi chẳng ai làm theo sự xúi dục của nó, thì hội Satan chẳng thể thành lập được.

4. Không Có Chất Độc Nào làm Hại Được

Dấu thứ tư cặp theo với những kẻ tin là ngộ khi họ uống phải chất độc, thì cũng chẳng hại gì. Điều nầy có ý nghĩa đặc biệt gì?

Trong Công Vụ 28:1-6, sự tình cờ xảy đến với sứ đồ Phao-lô khi ông bị rắn lục cắn tại đảo Man-tơ. Các thổ dân ở đây nghĩ rằng ông sẽ bị sưng lên hoặc thình lình ngã quỵ xuống mà chết (câu 6), nhưng ông chẳng hề chi. Sau khi đợi đã lâu, nhưng không thấy sự chi hại cho người, các thổ dân đó bèn đổi ý mà nói rằng, thật người nầy là một vị thần. Sự nầy là vì Phao-lô có đức tin trọn vẹn nên nọc độc rắn lục cũng chẳng thể làm hại người.

Dù Bị Rắn Độc Cắn

Những người có đức tin trọn vẹn sẽ không bị ngã bệnh hoặc bị nhiễm độc bởi vi trùng, vi khuẩn, hay chất độc, cho dù họ tình cờ ăn uống phải chúng, vì Chúa thiêu đốt những thứ ấy bằng lửa Thánh Linh.

Dẫu vậy, nếu cố tình thử Chúa, thì chúng ta không thể được che chở. Ngài không cho phép kẻ nào thử Ngài, ngoại trừ việc dâng hiến phần mười. Khi biết thức ăn bị ngộ độc thì không được ăn, nếu ăn thử là cố ý làm hại đến bản thân.

Hơn thế, trường hợp có người dùng thuốc ngủ dạng bột bỏ vào nước rồi dụng cách cho người nữ uống nhằm mục đích cám dỗ, hoặc gây mê ai đó để bắt cóc hoặc lấy trộm tiền bạc người. Thậm chí đối với những trường hợp nầy, hễ ai có đức tin trọn vẹn, cũng sẽ không bị hại gì vì lửa Thánh Linh sẽ thiêu đốt những chất độc ấy.

Lửa Thánh Linh Sẽ Thiêu Hủy Mọi Chất Độc

Vào khoảng cuối năm ba của trường thần học, tôi bị chứng đau nhói trong dạ dày sau khi dùng một loại thức uống trong lúc đang chuẩn bị cho kỳ lễ phục hưng đầu tiên trong chức vụ. Sau khi đặt tay lên bụng để cầu nguyện, tôi cảm thấy chứng đau nhói đã biến mất qua việc tiêu chảy làm sạch đường ruột. Cho đến hôm sau tôi mới biết rằng trong các thức uống ấy có chứa độc tố.

Có lần tôi ở lại cầu nguyện tại tỉnh Jochiwon, Choongchung. Gần nơi tôi ở, có một cuộc biểu tình của sinh viên đại học, cảnh sát phải dùng hơi cay để đàn áp chúng. Mặc dù những người quanh đó phải chịu khốn khổ rất nhiều với việc hít thở, song tôi cảm thấy vô sự.

Trong những ngày đầu của chức vụ, gia đình tôi phải ngủ dưới tầng hầm của hội thánh. Thời ấy, dân Hàn Quốc dùng than bánh để sưởi ấm. Gia đình tôi phải chịu khốn khó rất nhiều với khí carbon monoxide, đặc biệt vào những ngày nhiều mây vì thiếu sự thoáng khí. Song, tôi chẳng bao giờ phải chịu khốn khổ với khí độc ấy. Đức Thánh Linh khử ngay bất kỳ chất độc hại nào khi chất ấy xâm nhập vào cơ thể những ai có đức tin đẹp lòng Chúa, vì Đức Thánh Linh trong sự đầy trọn của Ngài luôn đi ra đi vào che phủ thân thể người ấy.

5. Đặt Tay Lên Người Bệnh Thì Người Bệnh Được Lành

Dấu thứ năm cặp theo với những kẻ tin, ấy là khi họ đặt tay lên người bệnh, thì người bệnh được lành. Bởi ân điển của Chúa, dấu này đã cặp theo với tôi ngay trước khi khởi sự chức vụ. Sau khi hội thánh được thành lập, số người được chữa lành là không kể xiết và sự ấy dâng vinh hiển lên Đức Chúa Trời.

Ngày nay, tôi không còn đặt tay cầu nguyện cho từng người trong hội thánh nữa, mà chỉ cầu nguyện cho người bệnh từ trên bục giảng. Dầu vậy, rất nhiều người được lành, nhiều người yếu mỏn được khỏe mạnh qua sự cầu nguyện.

Thêm vào đó, trong các kỳ lễ Phục Hưng kéo dài hai tuần được tổ chức vào tháng năm hàng năm cho đến 2004, đủ thứ bệnh tật từ huyết trắng, bại liệt, cho đến ung thư đã được chữa lành. Hơn thế, kẻ mù được sáng, kẻ điếc được nghe, người què được đi đứng bình thường. Qua những công việc lạ lùng của

Đức Chúa Trời, số người gặp được Đức Chúa Trời hằng sống là không kể hết.

Song, tại sao có một số người vẫn không nhận lãnh được sự ấy trong khi những công việc nóng cháy của Đức Thánh Linh đang xảy ra, thiêu đốt vi trùng, vi khuẩn để được chữa lành bệnh tật và sự yếu đuối của nhiều người?

Trước hết, chúng ta phải nhớ rằng khi người ta nhận được sự cầu nguyện mà chẳng có đức tin, thì chẳng được lành. Ấy chỉ là sự phải lẽ vì cớ người ấy chẳng có đức tin thì chẳng được Chúa nhậm lời, vì Ngài thường làm thành theo như những gì người ấy tin. Thứ hai, cho dù có đức tin nhưng có bức tường tội lỗi ngăn cách với Chúa, thì người ấy cũng không thể được lành. Trường hợp nầy, chỉ sau khi người ấy ăn năn và quay trở lại với Chúa, thì mới được lành qua sự cầu nguyện.

Có một điều khác chúng ta nên biết: Cho dù ai đó có thể cầu nguyện cho người bệnh được lành, thì người đó cũng không thể được xem là có tầm thước đức tin thứ năm. Nếu có ân tứ chữa lành, chúng ta có thể cầu nguyện cho người bệnh, mặc dù chúng ta chỉ ở mức thứ ba.

Vả lại, một số người ở tầm thước đức tin thứ hai, khi được đầy dẫy Thánh Linh, có thể cầu nguyện chữa lành người bệnh, vì trong một khoảnh khắc, người ấy có thể bước vào tầm thước đức tin thứ tư hoặc thứ năm. Hơn nữa, lời cầu nguyện của những người công chính, hoặc lời cầu nguyện bởi tình yêu thương thì có quyền năng và linh nghiệm nhiều đến nỗi công việc của Chúa có thể được bày tỏ ra (Gia-cơ 5:16).

Đồng thời, những trường hợp nầy cũng có nhiều hạn chế. Những bệnh nhẹ do vi trùng hay vi rút gây nên, như bệnh ung thư hay bệnh lao phổi, có thể được lành. Song những công việc lớn lao của Chúa như khiến kẻ què bước đi, kẻ mù được sáng không thể được bày tỏ.

Cho dù ma quỉ có thể bị trục xuất qua sự cầu nguyện bởi tình yêu thương, hay bởi ân tứ chữa lành, nhưng sau đó, hầu như rất có khả năng rằng ma quỉ sẽ quay trở lại. Song, người ở tầm thước đức tin thứ năm khi đã đuổi quỉ ra khỏi rồi, thì nó không thể quay lại.

Ấy vậy, một người được xác định là đạt tới tầm thước đức tin thứ năm chỉ khi nào người ấy có thể bày tỏ trọn vẹn năm dấu lạ nói trên. Hơn thế, lúc bấy giờ chúng ta có thể bày tỏ nhiều thẩm quyền, năng lực, và ân tứ lớn lao hơn.

Thời buổi hiện nay, lòng con người ngày càng đầy dẫy sự ô uế của tội lỗi và những điều độc ác, họ dường như chỉ có đức tin khi được nhìn thấy những dấu kỳ, phép lạ và nhiều quyền năng hơn thời Chúa Jêsus.

Vì vậy, Đức Chúa Trời muốn con cái của Ngài không những đạt được đức tin thiêng liêng và trọn vẹn mà còn bày tỏ được những dấu lạ cặp theo cho những kẻ tin, hầu cho có thể đưa dẫn nhiều người đến với con đường cứu rỗi.

Chúng ta hãy cố gắng nhận lãnh sức lực, thẩm quyền, và quyền phép, vì biết rằng chúng ta có thể làm những việc Chúa Jêsus đã từng làm và thậm chí lớn hơn nữa ví bằng chúng ta có đức tin của Đấng Christ, đức tin đẹp lòng Chúa.

Nguyện xin mỗi chúng ta đều góp phần lớn lao vào công việc mở mang vương quốc Đức Chúa Trời, hoàn thành sự công chính Ngài với loại đức tin nầy, bấy giờ chúng ta có thể tỏa sáng như mặt trời nơi thiên quốc vĩnh hằng. Trong danh Chúa Jêusus

Christ, tôi dâng lời cầu nguyện!

Chương 10

Những Nơi ở Và Vương Miện Khác Nhau Trên Thiên Đàng

Lòng các ngươi chớ hề bối rối; hãy tin Đức Chúa Trời, cũng hãy tin ta nữa. Trong nhà Cha ta có nhiều chỗ ở; bằng chẳng vậy, ta đã nói cho các ngươi rồi. Ta đi sắm sẵn cho các ngươi một chỗ. Khi ta đã đi, và sắm sẵn cho các ngươi một chỗ rồi, ta sẽ trở lại đem các ngươi đi với ta, hầu cho ta ở đâu thì các ngươi cũng ở đó.

(Giăng 14:1-3)

Việc giành được huân chương vàng trong kỳ thế vận hội Olympic, thật là một khoảnh khắc đầy cảm động. Kẻ thắng cuộc không phải là sự ngẫu nhiên, bèn là qua một quá trình rèn luyện gian khổ để trau dồi và nâng cao kỹ năng kỹ xảo, phải kiêng khem những thú vui, những thức ăn ưa thích. Người ấy có thể chịu đựng mọi gian khó trong việc rèn luyện vì sự ao ước cháy lòng đến việc đạt huân chương vàng, và nghĩ rằng sự nỗ lực của mình sẽ chẳng vô ích.

Điều tương tự đối với chúng ta là những Cơ Đốc Nhân. Trong cuộc chạy đua về nước thiên đàng, chúng ta phải có một cuộc quyết chiến mang tính định mệnh để có được đức tin, đãi nghiêm khắc với xác thịt và bắt nó phải chịu phục, để chúng ta trở nên người chiến thắng và giành giải thưởng chung cuộc. Con người ở đời nầy bằng mọi nỗ lực để giành lấy sự tung hô và phần thưởng đời nầy. Còn chúng ta phải làm gì để được phần thưởng và sự tôn trọng nơi thiên quốc vĩnh hằng?

Trong 1 Cô-rinh-tô 9:24-25 có nói rằng, *"Anh em há chẳng biết rằng trong cuộc chạy thi nơi trường đua, hết thảy đều chạy, nhưng chỉ có một người được thưởng sao? Vậy, anh em hãy chạy cách nào cho được thưởng. Hết thảy những người đua tranh, tự mình chịu lấy mọi sự kiêng ky, họ chịu vậy để được mão triều thiên hay hư nát. Nhưng chúng ta chịu vậy để được mão triều thiên không hay hư nát.''*

Điều nầy khích lệ chúng ta có cuộc sống tiết độ trong mọi sự, và chạy cuộc đua không ngừng nghỉ, với lòng khao khát về sự vinh hiển mà chúng ta sẽ sớm được vui hưởng.

Chúng ta hãy nhận biết phương cách để có thể được vào nước thiên đàng vinh hiển, và làm thế nào để tại đó chúng ta có một nơi ở tốt hơn.

1. Vào Thiên Đàng Bởi Đức Tin

Có rất nhiều người cao trọng, quyền thế, giàu sang, và hiểu biết nhiều về đời nầy, song họ chẳng biết con người đến từ đâu, mục đích cuộc sống là gì, và họ sẽ đi về đâu. Từ lúc mới sinh ra đời, họ chỉ đơn giản nghĩ rằng, cuộc sống của con người là ăn, uống, đi học, làm việc, lập gia đình, và cứ như vậy cho đến khi trở lại với một nắm bụi đất sau khi lìa đời.

Song, những người tin nhận Chúa Jêsus Christ, là con cái Đức Chúa Trời thì không nghĩ vậy. Họ biết rằng sự sống mình là do Cha Thiên Thượng - Đức Chúa Trời ban cho, họ tin rằng chính Ngài là Đấng đã tạo dựng nên con người đầu tiên là A-đam và ban cho người mầm sống để lưu truyền hậu tự. Do vậy, họ sống với mục đích làm vinh hiển Đức Chúa Trời, dầu khi ăn hay uống, hoặc làm bất cứ điều gì, vì họ biết tại sao Đức Chúa Trời đã tạo nên loài người và để họ sống trên thế gian nầy. Họ cũng sống theo ý Chúa vì biết rằng con người sẽ được cứu bằng cách nào, làm sao để được vào nước thiên đàng và có sự sống đời đời, hoặc có thể bị hình phạt và phải đi vào hỏa ngục đời đời như thế nào.

Con cái Đức Chúa Trời là những người có đức tin và có quyền công dân nước thiên đàng. Ngài muốn con cái mình biết rõ về vương quốc thiên đàng, tràn đầy hy vọng về nơi ấy. Vì cớ càng biết rõ về quê hương nầy, cuộc sống đức tin chúng ta càng mạnh mẽ và sinh động hơn.

Chúng ta được vào nước thiên đàng chỉ bởi đức tin. Do vậy, những ai được cứu bởi đức tin sẽ được vào thiên đàng. Dẫu cho chúng ta có nhiều tiền bạc, với tất cả sự cao trọng và quyền lực, chúng ta cũng không thể đến đó được bằng chính sức riêng của mình. Chỉ những ai được làm con cái Đức Chúa Trời qua việc tin nhận Chúa Jêsus Christ và sống theo Lời Ngài mới được vào nước thiên đàng, vui hưởng phước hạnh và sự sống đời đời.

Sự Cứu Rỗi Trong Thời Cựu Ước

Phải chăng những người không biết Chúa Jêsus thì chẳng thể được cứu? Không, chẳng phải như vậy. Thời Cựu Ước là thời Luật Pháp, người ta được cứu bởi việc vâng giữ Luật Pháp, tức Lời của Đức Chúa Trời. Dẫu vậy, vào thời Tân Ước sau khi Giăng Báp tít đến thế gian để làm chứng về Chúa Jêsus Christ, người ta được cứu nhờ tin nhận Đấng Christ.

Ngay cả trong thời đại chúng ta, nhiều người không tin nhận Chúa Jêsus vì họ chưa có cơ hội để biết về Ngài. Những người nầy sẽ chịu phán xét theo lương tâm (để biết rõ điều nầy, xin xem *Sứ Điệp Thập Tự Giá*). Ngày nay, có nhiều người nhầm lẫn ý chỉ của Đức Chúa Trời về vấn đề cứu rỗi. Họ cho rằng mình sẽ được cứu một cách đơn giản là xưng đức tin qua môi miệng, mà rằng, "Tôi tin Đức Chúa Jêsus Christ là Cứu Chúa mình," vì trong thời Tân Ước, Đức Chúa Trời ban ơn cứu rỗi qua Chúa Jêsus. Những người nầy nghĩ rằng họ không cần phải cố gắng sống theo Lời Chúa và xem thường việc phạm tội. Song tư tưởng nầy là hoàn toàn sai trật.

Vậy, ý nghĩa thật của việc được cứu bởi việc làm trong thời Cựu Ước và được cứu bởi đức tin trong thời Tân Ước là gì?

Chúa Jêsus đến thế gian chẳng phải để cứu những kẻ không làm theo Lời Ngài; Ngài đến để dẫn dắt mọi người cả về tư tưởng lẫn việc làm.

Vậy nên, trong Ma-thi-ơ 5:17 Chúa Jêsus phán rằng, *"Các ngươi đừng tưởng ta đến đặng phá luật pháp hay lời tiên tri; ta đến không phải để phá, song để làm cho trọn."* Ngài cũng nhắc nhở chúng ta rằng nếu ai đó phạm tội trong lòng thì cũng xem như đã phạm tội: *"Các ngươi có nghe lời phán rằng: 'Chớ phạm tội tà dâm.' Song ta phán cho các ngươi biết: Hễ ai ngó đàn bà mà động tình ham muốn, thì trong lòng đã phạm tội tà dâm cùng người rồi"* (Ma-thu-ơ 5:27-28).

Sự Cứu Rỗi Trong Thời Tân Ước

Trong thời Cựu Ước, cho dù có ai đó trong lòng phạm tội ngoại tình, người ấy cũng chẳng bị xem là phạm tội trừ khi sự ấy được thực hiện bằng việc làm. Chỉ khi đó, người ta sẽ ném đá kẻ phạm tội ấy cho đến chết (Phục Truyền 22:21-24). Cũng vậy, trong thời Cựu Ước, nếu có kẻ trong lòng rất độc ác xấu xa, có ý định giết người hay trộm cắp, song chẳng thực hiện những điều đó bằng việc làm, kẻ ấy vẫn có thể được cứu vì chẳng bị coi là kẻ phạm tội.

Vậy, chúng ta hãy xem 1 Giăng 3:15, hầu cho chúng ta có thể

hiểu được ý nghĩa của việc được cứu bởi đức tin trong thời Tân Ước: *"Ai ghét anh em mình, là kẻ giết người; anh em biết rằng chẳng một kẻ nào giết người có sự sống đời đời ở trong mình."*

Trong thời Tân Ước, cho dù người ta không phạm tội bằng việc làm, song chỉ tư tưởng điều ác trong lòng thì kẻ ấy cũng chẳng thể được cứu, vì hễ ai phạm tội trong lòng hay phạm tội bằng việc làm đều là tội nhân.

Vậy nên, trong thời Tân Ước, hễ ai có ý định trộm cắp, thì ấy là một kẻ trộm; Ai ngó đàn bà mà động tình ham muốn, ấy là kẻ phạm tội tà dâm; Ai ghét hay muốn giết anh em mình, ấy là kẻ giết người. Biết rõ điều nầy, để được cứu rỗi, chúng ta phải bày tỏ đức tin thật _ đức tin chẳng có sự phạm tội trong lòng.

Quăng Xa Những Công Việc Và Sự Thèm Khát Của Xác Thịt

Trong Kinh Thánh, chúng ta thường gặp những thuật ngữ như: "bản năng tội lỗi," "xác thịt," "những thèm muốn của bản năng tội lỗi" "những việc làm của bản năng tội lỗi," "thân xác tội lỗi," và nhiều thuật ngữ khác. Tuy thế, khó có ai hiểu được ý nghĩa đích thực của những thuật ngữ nầy, ngay cả trong vòng các tín đồ.

Chẳng có gì khác nhau khi chúng ta tra xem trong từ điển về ý nghĩa của "xác thịt" và "thân thể," nhưng theo Kinh Thánh, giữa chúng có ý nghĩa thuộc linh khác nhau. Để nắm bắt ý nghĩa thuộc linh của những thuật ngữ nầy, trước hết, chúng ta cần biết tiến trình mà qua đó tội lỗi xâm nhập vào con người.

Con người đầu tiên với tư cách là một loài sinh linh đã từng

là một con người thánh khiết, chẳng hề có sự giả dối, vì Đức
Chúa Trời trực tiếp dạy bảo người về tri thức sự sống. Khi con
người phạm tội bất tuân, không vâng giữ mạng lệnh của Đức
Chúa Trời, sự chết bèn đến trên người (Rô-ma 6:23).

Khi tâm linh, là chủ thể của con người, đã bị chết, A-đam
không còn trò chuyện được với Đức Chúa Trời nữa. Và lại, với tư
cách là một loài thọ tạo, con người phải kính sợ Đức Chúa Trời
là Đấng Tạo Hóa và vâng giữ mạng lệnh Ngài. Nhưng con người
đã không làm trọn bổn phận mình, nên đã bị đuổi khỏi vườn
Ê-đen và phải sống ở thế gian nầy, phải trải qua nước mắt, sầu
khổ, khốn đốn, bệnh tật và chết chóc. Con người cùng hậu tự
mình dần dần trở nên suy đồi và phạm tội từ thế hệ nầy qua thế
hệ khác.

Trong tiến trình trở nên ô uế bởi tội lỗi, khi tri thức nguyên
ủy về sự sống mà Đức Chúa Trời ban cho đã bị đánh mất, chúng
ta gọi tình trạng nầy là "thân xác," và khi những thuộc tính tội lỗi
cấu hiệp với "thân xác" nầy, chúng ta gọi nó là "bản năng tội lỗi."

Ấy vậy, "bản năng tội lỗi" là một đặc điểm chung nói đến
những thuộc tính vô hình, song ngấm ngầm trong lòng người, là
những thứ có thể phát triển thành hành động, cho dù con người
không thật sự thực hiện chúng. Và lại, khi chúng ta phân chia và
xếp loại bản năng tội lỗi thành những thuộc tính cụ thể, chúng
ta gọi chúng là "những thèm khát của bản năng tội lỗi."

Ví dụ, những tính cách như ganh tị, đố ky, thù ghét là những
thứ vô hình, song có thể tỏ ra bằng việc làm bất kỳ lúc nào khi
chúng ta còn giữ chúng trong lòng. Vậy nên Đức Chúa Trời xem
những thứ ấy là tội lỗi.

Trong quá trình nầy, nếu chúng ta không thoát khỏi được

những thèm khát của bản năng tội lỗi, chúng sẽ tỏ ra bằng việc làm. Khi những thèm muốn ấy được thể hiện bằng việc làm, ta gọi chúng là "những công việc của bản năng tội lỗi." Ngược lại, khi những việc làm cụ thể của xác thịt hiệp lại với nhau, chúng được gọi là "xác thịt."

Nói cách khác, khi phân chia xác thịt thành những công việc cụ thể, chúng ta gọi chúng là "những công việc của bản năng tội lỗi." Nếu chúng ta có ý định đánh đập ai đó, loại ý muốn nầy thuộc về "những thèm khát của bản năng tội lỗi," và nếu chúng ta đã thực hiện việc đánh người, điều nầy chính là "việc làm của bản năng tội lỗi."

Như có chép trong Sáng Thế 6:3, ý nghĩa thuộc linh của "xác thịt" là gì?

Đức Giê-hô-va phán rằng: Thần ta sẽ chẳng hằng ở trong loài người luôn; trong điều lầm lạc, loài người chỉ là xác thịt.

Câu Kinh Thánh nầy nhắc nhở chúng ta rằng Đức Chúa Trời chẳng muốn ở với loài người luôn vì họ chẳng còn sống theo Lời Ngài, bèn là phạm tội và trở nên "xác thịt."

Dầu vậy, Kinh Thánh cho chúng ta biết rằng Đức Chúa Trời luôn ở cùng các thánh nhân như Ápraham, Môi-se, Ê-li, Nô-ê, và Đaniên, là những người chỉ tìm kiếm lẽ thật, sống theo Lời Chúa và sống bởi Lời Đức Chúa Trời. Vậy nên, những kẻ xác thịt là những kẻ chẳng sống theo Lời Chúa và không thể được cứu. Chúng ta không những phải cố gắng nhanh chóng quẳng xa những công việc của tội lỗi mà còn quẳng xa những thèm khát của xác thịt nữa.

Con Người Xác Thịt Sẽ Không Được Thừa Hưởng Vương Quốc Thiên Đàng Của Đức Chúa Trời.

Vì Đức Chúa Trời là tình yêu, những ai nhận biết mình là tội nhân, biết ăn năn tội lỗi, và tin nhận Chúa Jêsus Christ làm Cứu Chúa, thì Ngài sẽ ban cho quyền trở nên con cái Ngài, và Ngài cũng ban cho Đức Thánh Linh. Khi được ban cho Đức Thánh Linh, Ngài sẽ ban thần trong chúng ta, khiến tâm linh đã chết được hồi sinh.

Vậy, chúng ta có thể nhận được sự cứu rỗi và có sự sống đời đời vì chúng ta không còn là con người xác thịt nữa, bèn là con người thuộc linh. Tuy vậy, nếu tiếp tục sống theo công việc của xác thịt, chúng ta sẽ không được cứu vì Đức Chúa Trời sẽ lìa bỏ chúng ta.

Các việc làm của xác thịt được liệt kê cụ thể trong Ga-la-ti 5:19-21 như sau:

> *Vả, các việc làm của xác thịt là rõ ràng lắm: Ấy là gian dâm, ô uế, luôn tuồng, thờ hình tượng, phù phép, thù oán, tranh đấu, ghen ghét, buồn giận, cãi lẫy, bất bình, bè đảng, ganh gổ, say sưa mê ăn uống, cùng các sự khác giống như vậy. tôi nói trước cho anh em, như tôi đã nói rồi: Hễ ai phạm những việc thể ấy thì không được hưởng nước Đức Chúa Trời.*

Đức Chúa Jêsus cũng cho chúng ta biết sự nầy qua Ma-thi-ơ 7:21, *"Chẳng phải hễ những kẻ nói cùng ta rằng: Lạy Chúa, lạy Chúa, thì đều được vào nước thiên đàng đâu; nhưng chỉ những kẻ làm theo ý muốn của Cha ta trên trời mà thôi."* Và lại, Kinh Thánh nhiều lần cho chúng ta biết rằng những kẻ gian ác, là những kẻ không làm theo ý muốn của Ngài nhưng phạm đến những công việc của xác thịt, không thể vào được nước thiên đàng. Đức Chúa Trời muốn mỗi chúng ta đều nhận được sự cứu rỗi chỉ bởi đức tin và được vào nước thiên đàng.

Để Được Cứu Rỗi Bởi Đức Tin

Rô-ma 10:9-10 có chép rằng, *"Vậy nếu miệng ngươi xưng Đức Chúa Jêsus ra và lòng ngươi tin rằng Đức Chúa Trời đã khiến Ngài từ kẻ chết sống lại, thì ngươi sẽ được cứu; vì tin bởi trong lòng mà ngươi được sự công bình, còn bởi miệng làm chứng mà được sự cứu rỗi."*

Tin trong lòng và xưng nhận qua môi miệng là loại đức tin mà Đức Chúa Trời ưa thích. Nói cách khác, nếu thật sự tin trong lòng rằng Chúa Jêsus là Cứu Chúa của chúng ta qua sự sống lại vào ngày thứ ba sau khi chịu thập hình, chúng ta sẽ được xưng công bình qua việc quăng xa tội lỗi và sống theo Lời Chúa. Khi xưng nhận qua môi miệng và ăn ở như vậy theo ý muốn của Ngài, thì chúng ta sẽ được cứu vì sự xưng nhận của chúng ta là thật.

Vậy nên Rô-ma 2:13 có chép: *"Vì chẳng phải nghe đọc luật pháp là người công bình trước mặt Đức Chúa Trời, bèn là kẻ làm theo luật pháp được xưng công bình vậy."* Kinh Thánh cũng cho chúng ta biết trong Gia-cơ 2:26 rằng: *"Vả, xác chẳng có hồn thì chết, đức tin không có việc làm cũng chết như vậy."*

Đức tin được bày tỏ qua việc làm chỉ khi chúng ta tin trong lòng về những công việc của Đức Chúa Trời, chứ không phải chỉ cất giữ chúng trong trí nhớ như những hiểu biết đơn thuần. Khi sự hiểu biết được gieo trong lòng, thì sẽ sinh ra việc làm.

Vì vậy, nếu trước đây chúng ta từng là một con người thù hận, chúng ta có thể được biến đổi thành một con người biết yêu thương kẻ khác. Nếu chúng ta trước đây là kẻ trộm cắp, chúng ta có thể thay đổi thành con người lương thiện. Ví bằng vẫn còn sống trong sự tối tăm với lòng ham muốn thế gian, sự xưng nhận của chúng ta chỉ là công việc của môi miệng mà thôi, lúc bấy giờ đức tin của chúng ta chỉ là đức tin chết, chẳng có can hệ gì đến sự cứu rỗi.

Sự nầy cũng có nói đến trong trong 1 Giăng 1:7, *"Nhưng, nếu chúng ta đi trong sự sáng cũng như chính mình Ngài ở trong sự sáng, thì chúng ta giao thông cùng nhau; và huyết của Đức Chúa Jêsus, Con Ngài, làm sạch mọi tội chúng ta."*

Song, khi sự sáng ở trong chúng ta, theo lẽ tự nhiên chúng ta bước đi trong sự sáng vì chúng ta sống bởi lẽ thật. Nhờ có lẽ thật trong lòng, chúng ta ra khỏi sự tối tăm để bước đi trong sự sáng bằng cách quăng xa mọi tội ô, chúng ta trở nên người công chính. Bằng không phải vậy, nếu cứ ở trong tối tăm và tiếp tục làm những điều xấu xa tội lỗi, ấy là chúng ta đang lừa dối Đức Chúa Trời. Bởi vậy, đức tin của chúng ta phải là đức tin có việc làm.

Chúng Ta Phải Đi Trong Sự Sáng

Đức Chúa Trời khuyên dạy chúng ta phải chống trả tội lỗi cho đến chừng đổ huyết (Hê-bơ-rơ 12:4) vì Ngài muốn chúng ta trở nên trọn vẹn như chính Ngài là trọn vẹn (Ma-thi-ơ 5:48), và nên thánh vì chính Ngài là thánh (1 Phi-e-rơ 1:16).

Trong thời Cựu Ước, người ta chỉ được cứu khi việc làm của họ là trọn vẹn; họ không cần phải quăng xa tội lỗi ra khỏi lòng mình vì cớ bởi chính sức mình thì loài người không thể trút bỏ hết tội lỗi được.

Nếu chúng ta có thể tự mình quăng xa hết mọi tội ô, thì Chúa Jêsus đã không cần phải đến trong thân thể con người. Song, vì cớ chúng ta không thể tự mình giải quyết được vấn đề tội lỗi và cũng chẳng thể được cứu nhờ vào năng lực và sức mạnh riêng, nên Chúa Jêsus đã chịu thập hình, Ngài ban ân tứ Thánh Linh cho hết thảy chúng ta là những kẻ tin, để dẫn dắt chúng ta đến con đường cứu rỗi.

Bằng cách nầy, chúng ta có thể quăng xa mọi tội ô nhờ sự vùa giúp của Đức Thánh Linh, và dự phần và bổn tánh thiêng liêng, vì khi Đức Thánh Linh ngự vào lòng, Ngài khiến chúng ta ý thức về tội lỗi, sự công chính, và sự đoán xét.

Thế thì, chúng ta không nên thỏa lòng chỉ với sự tin nhận Chúa Jêsus Christ, song, bèn là phải cầu nguyện hết lòng, quăng xa mọi tội ô, và bước đi trong sự sáng với sự vùa giúp của Đức Thánh Linh cho đến khi chúng ta dự phần vào bổn tánh thiêng liêng Ngài.

Con đường duy nhất để được vào nước thiên đàng là phải có đức tin thiêng liêng cặp theo bởi việc làm, như có nói trong Ma-thi-ơ 7:21, *"Chẳng phải hễ những kẻ nói cùng ta rằng: Lạy Chúa, lạy Chúa, thì đều được vào nước thiên đàng đâu; nhưng chỉ những kẻ làm theo ý muốn của Cha ta trên trời mà thôi."*

Bằng mọi nỗ lực, chúng ta phải cố gắng để đạt tới lượng đức tin của các bậc tổ phụ, vì tùy vào lượng đức tin của mỗi người mà người ta được vào những nơi ở khác nhau trên thiên đàng.

Tôi hy vọng rằng chúng ta có thể dự phần vào bốn tánh thiêng liêng và được vào Giêrusalem Mới là nơi có ngai Đức Chúa Trời ngự trị.

2. Nước Thiên Đàng Đã Bị Cưỡng Ép Dữ Dội

Đức Chúa Trời cho chúng ta gặt lấy những gì mình gieo, và ban thưởng tùy vào công việc chúng ta làm, vì Ngài là Đấng công bình. Ấy vậy, ngay cả nơi thiên đàng, mỗi người cũng được ban cho một nơi ở khác nhau tùy vào lượng đức tin của họ, và một phần thưởng xứng đáng với sự phục vụ và đời sống tận hiến mà họ đã dành cho vương quốc thiên đàng. Đức Chúa Trời là Đấng đã không tiếc Con một Ngài đặng ban cho chúng ta sự sống đời đời và vương quốc Ngài, Ngài tha thiết chờ đợi con cái mình vào nơi ở đời đời để sống cùng Ngài tại một nơi ở tốt nhất trong thiên đàng _ Giêrusalem Mới.

Lịch sử thế giới cho thấy rằng, một nước mạnh phát động một cuộc chiến chống lại một nước yếu hơn nhằm mở rộng lãnh thổ của nó. Để chiếm lãnh thổ nước khác, nước nầy phải đánh bại nước kia trong cuộc xâm chiếm nó.

Tương tự như vậy, nếu chúng ta là con cái Đức Chúa Trời với quyền công dân nước thiên đàng, chúng ta phải tiến về thiên quốc với niềm hy vọng nóng cháy, vì chúng ta biết rõ về sự nầy. Một số người có thể phân vân rằng, làm sao chúng ta dám tiến về thiên quốc, là vương quốc của Đức Chúa Trời toàn năng được. Vậy nên, trước hết chúng ta cần hiểu ý nghĩa thiêng liêng của cụm từ "tiến về thiên quốc", và tiến về nơi ấy như thế nào.

Từ Ngày Giăng Báp-tít Đến Nay

Trong Ma-thi-ơ 11:12, Đức Chúa Jêsus nói cùng chúng ta rằng, *"Song, từ ngày Giăng Báp-tít đến nay, nước thiên đàng bị hãm ép, và kẻ hãm ép đó choáng lấy."* Thời kỳ trước Giăng Báp-tít là thời kỳ Luật Pháp, là khi mà người ta được cứu bởi việc làm.

Cựu Ước là hình bóng của Tân Ước; những nhà tiên tri đã tiết lộ cho người ta biết về Giê-hô-va và nói tiên tri về Đấng Mê-si-a. Song, từ ngày Giăng Báp-tít, kỷ nguyên Tân Ước, ấy là Giao Ước Mới được mở ra, với sự khép lại của những lời tiên tri trong Cựu Ước.

Chúa Cứu Thế Jêsus của chúng ta đã xuất hiện trong một giai đoạn lịch sử nhân loại không phải bởi hình bóng mà là một con người thật, chính Ngài là một con người thật. Giăng Báp-tít làm chứng về Chúa Jêsus là Đấng đã đến như vậy. Từ đó, bắt đầu một kỷ nguyên ân điển là kỷ nguyên mà mọi người đều có thể nhận được ơn cứu rỗi qua việc tin nhận Chúa Jêsus làm Cứu Chúa mình và sau đó sẽ được ban cho Đức Thánh Linh.

Hễ ai tin nhận Chúa Jêsus và tin danh Ngài thì được ban cho quyền làm con cái Đức Chúa Trời và được vào nước thiên đàng. Dẫu vậy, Đức Chúa Trời phân chia thiên quốc thành nhiều nơi ở khác nhau mà ban cho con cái Ngài tùy vào lượng đức tin của chúng, vì Đức Chúa Trời là Đấng công bình ban thưởng cho mỗi người tùy vào những gì họ đã làm. Và lại, chỉ những ai nên thánh trọn vẹn nhờ việc sống theo Lời Chúa, và hoàn thành sứ mạng của mình cách trọn vẹn mới có thể được vào Giêrusalem Mới, là nơi có Ngai Đức Chúa Trời ngự trị.

Thế thì, chúng ta hãy trở nên mạnh mẽ để chiếm lấy một nơi tốt đẹp trên thiên đàng. Vì tùy vào lượng đức tin của mình mà chúng ta sẽ có những nơi ở khác nhau, mặc dù chỉ bởi việc có đức tin là chúng ta có thể được vào cổng thiên đàng.

Từ ngày Giăng Báp-tít cho tới sự hiện đến lần thứ hai của Chúa trên không trung, hễ ai tiến về thiên quốc sẽ chiếm được nó. Đức Chúa Jêsus khuyên dạy chúng ta qua Giăng 14:6, "Ta là đường đi, là lẽ thật, và là sự sống. Chẳng bởi ta, thì không ai đến được cùng Cha."

Chúa phán với chúng ta rằng, không ai đến được cùng Cha mà không qua Ngài, vì Ngài là lẽ thật, là sự sống, và chính là con đường dẫn đến thiên đàng. Vì cớ ấy mà Ngài đã đến thế gian để làm chứng về Đức Chúa Trời, hầu cho chúng ta có thể hiểu rõ Ngài hơn, và dạy chúng ta về chính Ngài, Ngài làm gương cho chúng ta noi theo để biết làm thế nào có thể vào được thiên đàng.

Có Nhiều Nơi ở Khác Nhau Trên Thiên Đàng

Thiên đàng là vương quốc của Đức Chúa Trời, là nơi ở đời đời dành cho con cái Ngài là những kẻ được cứu. Chẳng giống thế gian, ấy là vương quốc hòa bình chẳng hề thay đổi hay hư mất. Là nơi đầy sự vui mừng, hạnh phúc, không có bệnh tật, sầu khổ, đau đớn, và chết chóc vì nơi đó không có kẻ thù là Satan, ma quỉ và tội lỗi.

Cho dù cố gắng tưởng tượng, chúng ta cũng sẽ vô cùng kinh ngạc khi chiêm ngưỡng vẻ đẹp và sự rực rỡ thật sự của thiên đàng. Thật tuyệt vời biết bao, Đức Chúa Trời Toàn Năng và là Đấng Tạo Hóa của vũ trụ đã tạo dựng nên thiên đàng là nơi ở đời đời dành cho con cái Ngài! Nếu xem kỹ Kinh Thánh, chúng ta thấy rằng ở thiên đàng có nhiều nơi ở khác nhau.

Đức Chúa Jêsus có nói về điều nầy trong Giăng 14:2, *"Trong nhà ta có nhiều chỗ ở; bằng chẳng vậy, ta đã nói cho các ngươi rồi. Ta đi sắm sẵn cho các ngươi một chỗ."* Nê-hê-mi cũng nói đến "các từng trời": *"Ôi! Chỉ một mình Chúa là Đức Giê-hô-va có một không hai; Chúa đã dựng nên các từng trời, và trời của các từng trời, cùng toàn cơ binh của nó, trái đất và các vật ở trên nó, biển và muôn vật ở dưới nó; Chúa bảo tồn những vật ấy, và cơ binh của các từng trời đều thờ lạy Chúa."* (9:6).

Ngày xưa, người ta tưởng rằng chỉ có một từng trời, nhưng ngày nay với sự phát triển của khoa học, chúng ta biết rằng có rất nhiều từng trời khác ngoài từng trời mà chúng ta có thể nhìn thấy được bằng mắt thường. Thật ngạc nhiên rằng, Đức Chúa Trời đã cho chúng ta biết sự thật nầy trong Kinh Thánh.

Vua Salômôn cũng nhận biết rằng có rất nhiều từng trời, *"Nhưng quả thật rằng Đức Chúa Trời ngự trên đất nầy chăng? Kìa, trời, dầu đến đỗi trời của các từng trời chẳng có thể chứa Ngài được thay, phương chi cái đền nầy tôi đã cất!?"* (1 Các Vua 8:27). Sứ đồ Phao-lô xưng nhận trong 2 Cô-rinh-tô 12:2-4 rằng, người đã được đưa đến Pa-ra-đi nơi từng trời thứ ba, và trong Khải Huyền 21 có mô tả về Giêrusalem Mới là nơi có ngai của Đức Chúa Trời.

Bởi đó, chúng ta nên biết rằng trên thiên đàng không chỉ có một nơi ở, bèn là có rất nhiều. Chúng ta sẽ phân loại thiên đàng thành nhiều nơi tùy theo lượng đức tin và sẽ gọi chúng là Pa-ra-đi, Vương Quốc Thứ Nhất, Vương Quốc Thứ Hai, Vương Quốc Thứ Ba, và Giêrusalem Mới. Pa-ra-đi là nơi dành cho những người có đức tin nhỏ nhất; Vương Quốc Thứ Nhất dành cho những người có đức tin lớn hơn đức tin của những người ở Pa-ra-đi; Vương Quốc Thứ Hai dành cho những người có đức tin lớn hơn đức tin của những người ở Vương Quốc Thứ Nhất; Vương Quốc Thứ Ba dành cho những ai có đức tin lớn hơn đức tin của những người ở Vương Quốc Thứ Hai. Trong Vương Quốc Thứ Ba có Giêrusalem Mới là Thành Thánh, nơi có Ngai của Đức Chúa Trời.

Vương Quốc Thiên Đàng Được Chiếm Lấy Bởi Đức Tin

Ở Hàn Quốc, có nhiều hòn đảo như Ul-leung và Cheju, vùng ngoại ô, và những vùng đồi núi, những thành phố, thị trấn lớn nhỏ, và những vùng thủ phủ. Trong thành phố Seoul, có nơi ở chính thức của tổng thống Cheong Wa Dae.

Giống như một quốc gia được phân chia thành nhiều quận huyện nhằm thuận lợi cho việc quản trị và những mục đích khác, vương quốc thiên đàng cũng có những tiêu chuẩn chính xác và được phân chia thành nhiều nơi ở khác nhau. Nói cách khác, nơi ở của chúng ta được quyết định bởi mức độ mà chúng ta sống theo ý muốn của Đức Chúa Trời.

Đức Chúa Trời rất đẹp lòng khi chúng ta sống với hy vọng về thiên đàng, vì điều đó chính là đức tin của chúng ta, ấy cũng là lúc đưa chúng ta đến con đường nhanh chóng giành chiến thắng trong cuộc chiến chống lại kẻ thù là Satan và ma quỉ, được nên thánh qua việc quăng xa những công việc và sự thèm muốn của xác thịt.

Sau khi tin nhận Chúa Jêsus Christ, chúng ta thấy rằng việc thoát khỏi những công việc của xác thịt là điều chẳng mấy khó khăn, song việc thoát khỏi những thèm muốn của xác thịt và bản tính tội lỗi là thứ đã ăn sâu trong chúng ta, chẳng phải là điều dễ dàng.

Vậy nên, những ai có đức tin đích thực luôn cố gắng kiêng ăn và cầu nguyện hầu cho có thể trở nên con cái thánh khiết của Đức Chúa Trời qua việc hoàn toàn quăng xa những thèm muốn của xác thịt.

Nước thiên đàng được chiếm lấy chỉ bởi đức tin và mỗi một nơi ở được quyết định tùy theo những gì mà người ta đã làm, vì thiên đàng là nơi Đức Chúa Trời quản trị bằng tình yêu và sự công chính. Nói cách khác, nơi ở của người có tầm thước đức tin thứ nhất khác với nơi ở của người có tầm thước đức tin thứ hai hoặc thứ ba, và những điều tương tự. Khi có đức tin càng lớn, chúng ta sẽ vào được nơi ở càng xinh đẹp và huy hoàng hơn trên thiên đàng.

Chúng Ta Phải Tranh Thủ Tiến Về Thiên Quốc

Thế thì, nếu chỉ đủ tiêu chuẩn để vào Pa-ra-đi, chúng ta cần phải quyết tâm tiến về Vương Quốc Thứ Nhất, và những nơi ở tốt hơn trên thiên đàng. Khi tiến về thiên đàng, chúng ta phải chiến cự với thế lực nào? Ấy là cuộc chiến chống lại ma quỉ để giữ vững đức tin đương khi còn ở thế gian và tiến về cổng thiên đàng.

Kẻ thù là Satan và ma quỉ đang dùng mọi nỗ lực nhằm xúi giục người ta chống lại Đức Chúa Trời, vì chúng không muốn họ được vào thiên đàng, chúng khiến họ đâm ra nghi ngờ mà không thể có đức tin; cuối cùng chúng đưa họ vào đường chết bằng cách xui cho phạm tội. Đó là lý do chúng ta phải đánh bại kẻ thù. Chúng ta sẽ được vào nơi ở tốt hơn chỉ khi trở nên giống Chúa qua việc chiến cự lại tội lỗi cho đến đổ huyết mình.

Khi nói đến một võ sĩ quyền anh. Anh ta phải chịu đựng mọi sự rèn luyện gian nan để trở nên nhà vô địch thế giới. Người ấy biết rằng qua sự rèn luyện nầy gian khó nầy, mình có thể trở thành nhà vô địch thế giới, rồi sẽ vui hưởng vinh dự, giàu có và thịnh vượng. Song, anh ta phải trải qua quá trình khổ luyện và đấu tranh với chính mình cho đến khi đoạt được danh hiệu vô địch.

Cũng giống như việc choáng lấy nước thiên đàng bằng cách tiến lên phía trước hướng về nơi đó. Chúng ta phải tranh chiến để được nên thánh bằng cách quăng xa mọi thứ xấu xa, và hoàn thành nhiệm vụ được Chúa giao cho. Chúng ta phải thắng trận trong cuộc chiến thuộc linh là cuộc chiến choáng lấy nước thiên đàng qua việc cầu nguyện hết lòng, cho dù kẻ thù Satan chẳng hề ngừng nghỉ trong việc ngăn trở chúng ta trong cuộc chiến nầy.

Chúng ta cần biết rằng, cuộc chiến chống lại ma quỉ chẳng phải là cuộc chiến quá khó khăn. Hễ ai có đức tin thì có thể thắng trận, vì Đức Chúa Trời sẽ dẫn dắt người ấy với sự vùa giúp của thiên binh, thiên sứ và Đức Thánh Linh.

Bởi đức tin, chúng ta hãy là người thắng cuộc, tiến lên phía trước choáng lấy thiên đàng. Sau khi một võ sĩ quyền anh đoạt chức vô địch, anh ta phải cố gắng duy trì danh hiệu đó. Song, cuộc chiến để vào nước thiên đàng là cuộc chiến đầy vui thích, vì càng giành được chiến thắng, chúng ta càng trút bỏ gánh nặng tội lỗi. Mỗi khi thắng trận, chúng ta cảm thấy rất vui thỏa, và mỗi ngày trận chiến trở nên dễ dàng hơn vì mọi sự đều trở nên tốt đẹp với chúng ta, chúng ta được vui hưởng phước hạnh về sức khỏe càng hơn khi linh hồn ngày càng trở nên sung mãn.

Vả lại, cho dù một võ sĩ quyền anh đã giành được chức vô địch thế giới, được vinh dự, giàu có và thịnh vượng. Song khi người ấy chết, mọi thứ đó đều kết thúc. Dẫu vậy, sự vinh hiển và những ơn sủng chúng ta lãnh được sau cuộc chiến tiến về thiên quốc sẽ còn đến đời đời.

Vậy, chúng ta phải hết mình trong cuộc chiến với mục đích gì? Chúng ta hãy trở nên khôn ngoan để đến được thiên đàng xinh đẹp bằng cách mạnh mẽ tiến lên phía trước, nhắm đến những phần thưởng đời đời, chẳng hề hư mất.

Khi Chúng Ta Tiến Về Thiên Đàng Bởi Đức Tin

Khi giảng giải về nước thiên đàng, Đức Chúa Jêsus thường dùng những dụ ngôn nói về sự ở thế gian hầu cho người nghe có thể dễ hiểu hơn, như dụ ngôn nói về hột cải.

> *Nước thiên đàng giống như một hột cải mà người kia lấy gieo trong ruộng mình; hột ấy thật nhỏ hơn các giống khác, song khi đã mọc lên, thì lớn hơn các thứ rau, và trở nên cây cối, cho đến nỗi chim trời làm ổ trên nhành nó được (Ma-thi-ơ 13:31-32).*

Cho dù hột cải chỉ nhỏ bằng một dấu chấm bút bi trên giấy, song hột nhỏ ấy sẽ lớn lên thành cây cối đến nỗi chim trời có thể đến làm ổ trên nhành nó được. Đức Chúa Jêsus dùng dụ ngôn nầy để làm sáng tỏ tiến trình phát triển của đức tin: Cho dù hiện nay chúng ta có đức tin nhỏ, chúng ta có thể nuôi dưỡng thành một đức tin lớn.

Trong Ma-thi-ơ 17:20, Đức Chúa Jêsus dạy rằng, *"Ta nói thật cùng các ngươi, nếu các ngươi có đức tin bằng một hột cải, sẽ khiến núi nầy rằng: Hãy dời đây qua đó, thì nó liền dời qua, và không có sự gì mà các ngươi chẳng làm được."* Nhằm đáp ứng nhu cầu phát triển đức tin cho các môn đệ Ngài, trong Lu-ca 17:6 Chúa Jêsus đáp rằng, *"Nếu các ngươi có đức tin trộng bằng một hột cải, các ngươi khiến cây dâu nầy rằng: Hãy nhổ đi mà trồng dưới biển, thì nó sẽ vâng lời."*

Chúng ta có thể lấy làm lạ và tự hỏi rằng, chỉ với đức tin bằng hạt cải, làm sao có thể truyền khiến một bụi cây hay một ngọn núi phải dời chỗ. Song, dù một chấm hay một nét trong Lời Chúa cũng chẳng thể qua đi.

Vậy, ý nghĩa thiêng liêng của những câu Kinh Thánh nầy là gì? Khi tin nhận Chúa Jêsus và lãnh được Đức Thánh Linh, chúng ta được ban cho đức tin nhỏ bằng hột cải. Khi đem gieo hột giống nầy vào mảnh đất, là lòng mình, thì nó sẽ đâm chồi, nẩy lộc và lớn lên. Đến chừng trở thành đức tin lớn, chúng ta có thể truyền lệnh, khiến núi dời chỗ, và đồng thời bày tỏ những công việc đầy quyền phép của Đức Chúa Trời, như khiến kẻ mù được thấy, kẻ điếc được nghe, kẻ câm được nói, kẻ chết sống lại.

Khi không thể bày tỏ được những công việc quyền phép của Chúa, hay trong gia đình, hoặc trong công việc vẫn còn nhiều nan đề, chúng ta nghĩ rằng mình chẳng có đức tin, ấy là suy nghĩ sai trật. Chúng ta đang đi trên con đường sự sống, qua những công việc của hội thánh, như ngợi khen, thờ phượng và cầu nguyện. Vì cớ lượng đức tin chúng ta còn nhỏ nên chưa kinh nghiệm được những công việc đầy quyền năng của Đức Chúa Trời.

Vì vậy, đức tin nhỏ như hạt cải ấy của chúng ta cần được phát triển thành đức tin lớn đủ để dời được núi. Giống như việc chúng ta gieo một hột nho và thu hoạch nó qua một tiến trình đâm chồi nảy lộc, đơm hoa và kết trái. Đức tin chúng ta cũng trải qua tiến trình phát triển như vậy.

Chúng Ta Phải Có Đức Tin Thiêng Liêng

Cũng giống như việc tiến về thiên quốc, chúng ta không thể vào được Giêrusalem Mới bằng lời nói đơn giản rằng, "Vâng, tôi tin." Chúng ta phải giữ đức tin trên mỗi bước đường, bắt đầu từ Pa-ra-đi cho đến khi vào được Giêrusalem Mới. Chúng ta cần phải biết rõ làm thể nào để vào được nơi nầy. Nếu không, chúng ta chẳng thể đến được đó, hoặc sẽ đứng yên tại chỗ bất chấp mọi nỗ lực.

Dân sự Ysơraê trong cuộc xuất hành ra khỏi xứ Ê-díp-tô, lầm bầm nghịch cùng Môi-se, họ than vãn vì cớ không đủ đức tin để vượt Biển Đỏ. Bấy giờ Môi-se là người có đức tin lớn _ đức tin dời núi, người đã khiến Biển Đỏ rẽ đôi. Tuy vậy, đức tin của dân sự Ysơraên vẫn giậm chân tại chỗ, cho dù họ vừa mới chứng kiến Biển Đỏ rẽ đôi.

Chẳng những thế, trong khi Môi-se đang kiêng ăn và cầu nguyện trên núi Si-na-i để nhận Mười Điều Răn, dân chúng bèn làm một tượng bò vàng đặng quỳ lạy nó (Xuất Ê-díp-tô 32). Trước sự việc nầy, Đức Chúa Trời trở nên buồn lòng mà rằng, "Ta sẽ diệt dân nầy. Nhưng sẽ làm cho ngươi trở thành một dân lớn." Dân sự Ysơraên đã từng chứng kiến nhiều dấu kỳ phép lạ được bày tỏ qua Môi-se, tuy vậy, họ vẫn không vâng phục Chúa vì cớ họ chẳng có đức tin thiêng liêng.

Cuối cùng, thế hệ đầu tiên của dân sự Ysơraên trong thời kỳ Xuất-hành đã không thể Đặt chân vào xứ Ca-na-an, ngoại trừ Giôsuê và Calép. Thế hệ thứ hai cùng với Gôsuê và Calép trong cuộc xuất hành đã diễn ra như thế nào? Vừa khi các thầy tế lễ khiêng hàm giao ước của Đức Chúa Trời đặt chân xuống sông Giôđanh dưới sự chỉ đạo của Giôsuê, nước sông bèn ngừng chảy, hết thảy dân sự Ysơraên đều vượt qua.

Hơn nữa, trong sự vâng phục mạng lệnh Đức Chúa Trời, họ đã hành quân bảy ngày quanh Thành Giêricô cùng với những tiếng hô vang lớn, thành kiên cố ấy liền sụp đổ. Họ có thể kinh nghiệm được công việc kỳ diệu bởi quyền năng Đức Chúa Trời, không phải nhờ sức riêng, bèn là sự vâng phục, làm theo mọi hướng dẫn của Giôsuê là kẻ có đức tin lớn, đức tin dời núi. Vả lại, lúc bấy giờ dân sự Ysơraên cũng đã có đức tin thiêng liêng.

Làm thế nào Giôsuê có được đức tin lớn như vậy? Ấy là nhờ ông đã kế thừa kinh nghiệm và đức tin từ Môise là người mà ông đã kề cận suốt bốn mươi năm trong đồng vắng: giống như Êlisê đã nhờ kề cận thầy mình là Ê-li đến cuối cùng mà được thần của người cảm động ông gấp bội phần, Giôsuê là người kế vị Môise, người được Đức Chúa Trời để mắt đến, đã trở nên có đức tin lớn nhờ việc phục vụ và vâng phục Môise đương lúc đồng đi với người. Nhờ đó, người đã bày tỏ được công việc đầy quyền năng, khiến mặt trời và mặt trăng ngừng lại giữa trời (Giôsuê 10:12-13).

Cũng như dân sự Ysơraên là những người đồng đi với Giôsuê.

Thế hệ thứ nhất trong cuộc Xuất hành, những người từ 20 tuổi trở lên, đã phải thống khổ trong bốn thập niên và chết trong đồng vắng. Song, con cháu họ là những người đồng đi với Giôsuê đã có thể vào được Ca-na-an vì cớ họ có đức tin thiêng liêng khi trải qua đủ thứ khó khăn thử thách.

Chúng ta cần hiểu rõ về đức tin thiêng liêng. Một số người cho rằng trong quá khứ họ rất trung tín như những đầy tớ trung thành trong hội thánh mình. Song, điều đó không còn nữa, họ nói rằng vì cớ đức tin họ đã phai tàn. Điều nầy là thiếu cơ sở, vì đức tin thiêng liêng chẳng bao giờ thay đổi. Đức tin trong quá khứ của họ đã thay đổi vì đó chẳng phải đức tin thiêng liêng bèn là đức tin lý trí. Nếu thật sự là đức tin thiêng liêng, thì sẽ chẳng hề thay đổi hay nhạt phai theo thời gian.

Ví thử có một chiếc khăn tay trắng. Khi đưa cho mọi người xem và tôi hỏi rằng, "Các bạn có tin rằng đây là chiếc khăn màu trắng không?" Ắt hẳn mọi người đều đáp, "vâng." Một lần nữa, ví thử mười năm trôi qua, cũng cầm chiếc khăn nầy, tôi hỏi các bạn rằng, "Quí vị có tin rằng đây là chiếc khăn màu trắng không?" quí vị sẽ trả lời sao? Chẳng người nào có thể hoài nghi về màu sắc của nó hoặc nói rằng đây là chiếc khăn màu đen, cho dù đã trải qua một thời gian khá lâu. Cùng một chiếc khăn của mười hoặc hai mươi năm về trước tôi đã tin rằng là màu trắng, thì ngày hôm nay tôi vẫn tin như vậy.

Một ví dụ khác, khi chúng ta hành hương đến miền Đất Thánh, chúng ta sẽ thấy người ta bán hạt cải được gói trong phong bì. Một ngày nọ, có người đã mua và đem gieo trong ruộng mình, song chẳng thấy nẩy mầm, sức sống trong những hạt giống ấy đã bị chết vì chúng bị bỏ khá lâu không được gieo ra.

Cũng vậy, cho dù chúng ta đã tin nhận Chúa Jêsus Christ, nhận lãnh Đức Thánh Linh, và có đức tin nhỏ bằng hạt cải, Đức Thánh Linh trong chúng ta có thể bị phai nhạt nếu trong một thời gian lâu, chúng ta không đem đức tin ấy gieo vào lòng mình. Vì vậy, 1 Tê-sa-lô-ni-ca 5:19 cảnh báo rằng, "Chớ dập tắt lửa Thánh Linh." Cho dù đức tin chúng ta bây giờ chỉ bằng hạt cải, song sau khi được đem gieo vào ruộng mình là tấm lòng của chúng ta, và làm theo đức tin, đức tin ấy sẽ dần dần trưởng thành. Dẫu vậy, nếu chúng ta không sống bởi Lời Chúa trong một thời gian lâu kể từ lúc mới nhận lãnh Thánh Linh, thì lửa Thánh Linh sẽ bị dập tắt.

Giữ Chặt Nước Thiên Đàng Bởi Đức Tin Thiêng Liêng

Vậy nên, khi tin nhận Chúa Jêsus Christ và nhận lãnh Thánh Linh, chúng ta phải sống bởi Lời Đức Chúa Trời. Vâng phục Lời Chúa, chúng ta phải quăng xa tội lỗi, cầu nguyện, ngợi khen, giữ thông công với anh chị em trong Chúa, rao truyền phúc âm, và yêu thương nhau.

Với cách nuôi dưỡng như vậy, đức tin chúng ta sẽ trưởng thành. Ví dụ, trong khi giữ thông công với anh chị em trong Chúa, đức tin của chúng ta có thể được tăng trưởng, nhờ dâng vinh hiển lên Chúa qua việc chia sẻ những lời chứng và thông công trong lẽ thật.

Chúng ta có thể thấy rằng, thông thường, đức tin của một người chịu ảnh hưởng bởi những người mà họ chung sống. Nếu bố mẹ có đức tin tốt, thì con cái họ cũng sẽ có đức tin tốt. Nếu bạn bè chúng ta có đức tin tốt, thì đức tin chúng ta cũng sẽ trưởng thành vì cớ sự ảnh hưởng qua lại giữa chúng ta.

Ngược lại, vì kẻ thù Satan và ma quỉ luôn tìm cách cướp đi đức tin chúng ta, chúng ta không những phải luôn trang bị cho mình bằng Lời Chúa, mà còn cầu nguyện không thôi để thắng trận trong cuộc chiến thuộc linh. Bởi quyền năng và thẩm quyền của Đức Chúa Trời, chúng ta vui mừng và cảm tạ luôn trong mọi hoàn cảnh.

Nhờ vậy, đức tin chúng ta dù chỉ nhỏ bằng hạt cải sẽ phát triển thành một cây lớn sum sê hoa lá, và kết trái thêm nhiều, chúng ta có thể tôn vinh Đức Chúa Trời qua kết quả của chín bông trái Thánh Linh, bông trái tình yêu thiêng liêng, và bông trái sự sáng.

Như chúng ta biết, một người nông dân phải cố gắng và kiên nhẫn biết dường bao kể từ lúc họ gieo giống cho đến ngày thu hoạch. Cũng thể ấy, chúng ta không thể có được nước thiên đàng một cách đơn giản nhờ việc đi dự lễ tại hội thánh. Để có được nước thiên đàng, chúng ta phải tranh chiến trong cuộc chiến thuộc linh.

Khi rao truyền phúc âm, chúng ta có thể gặp một số người nói rằng họ muốn làm thật nhiều tiền đặng vui hưởng cuộc sống trước đã, chờ khi có tuổi họ sẽ đi nhà thờ. Thật ngu dại dường bao! Chúng ta không thể biết được ngày mai, cũng không biết được ngày giờ Chúa trở lại.

Vả lại, chúng ta không thể có được đức tin trong một ngày và đức tin cũng chẳng thể trưởng thành trong một lúc. Lẽ đương nhiên, đức tin lý trí, là tùy theo ý muốn mình. Song, về đức tin thiêng liêng chỉ đến bởi sự ban cho của Đức Chúa Trời khi chúng ta nhận biết Lời Chúa và sốt sắng sống theo Lời Ngài.

Người nông dân không gieo giống cách tùy tiện. Trước tiên, họ cày xới mảnh đất cằn cỗi và làm cho trở nên màu mỡ. Kế đến, họ đem giống gieo ra trên đất ấy và chăm sóc chúng, họ tưới nước, bón phân, cùng những việc tương tự. Nhờ vậy thì những mầm hạt ấy có thể lớn nhanh và vụ mùa sẽ được dư dật. Cũng giống như vậy, nếu chúng ta có đức tin nhỏ bằng hạt cải, chúng ta phải gieo ra và nuôi dưỡng, hầu cho đức tin ấy có thể trở thành một cây lớn để có nhiều chim trời đến đậu và nghỉ ngơi.

Một mặt, "chim trời" ở dụ ngôn nói về người gieo giống trong Ma-thi-ơ 13:1-9 là nói về kẻ thù ma quỉ đến nuốt mất hạt giống là Lời Đức Chúa Trời, là những hạt rơi rớt dọc đường.

Mặt khác, chim trời trong Ma-thi-ơ 13:31-32 là nói đến con người: *"Nước thiên đàng giống như một hột cải mà người kia lấy gieo trong ruộng mình; hột ấy thật nhỏ hơn các giống khác, song khi đã mọc lên, thì lớn hơn các thứ rau, và trở nên cây cối, cho đến nỗi chim trời tới làm ổ trên nhành nó được."*

Giống như có nhiều chim trời đến đậu và làm ổ trên một cây lớn, khi đức tin chúng ta trưởng thành đến một tầm thước đầy trọn, tâm linh của nhiều người có thể yên nghỉ nơi chúng ta vì cớ chúng ta có thể chia sẻ đức tin mình để làm vững tâm họ bởi ân điển Đức Chúa Trời.

Đồng thời, càng được nên thánh, chúng ta càng có tình yêu và đức hạnh thiêng liêng. Dẫn đến chúng ta sẽ có lòng cưu mang rất nhiều người và đây là con đường dẫn chúng ta vững tiến về thiên quốc.

Đức Chúa Jêsus phán trong Mathiơ 5:5, *"Phước cho những*

kẻ nhu mì, vì sẽ hưởng được đất.'' Phân đoạn nầy dạy rằng một khi đức tin chúng ta càng trưởng thành, chúng ta càng trở nên nhu mì, và càng được thừa hưởng nước thiên đàng nhiều hơn.

Những Vinh Hiển Khác Nhau Trên Thiên Đàng Tùy Vào Tầm Thước Đức Tin

Sứ đồ Phao-lô nói về sự sống lại của thân thể trong 1 Cô-rinh-tô 15:41; *"Vinh quang của mặt trời khác, vinh quang của mặt trăng khác, vinh quang của ngôi sao khác, vinh quang của ngôi sao nầy với vinh quang của ngôi sao kia cũng khác.''* Mỗi người đều nhận được vinh quang khác nhau trên thiên đàng vì Đức Chúa Trời báo đáp mọi người tùy vào việc họ đã làm.

"Vinh quang của mặt trời" ở đây nói đến vinh quang của những ai đã được nên thánh trọn vẹn và trọn lòng trung tín trong nhà Chúa. "Vinh quang của mặt trăng" nói đến vinh quang của những ai kém sự vinh quang của mặt trời, và "vinh quang của ngôi sao" nói đến vinh quanh của những ai có đức tin kém hơn so với những ai có vinh quang của mặt trăng.

Cụm từ "vinh quang của ngôi sao nầy cũng khác với ngôi sao kia" có nghĩa rằng độ chiếu sáng của mỗi ngôi sao là khác nhau, mỗi chúng ta sẽ nhận những phần thưởng và cấp bậc khác nhau trên thiên đàng sau sự sống lại, cho dù chúng ta có được vào cùng một nơi ở.

Bởi vậy, Kinh Thánh cho chúng ta biết rằng, sau sự sống lại, khi vào nước thiên đàng, mỗi người sẽ nhận được sự vinh hiển khác nhau. Điều nầy giúp chúng ta nhận biết rằng những nơi ở và phần thưởng trên thiên đàng sẽ khác nhau tùy vào lượng đức tin thiêng liêng mà chúng ta có được qua việc quăng xa ô tội, và giữ lòng trung tín với vương quốc Đức Chúa Trời trong khi chúng ta còn sống ở thế gian.

Tuy nhiên, những kẻ xấu xa và biếng nhát trong việc quăng xa tội lỗi, chẳng trung tín với bổn phận, sẽ không thể vào được nước thiên đàng, bèn là bị ném ra ngoài, vào nơi tối tăm (Mathiơ 25). Do vậy, chúng ta phải vững bước tiến về thiên quốc xinh đẹp bởi đức tin.

Tiến Về Thiên Quốc Như Thế Nào?

Con người trên thế gian nầy dành trọn đời mình để làm giàu, là thứ mà họ chẳng hề thỏa lòng. Một số người làm lụng khó nhọc, thắt lưng buộc bụng để mua nhà cửa, trong khi một số khác học hành chăm chỉ đến độ mất ăn thiếu ngủ mong sao có được việc làm tốt. Ví bằng con người cố sức để có được cuộc sống tốt đẹp hơn trên thế gian, là nơi ở tạm thời, thì huống chi là cuộc sống đời đời nơi thiên đàng sẽ đòi hỏi chúng ta cần phải nỗ lực biết dường bao? Hãy xem xét tường tận tiến trình con người tiến về thiên quốc.

Trước tiên, chúng ta phải vâng giữ lời Chúa. Ngài thúc giục chúng ta hãy lấy lòng sợ sệt, run rẩy mà làm nên sự cứu chuộc mình (Philíp 2:12). Kẻ thù Satan và ma quỉ sẽ nhân khi chúng ta thiếu cảnh giác mà cướp mất đức tin. Vậy, chúng ta hãy đồng hành cùng Lời Chúa, linh lương ngọt ngào hơn sữa mật, hơn nước ngọt của tàng ong (Thi-thiên 19:10). Không phải chỉ nhờ việc gọi Chúa Jêsus là "Chúa, Chúa" mà chúng ta sẽ được cứu, bèn là làm theo ý muốn Đức Chúa Trời với sự vùa giúp của Đức Thánh Linh.

Thứ hai, chúng ta phải mặc lấy toàn bộ khí giới của Đức

Chúa Trời. Hầu cho chúng ta được vững vàng trong Chúa, trong quyền năng mạnh mẽ của Ngài và đứng ra chiến cự cùng mưu kế của ma quỉ, chúng ta phải mặc lấy toàn bộ khí giới của Đức Chúa Trời. Ấy là cuộc chiến không phải nghịch cùng huyết và thịt, bèn là cùng chủ quyền, thế lực, và vua chúa của thế gian mờ tối nầy, cùng các thần dữ ở các miền trên trời. Vì vậy, chỉ khi nào chúng ta mặc lấy mọi khí giới của Đức Chúa Trời thì chúng ta mới có thể đứng vững khi ngày khốn khổ đến và vẫn vững vàng sau khi làm xong mọi sự rồi (Êphêsô 6:10-13).

Vậy, chúng ta hãy đứng vững, lấy lẽ thật làm dây nịt lưng, mặc lấy áo giáp bằng sự công bình, dùng sự sẵn sàng của tin lành bình an mà làm giày dép. Lại phải lấy thêm đức tin làm thuẫn, nhờ đó anh em có thể dập tắt được các tên lửa của kẻ dữ. Hãy lấy sự cứu chuộc làm mão trụ, và cầm gươm của Đức Thánh Linh là lời của Đức Chúa Trời. Hãy nhờ Đức Thánh Linh, thường thường làm đủ mọi thứ cầu nguyện và nài xin. Ghi nhớ điều nầy trong tâm trí, hãy tỉnh thức và cầu nguyện luôn (Êphêsô 6:14-18). Nơi ở trên thiên đàng của chúng ta được quyết định bởi việc chúng ta mặc lấy mọi khí giới của Đức Chúa Trời như thế nào và chúng ta đánh bại được bao nhiêu kẻ thù là Satan và ma quỉ.

Thứ ba, chúng ta phải luôn có tình yêu thiên thượng. Với đức tin, chúng ta có thể vào được nước thiên đàng, với hy vọng về thiên quốc, chúng ta có thể ở trong lẽ thật. Với năng quyền tình yêu, chúng ta có thể nên thánh và trung tín trong mọi sự.

Hơn thế, chúng ta có thể vào được Giêrusalem Mới, nơi đẹp nhất trên thiên đàng, khi chúng ta làm trọn tình yêu vẹn toàn. Chúng ta phải làm trọn tình yêu vẹn toàn để được vào Giêrusalem Mới, là nơi ở của Đức Chúa Trời, là Chúa của tình yêu.

Như sứ đồ Phaolô có nói cùng chúng ta trong 1 Côrinhtô 13:13, *"Bây giờ còn có ba điều nầy: đức tin, sự trông cậy, và tình yêu thương; nhưng điều trọng hơn trong ba điều đó là tình yêu thương,"* chúng ta phải tiến về thiên quốc với tình yêu thiên thượng. Và lại, chúng ta cần biết rằng nơi ở trên thiên đàng được quyết định tùy vào mức độ tình yêu mà chúng ta thực hiện được.

3. Những Nơi ở Và Vương Miện Khác Nhau

Con người trong thế giới ba chiều không thể hiểu về thiên đàng, là một phần của thế giới bốn chiều. Dầu vậy, là người có đức tin, chúng ta hết lòng vui sướng khi nghe nói đến thiên "đàng," vì vương quốc thiên đàng là quê hương mà chúng ta sẽ sống đời đời. Ví bằng chúng ta học biết tường tận về thiên đàng, không chỉ linh hồn chúng ta được sung mãn mà đức tin chúng ta cũng được trưởng thành nhanh chóng hơn, vì chúng ta hoàn toàn hy vọng về quê hương nầy.

Ở thiên đàng, Đức Chúa Trời sắm sẵn rất nhiều chỗ cho con cái Ngài (Phục Truyền 10:14, 1 Các Vua 8:27; Nê-hê-mi 9:6; Thi Thiên 148:4; Giăng 14:2). Mỗi một chúng ta sẽ có một nơi ở khác nhau tùy vào tầm thước đức tin của mình, vì Đức Chúa Trời là Đấng công bình, Ngài sẽ để cho chúng ta gặt lấy những gì mình gieo (Galati 6:7), Ngài ban thưởng tùy vào công việc chúng ta đã làm (Mathiơ 16:27; Khải Huyền 2:23).

Như tôi đã nói, vương quốc thiên đàng được chia làm nhiều miền khác nhau như Pa-ra-đi, Vương Quốc Thứ Nhất, Vương Quốc Thứ Nhì và Vương Quốc Thứ Ba là nơi có Giêrusalem

Mới. Ngai Đức Chúa Trời ở tại Giêrusalem Mới, cũng như nơi ở chính thức của tổng thống Hàn Quốc, Cheong Wa Dae, tại thành phố thủ đô Seoul, và cũng như Nhà Trắng tại thành phố thủ đô Washington D.C là nơi ở chính thức của tổng thống Mỹ.

Kinh Thánh cũng cho chúng ta biết về nhiều vương miện khác nhau dùng làm phần thưởng cho con cái Đức Chúa Trời. Trong nhiều sứ mệnh, mang linh hồn về với Chúa và xây dựng đền thánh Ngài là những việc làm xứng đáng được nhận thưởng lớn.

Có nhiều cách mang linh hồn về với Chúa. Chúng ta có thể tham gia vào công cuộc truyền bá phúc âm, giúp đỡ sứ mệnh ấy bằng cách dâng hiến nhiều loại của dâng, hoặc gián tiếp truyền bá phúc âm đến nhiều người qua sự trung tín xây dựng vương quốc Đức Chúa Trời bằng nhiều khả năng khác nhau của mình. Những phương cách gián tiếp mang linh hồn về với Chúa đồng thời cũng rất quan trọng trong việc mở rộng vương quốc Ngài, giống như mọi chi thể trong cơ thể chúng ta đều không thể thiếu được.

Tuy nhiên, trực tiếp tham dự vào công cuộc truyền bá phúc âm đến nhiều người và xây dựng đền thánh là nơi được dùng để nhiều người đến thờ phượng, ấy là những công việc xứng đáng với những phần thưởng cao quý nhất, vì đây là sự làm thỏa cơn khát của Đức Chúa Jêsus nhằm báo đáp huyết Ngài.

Có nhiều tiêu chuẩn khác nhau để nhờ đó chúng ta đạt được vương miện trên thiên đàng, và giá trị của chúng cũng khác nhau, vương miện nầy có giá trị khác với vương miện kia. Dựa vào vương miện của mỗi người, chúng ta có thể nhận biết mức độ nên thánh, giải thưởng và nơi ở trên thiên đàng của người đó, giống như cách mà con người trong thời thể chế quân chủ, nhìn vào trang phục, họ có thể nhận biết địa vị xã hội của người ấy.

Chúng ta hãy đi sâu vào những mối liên hệ của tầm thước đức tin, những nơi ở trên thiên đàng, và những vương miện được ban thưởng.

Pa-ra-đi Dành Cho Những Ai Có Tầm Thước Đức Tin Thứ Nhất

Pa-ra-đi là miền thấp nhất trên thiên đàng, song sự vui mừng, hạnh phúc, vẻ đẹp, và sự yên bình so với thế gian nầy là ngoài sức tưởng tượng của con người. Hơn nữa, thật là một nơi vui sướng biết bao khi chẳng có tội lỗi nào ở đó! Pa-ra-đi là một nơi tốt đẹp hơn nhiều so với vườn Ê-đen là nơi Đức Chúa Trời đặt để A-đam và –Ê-va sau khi Ngài tạo dựng nên họ.

Pa-ra-đi là một nơi xinh đẹp, nơi đây có dòng sông sự sống bắt nguồn từ ngai Đức Chúa Trời chảy vào sau khi chảy ra từ Vương Quốc Thứ Ba, qua Vương Quốc Thứ Hai, và Vương Quốc Thứ Nhất. Trên hai bờ dòng Sông ấy có cây sự sống trổ mười hai mùa, mỗi tháng một lần ra trái (Khải Huyền 22:2).

Pa-ra-đi dành cho những ai tin nhận Chúa Jêsus Christ song chẳng có việc làm bởi đức tin. Ấy là những người ở tầm vóc đức tin thứ nhất, những ai chỉ đủ được cứu rỗi và Đức Thánh Linh thì được vào Pa-ra-đi. Họ chẳng được nhận vương miện hay giải thưởng nào vì cớ họ chẳng có việc làm bởi đức tin.

Trong Luca 23:43, trên thập tự Chúa Jêsus phán cùng kẻ tử tội bên cạnh Ngài rằng, *"Hôm nay ngươi sẽ được ở với ta trong nơi Pa-ra-đi."* Điều nầy không nhất thiết có ý nghĩa rằng

Đức Chúa Jêsus chỉ ở trong Pa-ra-đi Ngài ở bất kỳ nơi nào trên thiên đàng vì Ngài là chủ. Kinh Thánh cũng cho chúng ta biết rằng sau khi chết, Đức Chúa Jêsus đã xuống đến Thượng Tầng Âm Phủ, không phải đến Pa-ra-đi.

Êphêsô 4:9 hỏi rằng, *"Vả, những chữ 'Ngài đã lên' có nghĩa gì, há chẳng phải Ngài cũng đã xuống trong các miền thấp ở dưới đất sao?"* Đồng thời trong 1 Phierơ 3:19 chúng ta thấy rằng, *"Ngài đi giảng cho các linh hồn bị tù."* Nói cách khác, Đức Chúa Jêsus đã xuống Thượng Tầng Âm Phủ để rao giảng phúc âm tại đó và đã sống lại sau ba ngày.

Vậy, khi Chúa Jêsus nói rằng, "Hôm nay ngươi sẽ được ở với ta trong nơi Pa-ra-đi" có nghĩa rằng Chúa Jêsus đã thấy trước hiện thực bởi đức tin rằng kẻ tội phạm sẽ được cứu và sẽ được vào nơi Pa-ra-đi. Kẻ tội phạm chỉ nhận được sự cứu rỗi dường như qua lửa vì người chỉ tin nhận Chúa Jêsus trước khi chết, họ chẳng có một nỗ lực nào trong việc tranh chiến với tội lỗi hay làm trọn bổn phận vì vương quốc Đức Chúa Trời.

Vương Quốc Thiên Đàng Thứ Nhất

Vương Quốc Thiên Đàng Thứ Nhất là nơi như thế nào? Cũng như có sự khác biệt giữa cuộc sống ở Pa-ra-đi với cuộc sống ở thế gian nầy, Vương Quốc Thiên Đàng Thứ Nhất là nơi vui sướng và hạnh phúc hơn nhiều, đến mức đối với Pa-ra-đi thì không thể so sánh được.

Ví như niềm vui sướng của người được vào Vương Quốc Thiên Đàng Thứ Nhất được sánh với niềm vui của cá vàng trong hồ nuôi cá, thì niềm vui sướng của người được vào Vương Quốc

Thiên Đàng Thứ Hai có thể sánh với một con cá voi giữa đại
dương rộng lớn. Như cá vàng cảm nhận được niềm vui sướng và
thỏa thích tột bực trong hồ, người được vào Vương Quốc Thiên
Đàng Thứ Nhất sẽ cảm nhận được sự thỏa lòng với sự hiện diện
của mình tại đó và cảm nhận được niềm vui thật sự.

Vì biết rằng có sự khác nhau về mức độ vui sướng giữa mỗi
nơi ở trên thiên đàng. Chúng ta có thể hình dung đến sự vinh
quang và niềm vui sướng của người ở Giêrusalem Mới là nơi có
ngai Đức Chúa Trời sẽ như thế nào? Ấy là nơi rực rỡ, xinh đẹp,
hấp dẫn vượt quá mọi điều chúng ta từng suy tưởng. Do vậy
chúng ta phải siêng năng trưởng dưỡng đức tin với niềm hy vọng
về Giêrusalem Mới, chớ thỏa lòng với Pa-ra-đi hoặc Vương
Quốc Thiên Đàng Thứ Nhất.

Nếu chúng ta là con cái của Đức Chúa Trời qua việc tin nhận
Chúa Jêsus làm Cứu Chúa, với sự vùa giúp của Đức Thánh
Linh, chúng ta sẽ sớm đạt tới tầm thước đức tin thứ hai là khi mà
chúng ta cố gắng sống bởi Lời Chúa. Bấy giờ, chúng ta cố gắng
vâng giữ Lời Ngài về những gì chúng ta vừa học được, song chưa
hoàn toàn sống bởi Lời Ngài.

Giống như đứa trẻ chưa đầy một tuổi cố gắng đứng lên cách
vô vọng bất chấp nhiều lần té ngã. Sau khi tập luyện, dần dần nó
có thể đứng được và tự đi chập chững, chẳng bao lâu sau, nó
thậm chí nó còn cố chạy nữa. Đối với người mẹ, đứa trẻ ấy mới
thật đáng yêu và dễ thương làm sao, giá như nó cứ lớn lên mãi
theo cách nầy!

Những giai đoạn đức tin cũng giống như vậy. Như con trẻ cố

đứng lên, bước đi rồi chạy nhảy, vì trong nó có sự năng động, tin tưởng, và sức sống. Chúng ta tiến về phía trước đạt đến tầm thước đức tin thứ hai, rồi đến tầm thước thứ ba. Ấy vậy, Đức Chúa Trời của tình yêu sẽ ban Vương Quốc Thiên Đàng Thứ Nhất cho những ai đạt tới tầm vóc đức tin thứ hai.

Vương Miện Chẳng Hề Hư Mất

Chúng ta sẽ nhận lãnh được một vương miện tại Vương Quốc Thiên Đàng Thứ Nhất. Cùng với việc thiên đàng được phân chia ra nhiều nơi ở khác nhau, ở đây cũng có nhiều loại vương miện: vương miện không hư mất, vương miệm vinh quang, vương miện sự sống, vương miện vàng, vương miện công chính. Trong số những vương miện nầy, vương miện không hư mất sẽ ban cho người được vào Vương Quốc Thiên Đàng Thứ Nhất.

Trong 2 Timôthê 2:5-6, nói rằng: *"Cũng một lẽ đó, người đấu sức trong diễn trường chỉ đấu nhau theo lệ luật thì mới được mão triều thiên. Người cày ruộng khó nhọc thì phải trước nhất được thâu hoa lợi."* Như chúng ta nhận phần thưởng về công khó của mình ở đời nầy, chúng ta cũng sẽ nhận phần thưởng khi bước theo đường hẹp để được vào thiên quốc.

Một vận động viên thể thao nhận được huân chương vàng hay vòng nguyệt quế chỉ khi người ấy thi đấu đúng luật và thắng cuộc. Đồng một thể ấy, chúng ta sẽ có thể nhận được vương miện chỉ khi hoàn thành cuộc đua theo đúng Thánh Luật, chúng ta vững bước và mạnh mẽ tiến về thiên quốc.

Đức Chúa Jêsus phán rằng, *"Chẳng phải hễ những kẻ nói cùng ta rằng: Lạy Chúa, lạy Chúa, thì đều được vào nước thiên đàng đâu; nhưng chỉ kẻ làm theo ý muốn của Cha ta ở trên trời mà thôi."* (Mathiơ 7:21). Nếu không quan tâm đến thánh luật, thì kẻ tự cho rằng mình tin Chúa sẽ chẳng nhận được một vương miện nào, vì đức tin của người ấy chỉ là đức tin lý trí, giống như một vận động viên thể thao chẳng thi đấu đúng luật.

Vả lại, cho dù chẳng có đức tin lớn, chúng ta cũng sẽ được ban cho vương miện không hư mất, miễn sao chúng ta cố gắng hoàn thành cuộc đua theo đúng những luật lệ của Đức Chúa Trời. Nhờ được công nhận trong cuộc đua và thi đấu đúng luật, chúng ta sẽ được ban cho vương miện không hư mất.

Cuộc đua của người sống bởi đức tin là cuộc chiến thuộc linh nghịch cùng kẻ thù là ma quỉ và tội lỗi. Phần thưởng quý báu dành cho người thắng cuộc là vương miện không hư mất.

Giả sử chúng ta chỉ tham dự thờ phượng Chúa vào sáng Chúa Nhật, buổi chiều chúng ta dành cho việc vui chơi với bạn bè. Trường hợp nầy chúng ta đã thất bại trong cuộc chiến chống lại kẻ thù là Satan và ma quỉ, chúng ta chẳng thể nhận được vương miện không hư mất.

1 Côrinhtô 9:25 công bố rằng, *"Hết thảy những người đua tranh tự mình chịu lấy mọi sự kiêng kỵ, họ chịu vậy để được mão triều thiên hay hư nát. Nhưng chúng ta chịu vậy để được mão triều thiên không hay hư nát."*

Để theo đúng luật, mọi người tham gia vào cuộc đua phải chịu mọi kỷ luật nghiêm khắc. Muốn vào được nước thiên đàng, chúng ta cũng phải chịu mọi kỷ luật nghiêm khắc và làm theo ý muốn của Đức Chúa Trời. Tình yêu của Đức Chúa Trời là dư dật biết dường nào! Ngài sắm sẵn vương miện không hư nát cho những ai cố gắng sống theo luật pháp Ngài ở đời nầy để ghi nhận những công khó của họ.

Vả lại, chẳng như Pa-ra-đi, nhiều phần thưởng được sắm sẵn cho những ai vào được Vương Quốc Thiên Đàng Thứ Nhất. Sự vinh quang cùng những phần thưởng xứng đáng sẽ dành cho những ai vào được nơi nầy vì họ nhân danh Chúa mà nỗ lực xây dựng vương quốc Đức Chúa Trời.

Vương Quốc Thiên Đàng Thứ Hai

Vương Quốc Thiên Đàng Thứ Hai là nơi cao hơn Vương Quốc Thiên Đàng Thứ Nhất. Những người ở tầm thước đức tin thứ ba, là những người sống bởi Lời Chúa, có thể vào được Vương Quốc Thiên Đàng Thứ Hai. Chung quanh thành phố thủ đô Seoul, Hàn Quốc, có những thành phố vệ tinh, xung quanh những thành phố vệ tinh nầy là vùng ngoại ô.

Cũng giống như vậy, Giêrusalem Mới ngự tọa trong lòng Vương Quốc Thiên Đàng Thứ Ba, chung quanh vương quốc nầy là Vương Quốc Thiên Đàng Thứ Hai, Vương Quốc Thiên Đàng Thứ Nhất và Pa-ra-đi. Đương nhiên điều nầy không có nghĩa rằng mỗi một nơi ở trên thiên đàng được mở rộng theo cách của các thành phố ở thế gian.

Với sự hiểu biết có hạn của loài người, chúng ta không thể hiểu một cách chính xác về sự kỳ diệu và mầu nhiệm về sự bài trí của thiên đàng. Chúng ta cần cố gắng hiểu về sự nầy như khả năng có thể của chúng ta, song bằng tư duy và trí tưởng tượng của con người, cho dù chúng ta cố gắng hình dung, cũng không thể biết hết những điều đó. Sự hiểu biết về thiên đàng có thể tỉ lệ thuận với sự trưởng thành đức tin của chúng ta. Ở đời nầy chẳng gì có thể đem ra ví sánh được với thiên đàng.

Vua Salômôn, là người vui hưởng sự giàu có tột bực, sự hưng thịnh, quyền lực, song, khi về già ông từng thốt lên rằng, *"Hư không của sự hư không, hư không của sự hư không, thảy đều hư không. Các việc lao khổ loài người làm ra dưới mặt trời thì được ích lợi chi?"* (Truyền Đạo 1:2-3).

Trong Giacơ 4:14, chúng ta cũng được nhắc nhở rằng, *"Song ngày mai sẽ thế nào, anh em chẳng biết! Vì, sự sống của anh em là chi? Chẳng qua như hơi nước, hiện ra một lát rồi lại tan ngay."* Sự giàu có và thạnh vượng của con người ở đời nầy chỉ tồn tại trong một lát rồi sớm hư nát.

So với sự sống đời đời, cuộc sống hiện tại của chúng ta chỉ giống như hơi nước hiện ra trong chốc lát rồi biến mất. Song, vương miện mà Đức Chúa Trời ban cho là vương miện đời đời, chẳng hề hư nát, ấy là một phần thưởng vô giá, nguồn vinh dự đời đời dành cho ai nhận được nó.

Vậy, cuộc sống sẽ vô nghĩa biết dường nào nếu nói rằng ta tin Chúa mà chẳng dâng lên Ngài một sự vinh hiển nào! Tuy nhiên, ở tầm vóc đức tin thứ ba, người ta làm mọi việc cách thật thà, làm gương tốt cho những người xóm giềng, khiến họ nhận biết Chúa và khao khát được đến hội thánh.

Bằng cách nầy, chúng ta dâng vinh hiển lên Đức Chúa Trời, và Ngài sẽ ban vương miện vinh quang cho chúng ta.

Vương Miện Vinh Quang

Chúng ta nhận thấy sự phó thác của Đức Chúa Trời trên chúng ta qua I Phiero 5:2-4 như sau:

> *Hãy chăn bầy của Đức Chúa Trời đã giao phó cho anh em; làm việc đó chẳng phải bởi ép tình, bèn là bởi vui lòng, chẳng phải vì lợi dơ bẩn, bèn là hết lòng mà làm, chẳng phải quản trị phần trách nhiệm chia cho anh em, song để làm gương tốt cho cả bầy. Khi Đấng làm đầu các kẻ chăn chiên hiện ra, anh em sẽ được mão triều thiên vinh hiển, chẳng hề tàn héo.*

Khi bước vào tầm thước đức tin thứ ba, chúng ta sẽ tỏa hương Đấng Christ, lời nói và cách ăn ở của chúng ta trở thành ánh sáng và muối của thế gian, vì chúng ta đã quăng xa những ô tội và chống cự nó cho đến mức đổ huyết mình. Ví như có người trước đây tính khí nóng nảy, hay nói nghịch cùng kẻ khác, lại trở nên nhu mì và chỉ nói tốt về người khác, khiến những người láng giềng phải nói rằng, "Từ khi tin Chúa, anh ấy đã thay đổi khá nhiều." Đây cũng là cách làm vinh hiển danh Chúa.

Thế thì, vương miện vinh quang sẽ được ban tặng cho ai trở thành gương tốt cho bầy vì người đã dâng vinh hiển lên Đức Chúa Trời bằng cách quăng xa ô tội và trung tín trong mọi nhiệm vụ được Đức Chúa Trời giao cho ở đời nầy. Những gì chúng ta nhân danh Chúa mà làm và những gì chúng ta thực hiện để làm trọn bổn phận trong lúc quăng xa ô tội sẽ được ghi nhận trên thiên đàng thành một phần thưởng.

Vinh quang đời nầy rồi sẽ hư nát, song hết thảy vinh quang

chúng ta dâng lên Chúa sẽ còn đến đời đời.

Đôi khi chúng ta tự hỏi, "Đáng lẽ con người ấy phải trọn vẹn mọi bề, có cùng tâm tình của Đấng Christ vì anh ta rất trung tín với công việc Chúa. Ấy vậy, tại sao sự xấu xa vẫn còn trong anh ta?"

Trong trường hợp nầy, người ấy chưa được nên thánh trọn vẹn qua việc chiến cự với tội lỗi mình, song người ấy dâng vinh hiển lên Đức Chúa Trời qua việc hết mình làm trọn bổn phận. Nhờ đó người ấy sẽ nhận lãnh được vương miện vinh quang là thứ sẽ chẳng hề tàn héo.

Vậy, tại sao gọi "Vương miện vinh quang là vương miện chẳng hề tàn héo?" Hầu hết con người đều từng nhận thưởng một vài lần trong đời mình. Giải thưởng càng lớn bao nhiêu, chúng ta càng vui sướng bấy nhiêu và trở nên khoe khoang bấy nhiêu. Tuy nhiên, khi ngoảnh mặt nhìn lại phía sau một chốc, chúng ta cảm nhận rằng vinh quang của đời nầy là vô nghĩa. Ấy là vì mảnh bằng xác nhận công lao rồi chỉ để trở thành một mảnh giấy sờn nát, chiến tích ấy sẽ bị bụi bặm che phủ, và ký ức một thời hùng hồn rồi trở nên phai tàn.

Ngược lại, sự vinh quang mà chúng ta sẽ được nhận trên thiên đàng sẽ chẳng hề hư mất. Vậy nên Đức Chúa Jêsus phán dạy cùng chúng ta rằng, *"Hãy chứa của cải ở trên trời, là nơi chẳng có sâu mối, ten rét làm hư, cũng chẳng có kẻ trộm đào ngạch khoét vách mà lấy."* (Mathiơ 6:20).

Dường ấy, "Mão triều thiên vinh hiển sẽ chẳng hề tàn héo," khi so sánh với những vương miện đời nầy, chúng ta nhận thấy rằng sự vinh hiển và hào quang của nó sẽ còn đến đời đời. Dù chỉ là một vương miện trên thiên đàng cũng chẳng hề hư nát, khiến chúng ta có thể tưởng tượng đến sự hoàn hảo trên thiên đàng là biết nào.

Thế thì, những người ở miền thấp hơn của thiên đàng như Pa-ra-đi hay Vương Quốc Thiên Đàng Thứ Nhất sẽ cảm thấy thế nào khi có người mặc lấy vương miện vinh hiển đến thăm họ? Ở thiên đàng, con người ở những miền thấp hơn hết lòng tôn quý và khâm phục người có địa vị cao hơn, chào hỏi cung kính theo cách mà các thần dân cư xử trước vua họ.

Tuy vậy, người ta không thù ghét hay ganh tị với nhau vì cớ chẳng hề có sự xấu xa độc ác nào trên thiên đàng. Bèn là, người ta nhìn nhau với tấm lòng tôn trọng và yêu thương. Ở thiên đàng, chúng ta sẽ không cảm thấy khó chịu hay kiêu ngạo cho dù chúng ta chào hỏi tôn kính hay nhận lãnh sự tôn trọng từ người khác vì chúng ta được ở nơi miền cao hơn. Người ta chỉ bày tỏ sự tôn trọng hay chào đón người khác trong tình yêu thương, xem nhau như báu vật.

Vương Quốc Thứ Ba

Vương Quốc Thiên Đàng Thứ Ba dành cho những ai hoàn toàn sống theo Lời Chúa và có đức tin của người tuận đạo, đặt tình yêu Đức Chúa Trời lên hàng đầu và chẳng xem sự sống của mình là trọng. Những người ở tầm thước đức tin thứ tư luôn sẵn sàng chết vì Chúa.

Tại Hàn Quốc, nhiều cơ đốc nhân bị giết trong những ngày cuối cùng của Chosun Dynasty. Trong thời kỳ đó, có nhiều cuộc bắt bớ và ngược đãi dữ dội đối với Cơ Đốc Giáo. Thậm chí nhà cầm quyền còn hứa sẽ ban thưởng cho những ai chỉ ra nơi ở của

Cơ Đốc Nhân. Tuy vậy, những giáo sĩ từ Hoa Kỳ và Âu Châu không những đã bất chấp sự chết mà còn truyền giảng phúc âm cách sốt sắng. Nhiều người đã hy sinh mạng sống mình cho đến chừng chúng ta được nhìn thấy sự đơm hoa kết trái của phúc âm như ngày hôm nay.

Muốn đem tin lành truyền ra khắp nơi, chúng ta phải có tinh thần tuận đạo. Mặc dù phải chịu nhiều khó khăn thử thách khi thi hành sứ mệnh tại hải ngoại, các nhà truyền giáo vẫn luôn hết lòng trong sự vui mừng và tạ ơn vì biết rằng những công khó của họ sẽ chẳng là vô ích, mà bèn là được ban thưởng dư dật trên thiên đàng.

Một số người có thể nghĩ rằng, "Hiện nay, tôi đang sống trong một quốc gia tự do tôn giáo, nên chẳng có sự bắt bớ nào. Song tôi cảm thấy tiếc vì không thể chết cho vương quốc Đức Chúa Trời cho dù tôi có tinh thần sẵn sàng tuận đạo với đức tin mạnh mẽ." Đó là một ý nghĩ sai trật. Ngày nay chúng ta không cần phải tuận đạo để truyền bá phúc âm như thời kỳ những hội thánh đầu tiên.

Đương nhiên, nếu cần thiết thì nên có những người tuận đạo. Song, ví bằng chúng ta có thể làm việc nhiều hơn cho Chúa với tinh thần tận hiến, cho dù chúng ta không phải tuận đạo, thì Ngài sẽ chẳng vui lòng hơn sao?

Vả lại, Đức Chúa Trời là Đấng dò xét tấm lòng, biết được đức tin chúng ta khi chúng ta chịu khổ vì cớ phúc âm trong những tình huống đe dọa đến mạng sống mình. Ngài biết chiều sâu và yếu điểm của tấm lòng chúng ta. Làm một giáo sĩ tận hiến sẽ là điều quý báu đối với chúng ta, có một ngạn ngữ cổ nói rằng, "Chết dễ hơn sống."

Trong cuộc sống hàng ngày, chúng ta có thể gặp nhiều vấn đề về sự sống và sự chết, đòi hỏi ở chúng ta một tinh thần tuận đạo. Ví như không có đức tin và sự quyết tâm lớn, thì việc kiêng ăn và cầu nguyện cả ngày lẫn đêm là điều không thể, vì người ta phải đánh cuộc với mạng sống mình trong sự kiêng ăn và cầu nguyện để nhận lãnh sự đáp lời từ Đức Chúa Trời. Vậy, hạng người nào có thể vào được Vương Quốc Thiên Đàng Thứ Ba? Ấy là những ai được nên thánh trọn vẹn.

Trong thời kỳ hội thánh đầu tiên, có rất nhiều người sẵn sàng chết vì Đấng Christ, và có đủ phẩm cách để vào Vương Quốc Thiên Đàng Thứ Ba. Song, ngày nay, những người như vậy là rất ít, vì cớ sự độc dữ của loài người trên đất đã trở nên chồng chất, chỉ những ai hết lòng trong việc quăng xa tội lỗi để đến với Chúa thì mới có thể được vào Vương Quốc Thiên Đàng Thứ Ba.

Những ai có đức tin của các bậc tổ phụ, sẽ quăng xa mọi tội lỗi, chiến thắng mọi gian nan thử thách, nên thánh trọn vẹn, giữ lòng trung tín cho đến chết, ấy là những người có thể được vào Vương Quốc Thiên Đàng Thứ Ba. Dường ấy, họ được Chúa yêu quý, Ngài sai thiên binh, thiên sứ đến gìn giữ, dùng mây vinh hiển che chở họ.

Vương Miện Sự Sống

Vương miện nào sẽ dành cho những người ở Vương Quốc Thiên Đàng Thứ Ba? Họ sẽ được trao cho vương miện sự sống, như lời Chúa Jêsus đã hứa trong Khải Huyền 2:10, *"Khá giữ trung tín cho đến chết, rồi ta sẽ ban cho ngươi mão triều thiên của sự sống."*

Ở đây, "khá giữ trung tín" không chỉ đơn giản có nghĩa rằng chúng ta phải trung tín với bổn phận mình tại hội thánh, mà còn quăng xa mọi thứ tội lỗi, bằng cách tranh chiến với chúng cho đến đổ huyết mà chẳng hề thỏa hiệp với thế gian. Khi có được tấm lòng trong sáng và thánh khiết qua việc chiến cự lại tội lỗi mình cho đến chết, chúng ta sẽ nhận lãnh được mão triều thiên sự sống.

Khi hy sinh mạng sống mình cho người láng giềng, bạn hữu, và bền đỗ trong gian nan thử thách, và sau khi chống chọi lại những sự ấy, chúng ta cũng nhận được mão triều thiên sự sống (Giăng 15:13; Giacơ 1:12).

Chẳng hạn, khi gặp phải gian nan thử thách, nhiều người chịu đựng cách miễn cưỡng, trong lòng cay đắng, trở nên bực tức không kiềm chế được, hoặc oán trách Chúa.

Ngược lại, nếu vượt qua mọi khó khăn thử thách với lòng vui mừng, thì người ấy có thể được xem là nên thánh trọn vẹn. Người hết lòng yêu mến Chúa là người có thể trung tín cho đến chết và vượt qua mọi khó khăn thử thách với lòng vui mừng.

Vả lại, tùy vào tầm thước đức tin, hoặc thứ nhất, thứ hai, thứ ba hay thứ tư mà họ đang có, mỗi người có phẩm cách khác nhau. Những người có tầm thước đức tin thứ tư, kẻ ác không thể làm hại được. Thậm chí, khi có bệnh xâm nhập vào mình, họ có thể nhận biết ngay.

Nhờ vậy, họ bèn đặt tay lên chỗ đau và được chữa lành tức thì. Hơn thế, khi ở tầm thước đức tin thứ năm, không một căn bệnh nào có thể xâm nhập vào được vì hào quang vinh hiển luôn vây quanh người.

Mục đích chính của Đức Chúa Trời trong công cuộc trưởng

dưỡng nhân loại trên đất nầy là để có được con cái thật, là những kẻ có thể vào được Vương Quốc Thiên Đàng Thứ Ba và miền cao hơn. Mọi nơi ở trên thiên đàng đều xinh đẹp và yên vui, song Vương Quốc Thiên Đàng Thứ Ba và miền cao hơn là nơi thật sự và đúng nghĩa với thiên đàng hơn, là nơi chỉ có những con cái thánh khiết trọn vẹn của Đức Chúa Trời mới vào được. Ấy là nơi biệt riêng cho những con cái thật của Đức Chúa Trời, là những kẻ sống theo ý muốn của Ngài. Ở đó, họ có thể hiểu biết Đức Chúa Trời như chính Ngài nhìn biết họ.

Vả lại, vì Đức Chúa Trời của tình yêu luôn muốn hết thảy chúng ta đều vào được Vương Quốc Thiên Đàng Thứ Ba, hoặc miền cao hơn, Ngài khiến chúng ta nên thánh qua sự vùa giúp của Đức Thánh Linh, đem đến cho chúng ta ân điển cùng quyền năng Ngài khi chúng ta sốt sắng cầu nguyện và lắng nghe Lời sự sống.

Châm ngôn 17:3 nói rằng, *"Nồi dót để luyện bạc, lò để luyện vàng; nhưng Đức Giêhôva thử lòng của loài người."* Đức Chúa Trời tôi luyện chúng ta khiến cho trở nên con cái thật của Ngài.

Mong sao hết thảy chúng ta sớm được nên thánh qua việc quăng xa tội lỗi mình, chiến cự chúng cho đến đổ huyết, để có được đức tin trọn vẹn là đức tin mà Đức Chúa Trời ưa muốn nơi chúng ta.

Giêrusalem Mới

Càng biết rõ thêm về thiên đàng, chúng ta càng ngưỡng mộ về sự bí ẩn của nó. Giêrusalem Mới là nơi xinh đẹp nhất trên thiên đàng, là nơi có ngai Đức Chúa Trời ngự tọa. Một số người nhầm tưởng rằng hết thảy những linh hồn được cứu sẽ được ở Giêrusalem Mới, hoặc hết cả thiên đàng đều là Giêrusalem Mới.

Tuy nhiên, sự thật không như vậy. Trong Khải Huyền 21:16-17, có chép về kích thước của thành Giêrusalem Mới, bề rộng, bề dài, bề cao, mỗi bề khoảng 1.500 dặm (2.400 km). Ấy là một nơi chưa rộng bằng diện tích nước Trung Hoa.

Thiên đàng sẽ chật cứng những linh hồn được cứu nếu hết thảy thiên đàng là Giêrusalem Mới. Tuy nhiên, vương quốc thiên đàng là nơi rộng lớn ngoài sức tưởng tượng, Giêrusalem Mới chỉ là một phần của nó.

Vậy, những người có đủ phẩm cách để vào Giêrusalem Mới là ai?

Phước thay cho những kẻ giặt áo mình đặng có phép đến nơi cây sự sống và bởi các cửa mà vào trong thành. (Khải Huyền 22:14).

"Tấm áo" ở đây nói đến tấm lòng và việc làm, còn "giặt áo" có nghĩa rằng chúng ta tự chuẩn bị mình cho xứng đáng là nàng dâu của Đấng Christ, không ngừng thanh tẩy lòng mình, hầu cho có một đức hạnh tốt xứng đáng với Ngài.

"Có phép đến nơi cây sự sống" nói lên rằng chúng ta sẽ được cứu bởi đức tin và được vào thiên đàng. "Bởi các cửa mà vào trong thành" có nghĩa rằng chúng ta sẽ đi qua các cửa làm bằng đá quý tại Giêrusalem Mới sau khi qua các cửa của mỗi một vương quốc thiên đàng tùy theo sự trưởng thành đức tin của mình. Ấy là, tùy theo mức độ nên thánh mà chúng ta có thể đến gần với Thành Thánh hơn, là nơi có ngai Đức Chúa Trời ngự tọa.

Do vậy, chúng ta chỉ có thể vào được Giêrusalem Mới khi chúng ta đạt tới tầm thước đức tin thứ năm là lúc chúng ta làm đẹp ý Chúa bằng cách nên thánh trọn vẹn và trung tín trong mọi công việc mình. Đức tin đẹp ý Chúa là loại đức tin khiến Ngài cảm động mà hỏi rằng, "Ngươi muốn ta làm gì cho ngươi?" thậm chí trước khi chúng ta cầu xin Ngài sự gì. Ấy là đức tin trọn vẹn, đức tin của Đức Chúa Jêsus Christ là Đấng làm mọi sự theo ý muốn của Đức Chúa Trời.

Chúa Jêsus chính là Đức Chúa Trời, song Ngài không xem sự bình đẳng với Đức Chúa Trời là sự nên nắm giữ. Chính Ngài đã tự bỏ mình đi, lấy hình tôi tớ và trở nên giống như loài người. Tự hạ mình xuống vâng phục cho đến chết (Philíp 2:6-8).

Vì lẽ đó, Đức Chúa Trời đã đem ngài lên rất cao, và ban cho Ngài danh trên hết mọi danh (Philíp 2:9), sự vinh hiển được ngồi bên hữu Đức Chúa Trời, và thẩm quyền Vua trên muôn vua, Chúa trên muôn chúa.

Cũng giống như vậy, để được vào Giêrusalem Mới, và nếu là ý muốn của Đức Chúa Trời, chúng ta phải vâng phục cho đến chết như Chúa Jêsus. Một số trong chúng ta có thể tự hỏi rằng, "Dường như sự vâng phục cho đến chết là điều vượt quá sức tôi. Liệu tôi có thể nào đạt tới tầm thước đức tin thứ năm chăng?"

Thật vậy, ấy là sự xưng nhận từ sự yếu đuối của đức tin mình. Sau khi nhận biết về Giêrusalem Mới, chẳng ai trong chúng ta sẽ nói như vậy nữa, vì chúng ta ngày càng hy vọng nhiều hơn về sự sống đời đời tại một xinh đẹp như vậy.

Như tôi diễn tả ngắn gọn những nét đặc trưng và vẻ lộng lẫy của Giêrusalem Mới, hãy mở rộng sự suy tưởng mình mà vui hưởng với niềm vui sướng cùng sự hấp dẫn và ngoạn mục của Thành Thánh.

Sự Xinh Đẹp Của Giêrusalem Mới

Như nàng dâu chuẩn bị mình, trau dồi nhan sắc và đức hạnh trong khi chờ đợi cuộc hội ngộ với chàng rể, và cũng là lúc Đức Chúa Trời chuẩn bị _ trang hoàng Giêrusalem Mới để trở nên xinh đẹp vô cùng. Như Kinh Thánh có diễn tả trong Khải Huyền 21:10-11:

> *Rồi tôi được Thánh Linh cảm động, thiên sứ đó đưa tôi đến trên một hòn núi lớn và cao, và chỉ cho tôi thấy thành thánh, là Giê-ru-sa-lem, từ trên trời, ở nơi Đức Chúa Trời mà xuống, rực rỡ vinh hiển của Đức Chúa Trời. Sự chói sáng của thành ấy giống như của một viên bửu thạch, như bích ngọc sáng suốt.*

Thêm vào đó, tường được làm bằng ngọc thạch anh, còn tường của thành có mười hai cái nền. Mười hai cửa thì làm bằng mười hai hột châu, mỗi cửa bằng một hột châu nguyên khối làm thành. Đường trong thành bằng vàng ròng, giống như thủy tinh trong suốt (Khải Huyền 21:11-21).

Tại sao có sự mô tả chi tiết con đường và bức tường trong số những cấu trúc xinh đẹp đồ sộ của thành ấy? Ở đời nầy, người ta xem vàng thứ quý nhất và là thứ mà họ luôn ao ước để có được. Người ta thích vàng không chỉ vì nó quý giá mà còn vì đặc tính vững bền trước thời gian của nó.

Dầu vậy, ở Giêrusalem Mới, ngay cả con đường để người ta đi lại cũng được làm bằng vàng, còn tường thành thì được làm bằng đủ loại ngọc quý. Chúng ta có thể tưởng tượng những nét đặc biệt bên trong tường thành sẽ xinh đẹp biết dường nào? Với dụng ý đó, Kinh Thánh đã mô tả cách chi tiết con đường và tường thành của Giêrusalem Mới.

Thành ấy cũng chẳng cần mặt trời hay đèn để chiếu sáng nó, vì sự sáng Đức Chúa Trời tỏa sáng cả ngày lẫn đêm. Ở đó có dòng sông sự sống trong suốt như pha lê chảy ra từ ngai Đức Chúa Trời và ngai Chiên Con xuống con đường giữa thành.

Trên hai bờ của dòng Sông ấy có những bãi cát vàng và cát bạc cùng cây sự sống, trổ mười hai mùa, mỗi tháng một lần ra trái. Người ta đi dạo quanh vườn là nơi mà Đức Chúa Trời đã trang trí bằng đủ thứ loại cây và hoa. Mọi nơi trong thành đều tràn ngập vui sướng và an bình vì cớ sự sáng và tình yêu thương của Đức Chúa Jêsus Christ chúng ta, không một lời nào ở thế gian nầy có thể thích hợp cho việc diễn tả các sự ấy.

Chỉ việc nhìn xem vẻ hào nhoáng và phong cảnh nguy nga lộng lẫy ở đó, chúng ta sẽ cảm thấy mê mẩn: những lâu đài được làm bằng vàng ròng và ngọc quý, những con đường bằng vàng ròng và trong suốt với ánh sáng chói lòa lộng lẫy. Ấy là một thế giới vượt quá sức suy tưởng chúng ta, sự vinh quang và chân giá trị của nó không gì sánh được.

Thành không cần mặt trời, mặt trăng để soi sáng, vì vinh hiển của Đức Chúa Trời chói lói cho, và Chiên Con là ngọn đèn của thành (Khải Huyền 21:23).

Thiên sứ chỉ cho tôi xem sông nước sự sống, trong như lưu- ly, từ ngôi Đức Chúa Trời và Chiên Con chảy ra. Ở giữa phố thành và trên hai bờ sông có cây sự sống trổ mười hai mùa, mỗi tháng một lần ra trái; và những lá cây đó dùng để chữa lành cho các dân (Khải Huyền 22:1-2).

Vậy Thành Thánh xinh đẹp ấy đã được sắm sẵn cho ai? Trong hết thảy những kẻ được cứu, Đức Chúa Trời đã sắm sẵn Giêrusalem Mới cho những con cái thật của Ngài là những kẻ thánh khiết và trọn vẹn như chính Ngài là Đấng thánh khiết và trọn vẹn. Dường ấy, Ngài thúc giục mỗi chúng ta hãy nên thánh trọn vẹn, phán rằng: *"Hãy tránh mọi điều ác"* (1 Têsalônica 5:22), *"Hãy nên thánh, vì ta là thánh"* (1 Phierơ 1:16), và *"Hãy nên trọn vẹn, như Cha các ngươi trên trời là trọn vẹn"* (Mathiơ 5:48).

Tuy nhiên, mặc dù được nên thánh trọn vẹn, song một số người thì được vào Giêrusalem Mới, một số khác thì vào Vương Quốc Thiên Đàng Thứ Ba, sự ấy là tùy vào tấm lòng mà họ đã trở nên giống Chúa được bao nhiêu và điều đó được thể hiện qua việc làm như thế nào. Những người được vào Giêrusalem Mới là những người không những nên thánh mà còn làm đẹp ý Ngài qua việc hiểu thấu tấm lòng Đức Chúa Trời và vâng phục ý muốn Ngài cho đến chết.

Giả sử một gia đình nọ có hai con trai. Một hôm, người cha đi làm về, bảo cùng hai con rằng ông khát. Đứa con lớn mang cho người một ly soda vì biết rằng cha mình thích nước ngọt. Hơn nữa, người con ấy cũng xoa bóp làm cha mình cảm thấy thỏa mái. Ngược lại, đứa nhỏ hơn cho mang cho người một ly nước lạnh rồi trở vào phòng mình để tiếp tục công việc nó. Vậy, trong hai người con đó, ai hiểu cha mình hơn? Ai sẽ làm cho cha mình dễ chịu và hài lòng hơn? Ắt hẳn là đứa lớn đã làm được điều ấy.

Cũng vậy, có sự khác nhau giữa những người được vào Giêrusalem Mới với những người vào Vương Quốc Thiên Đàng Thứ Ba về mức độ làm đẹp lòng Chúa cũng như mức độ trung tín của họ đối với mọi sự, và sự hiểu thấu tấm lòng Ngài.

Đức Chúa Jêsus phân biệt đức tin ở tầm thước thứ năm là loại đức tin đẹp lòng Chúa hầu cho chúng ta có thể hiểu ý muốn của Đức Chúa Trời sâu sắc hơn. Ngài cho chúng ta biết rằng Ngài rất đẹp lòng đối với những kẻ được nên thánh bởi đức tin. Đức Chúa Trời rất hài lòng khi nhìn thấy những ai sốt sắng rao truyền phúc âm để cứu người. Những ai trung tín trong công việc mở mang vương quốc và sự công chính Ngài là những kẻ đáng yêu dường bao.

Vương Miện Vàng Hay Vương Miện Công Chính

Vương miện vàng hay vương miện công chính sẽ được trao cho những người được vào Giêrusalem Mới. Ấy là những vương miện vinh quang nhất trên thiên đàng, chúng được dùng làm đồ trang sức trong những dịp đặc biệt.

Khải Huyền 4:4 cho biết rằng, *"Chung quanh ngôi lại có hai mươi bốn ngôi; trên những ngôi ấy tôi thấy hai bốn trưởng lão ngồi, mặc áo trắng và đầu đội mão triều thiên vàng."* Hai mươi bốn trưởng lão đủ tư cách được ngồi chung quanh ngai Đức Chúa Trời, những "trưởng lão" ở đây không phải là những người có địa vị trưởng lão trong hội thánh, bèn là những ai trọn lòng làm theo ý muốn Đức Chúa Trời. Họ là những người được nên thánh trọn vẹn và đạt mục đích của hội thánh hữu hình cũng như hội thánh vô hình.

Trong 1 Côrinhtô 3:16-17, Đức Chúa Trời cho chúng ta biết rằng tấm lòng chúng ta là đền thờ Thánh Linh Ngài. Bởi vậy Ngài sẽ "phá hủy" kẻ nào làm ô uế đền thờ ấy. Xây dựng một đền thánh vô hình trong lòng chúng ta, ấy là trở thành một thánh nhân qua việc quăng xa mọi tội lỗi mình, còn xây dựng một hội thánh hữu hình đó là việc hoàn thành bổn phận mình ở đời nầy cách trọn vẹn.

Con số "hai mươi bốn" trong "hai nươi bốn trưởng lão" tượng trưng cho hết thảy những ai không những bước qua ngưỡng cửa cứu rỗi bởi đức tin như mười hai chi phái Ysơraên mà còn được nên thánh trọn vẹn như mười hai sứ đồ của Chúa Jêsus. Khi được thừa nhận là con cái của Đức Chúa Trời bởi đức tin, chúng ta trở thành công dân Ysơraên. Và lại, ví bằng nên thánh trọn vẹn và trung tín như mười hai môn đệ của Chúa Jêsus, chúng ta sẽ có thể vào được Giêrusalem Mới. "Hai mươi bốn trưởng lão" là những ai được Đức Chúa Trời thừa nhận đã nên thánh trọn vẹn, hoàn toàn trung tín trong bổn phận mình. Ngài ban thưởng cho họ vương miện vàng, là vương miện xứng đáng với đức tin ấy.

Đức Chúa Trời ban vương miện công chính cho ai không những quăng xa tội lỗi, mà còn làm thỏa lòng Ngài qua việc hoàn thành bổn phận với đức tin đẹp ý Chúa như sứ đồ Phaolô đã làm. Vì cớ sự công chính, Phaolô đã phải đương đầu với nhiều khó khăn và bắt bớ. Bởi đức tin, người đã cố gắng, nhẫn nhục mọi sự để đạt được vương quốc Đức Chúa Trời và sự công chính. Hoặc ăn, hoặc uống, hay làm bất kỳ điều gì, Phaolô cũng tôn vinh Đức Chúa Trời, đi đến đâu ông cũng bày tỏ quyền năng Ngài. Ông đã xác quyết và xưng nhận rằng, *"Hiện nay mão triều thiên của sự công bình đã để dành cho ta; Chúa là quan án công bình, sẽ ban mão ấy cho ta trong ngày đó, không những cho ta mà thôi, nhưng cũng cho mọi kẻ yêu mến sự hiện đến của Ngài"* (2 Timôthê 4:8).

Chúng ta vừa nhìn xem thiên quốc, làm thế nào chúng ta có thể hướng về nơi ấy, cùng nhiều nơi ở và vương miện khác nhau, là những thứ dành ban cho chúng ta tùy vào lượng đức tin của mỗi cá nhân.

Nguyện mỗi chúng ta đều trở thành Cơ Đốc Nhân khôn ngoan là người chẳng màng danh lợi hay hư nát, bèn là những thứ không hư nát, bởi đức tin, chúng ta hướng về thiên quốc, vui mừng với niềm vinh quang và hạnh phúc đời đời ở Giêrusalem Mới, trong danh Đức Chúa Jêsus Christ, tôi dâng lời cầu nguyện!

TÁC GIẢ
Tiến sĩ Jaerock Lee

Tiến Sĩ Jaerock Lee sinh trưởng tại Muan, tỉnh phận Jeonnam, Cộng Hòa Nhân Dân Triều Tiên, năm 1943. Những năm tháng của tuổi hai mươi, Mục sư Lee đã phải trải qua rất nhiều căn bệnh nan y, trong bảy năm trường đầy tuyệt vọng, vô phương cứu chữa, ông chỉ còn biết chờ chết. Một ngày kia, vào mùa xuân 1974, được chị gái đưa đến nhà thờ, khi quỳ xuống cầu nguyện, Đức Chúa Trời hằng sống đã chữa lành mọi bệnh tật ông ngay tức khắc.

Qua kinh nghiệm kỳ diệu đó, Mục sư Lee đã gặp được Đức Chúa Trời hằng sống, ông đã dâng trọn tấm lòng thành kính lên Ngài, năm 1978, ông được kêu gọi bước vào con đường hầu việc Đức Chúa Trời. Ông hết lòng cầu nguyện để hiểu rõ ý muốn Ngài và hoàn thành sứ mạng một cách tốt nhất, ông vâng phục tất cả các mạng lệnh. Năm 1982, ông sáng lập Hội Thánh Manmin Joong-ang tại Seoul, Hàn Quốc, tại đây nhiều công việc của Chúa kể cả những phép lạ chữa lành, những dấu lạ đã và đang xảy ra đến mức không kể xiết.

Năm 1986, Mục sư Lee được thụ phong tại Hội Thánh Annual Assembly Jesus Sungkyul Hàn Quốc, bốn năm sau, 1990, những bài giảng luận của ông bắt đầu được phát sóng bởi Tập Đoàn Phát Thanh Viễn Đông, Đài Phát Thanh Á Châu, và Hệ thống Truyền thanh Cơ Đốc Nhân Washington, Úc, Nga, Philipines, và nhiều quốc gia khác.

Ba năm sau, 1993, Hội Thánh Manmin Joong-ang được tạp chí Cơ Đốc Nhân Thế Giới tuyển chọn, xếp vào "50 Hội Thánh Hàng Đầu Thế Giới" và ông nhận học vị Tiến Sĩ Danh Dự Thần Học của Trường Đại Học Niềm Tin Cơ Đốc Nhân, Florida, USA, năm 1996, nhận học vị Tiến sĩ Mục Vụ tại Trường Thần Học Kingsway, Iowa, USA.

Kể từ năm 1993, Mục sư Lee đã bước vào sứ mạng truyền giáo Toàn cầu qua nhiều chiến dịch hải ngoại tại Hoa Kỳ, Tanzania, Argentina, L.A., Baltimore City, Hawaii, and New York City of the USA Uganda, Japan, Pakistan, Kenya, Philipines, Honduras, India, Russia, Germany, Peru, Cộng Hòa Dân Nhân Dân Công Gô, và Y-sơ-ra-ên. Năm 2002, ông được tờ báo chuyên đề Cơ Đốc Nhân Hàn Quốc gọi là "Mục sư toàn cầu" có liên quan đến nhiều Chiến Dịch Liên Minh Kỳ Diệu tại hải ngoại.

Đến tháng 4 2012, Hội Thánh Trung Tâm Manmin là một giáo hội có hơn 120.000 tín đồ. Có 10.000 chi nhánh trong và ngoài nước, và có hơn 129 giáo sĩ được ủy thác đến 23 quốc gia, bao gồm Hoa Kỳ, Nga, Đức, Canada, Nhật, Trung Quốc, Pháp, Ấn Độ, Kenya, và nhiều nơi khác.

Cho đến ngày xuất bản sách nầy, Tiến Sĩ Lee đã viết được 64 cuốn sách, trong đó có những cuốn rất được ưa chuộng như, *Ném Thử Cuộc Sống Đời Đời Trước Khi Chết*, *Đời Tôi và Niềm Tin I & II*, *Sứ Điệp Thập Tự Giá*, *Tầm Thước Đức Tin*, *Thiên Đàng I & II*, *Địa Ngục và Quyền Năng Đức Chúa Trời*. Những tác phẩm của ông đã được phiên dịch trên 73 ngôn ngữ khác nhau.

Các mục báo Cơ Đốc của ông xuất hiện trên *The Hankook Ilbo, The JoongAng Daily, The Dong-A Ilbo, The Munhwa Ilbo, The Seoul Shinmun, The Kyunghyang Shinmun, The Hankyoreh Shinmun, The Korea Economic Daily, The Korea Herald, The Shisa News*, và *The Christian Press*.

Tiến Sĩ Lee hiện nay là lãnh đạo của nhiều tổ chức truyền giáo và hiệp hội, bao gồm: Chủ Tọa Liên Hiệp Hội Thánh Phúc Âm Đảng Christ; Chủ Tịch Sứ Mạng Toàn Cầu Manmin; Nhà Sáng Lập & Ban Chủ Tọa Mạng Lưới Cơ Đốc Nhân Toàn Cầu (GCN); Mạng Lưới Bác Sĩ Cơ Đốc Nhân Toàn Cầu (WCDN); và Trường Thần Học Quốc Tế Manmin (MIS).

Thiên Đàng I & II

Một bản phát thảo chi tiết về một môi trường sống huy hoàng tráng lệ mà những công dân thiên đàng sẽ vui sống và một sự mô tả tuyệt vời về những cấp độ khác nhau của các vương quốc thiên đàng.

Sứ Điệp Thập Tự Giá

Một sứ điệp thức tỉnh đầy quyền năng dành cho những ai đang trong tình trạng ngủ mê thuộc linh! Qua sách nầy chúng ta sẽ nhận biết được lý do tại sao Giê-su là Cứu Chúa duy nhất và tình yêu chân thật của Đức Chúa Trời.

Địa Ngục

Một sứ sứ điệp tha thiết nhất gởi đến toàn nhân loại từ Đức Chúa Trời, Đấng không muốn một linh hồn nào vực sâu địa ngục! chúng ta sẽ khám phá một điều chưa từng được biết về thực tế thảm khốc của Hạ Tầng Âm Phủ và địa ngục.

Nếm Thử Cuộc Sống Đời Đời Trước Khi Chết

Ký thuật của Tiến Sĩ Jaerock Lee, một con người được tái sanh, được cứu ra khỏi trũng bóng chết và đang có một cuộc sống Cơ Đốc Nhân mẫu mực.

Đời Tôi và Niềm Tin I & II

Một mùi hương thiêng liêng tuyệt vời nhất qua đời sống của ông được chiết xuất từ tình yêu của Đức Chúa Trời được trổ hoa trong giữa đợt sóng đen tối, ách lạnh lùng và những thất vọng khó lường nhất.